ओली आठवण

दिलीपराज प्रकाशनाची सर्व पुस्तके आता आपण Online खरेदी करू शकता. आमच्या website ला कृपया अवश्य भेट द्या.
www.diliprajprakashan.in

ओली आठवण

(कथा संग्रह)

ग. वा. बेहेरे

 दिलीपराज प्रकाशन प्रा. लि.

२५१ क, शनिवार पेठ, पुणे - ४११ ०३०.

ओली आठवण / Oli Aathavan

प्रकाशक
राजीव दत्तात्रय बर्वे,
मॅनेजिंग डायरेक्टर,
दिलीपराज प्रकाशन प्रा. लि.,
२५१ क, शनिवार पेठ, पुणे - ४११ ०३०

भोंडे कॉलनी, पुणे ४११ ००४

प्रकाशन दिनांक : १५ फेब्रुवारी २०१३

प्रकाशन क्रमांक : २०३२

ISBN : 978 - 81 - 7294 - 974 - 7

टाइपसेटिंग
मधुराज प्रिंटर्स अॅण्ड पब्लिकेशन्स प्रा. लि.
स. नं. २९/८-९, पारी कंपनीजवळ,
धायरी, पुणे - ४११ ०४१

मुद्रितशोधन - मिलिंद बोरकर, पुणे

मुखपृष्ठ - हेमंत देशपांडे

आतील सजावट - रेषविश्व अॅड, सागर नेने

अनुक्रम

एक / ओली आठवण

मायाने दार उघडले.

आणि समोर मोहिनीला पाहून ती चकित झाली.

इतकी चकित झाली की ती दारातूनच अवघडून तिच्याकडे बघत राहिली.

मोहिनी! या वेळेला आपल्या घरी... हे कसं शक्य आहे?

ती एकटी नव्हे.

तर तिच्या मुलासकट. भरतसकट.

आणि तेही बॅग घेऊन. म्हणजे राहण्याच्या तयारीने...

तिला धक्काच बसला.

पण मोहिनीबरोबर तिचा मुलगा भरत होता, तो अस्वस्थ होता. त्याने आईचा हात सोडला आणि तो मायाला बिलगला. विचित्र वातावरण बदलायला तोच कारणीभूत झाला. मोहिनीचे आणि तिच्या नवऱ्याचे पटत नाही हे मायाने पूर्वीच ऐकले होते. साप्ताहिक रसरंगमधून तिला अस्वस्थ करणाऱ्या बातम्याही आल्या होत्या. कुणीतरी जवळचे म्हणवणारे इष्टमित्र तिच्या कानात मोहिनी आणि प्रभाकर यांच्या वाढत्या स्नेहसंबंधाबद्दल विषही पेरीत असत. पण त्याकडे दुर्लक्ष करायची तिने सवय करून घेतली होती. कारण एक तर प्रभाकर हा खरोखरीच मनस्वी पुरुष होता. त्याला सर्वार्थाने ताब्यात ठेवणे कोणालाच शक्य नव्हते. मायाला तर ते मुळीच शक्य नव्हते. त्याच्या कलासक्त मनाची भरारी थोपवण्यात अर्थ नाही हे तिने ओळखले होते. एक मोठा प्रतिभावंत नाटककार आणि नाट्यनिर्माता म्हणून तो विख्यात होता. त्याचबरोबर एक बलदंड आणि उग्र प्रवृत्तीचा सरळसोट माणूस म्हणूनही त्याच्यावर पुष्कळजण प्रेम करीत. लग्नापूर्वीचे प्रभाकरचे अनेक पराक्रम मायाला माहीत होते. पण ते कळूनसवरून

प्रभाकरवरचे प्रेम थोपवणे तिला जमले नाही. ती वाहवत गेली, त्याची बायको झाली. आपल्या रूपावर आणि गृहिणीधर्मावर त्याला काबूत ठेवण्याची वेडी महत्त्वाकांक्षा तिने धरलेली होती. तिच्या मनात स्वत:च्या सौंदर्याविषयीचा एक अहंकार नेहमीच नागाप्रमाणे फणा काढून जागा असे. प्रभाकरचा तिच्यावर फार फार जीव होता. त्यानेही तिचा हा अहंकार फुलू दिला होता.

प्रभाकरचे आणि तिचे लग्न झाले तेव्हासुद्धा जगाला केवढा धक्का बसला. कोठल्यातरी कुग्रामातल्या निर्धन कुटुंबातल्या एका अर्धशिक्षित मुलीबरोबर प्रभाकरचे लग्न झाले. या बातमीमुळे त्याच्यावर डोळा ठेवून असणाऱ्या अनेक रूपगर्वितांना अस्वस्थ केले होते. नाटकात कामे करण्याच्या निमित्ताने त्यांपैकी पुष्कळांशी त्याची घसट होती, तर कोणी उत्तम दर्जाचा साहित्यिक म्हणून प्रभाकरला जवळ केले होते. प्रभाकरसारखा पुरुष सर्वथा आपला राहणार नाही हे कळून-सवरूनही त्यांपैकी सर्वांचाच यत्न त्याला गुंतविण्याचा होता. पण प्रभाकर कोठेही गुंतला नाही. सर्व बेहोशीतही तो सावध होता. खर्च करतानाही तो व्यवहारी होता. खोट्या प्रतिष्ठेपायी त्याने जसा नाटकाचा धंदा कधी तोट्यात जाऊ दिला नव्हता, तसाच मोहाचा हा खेळ कधी अंगावर येऊ दिला नव्हता. तो म्हटला तर फार रंगेल होता. रसिकही होता. बोलका होता, पण तितकाच तो तुसडा होता आणि तुटकही होता. प्रभाकरचा आणि मायाचा संसार तसं पाहता अगदी सुखाचा होता. दोन्ही हातांनी पैसा घरात येत होता. कीर्तीचे वलय प्रभाकरभोवती सदैव लखलखत होते.

प्रभाकरच्या जोडीने माया जेव्हा समाजात वावरे तेव्हा पुष्कळांच्या नजरा प्रभाकरभोवती घोटाळत. नाटककार व निर्माता म्हणून तसा तो विख्यातही होता, परंतु मायाकडे लक्ष जाताच सर्वांच्या नजरा क्षणभर ठेचकाळून थांबत असत... तिच्या सौष्ठवाला दाद देण्यासाठी. माया प्रभाकरला शोभेल अशी देखणी तर होतीच, पण तिच्या व्यक्तिमत्त्वामध्ये एक विलक्षण आक्रमकता होती. प्रभाकरच्या गावगप्पांना आणि त्याच्या बेबंद वर्तनाला न जुमानताही त्यांचा संसार सुखाने चालला होता.

आपला नवरा आपल्याशी एकनिष्ठ असेलच अशी तिला मुळीच खात्री नव्हती; तरी पण त्याचे मन कोणत्याही स्त्रीच्या ठायी दीर्घकाल अडकणार नाही एवढा स्वत:विषयी तिला जबर अहंकार होता. पत्नीवर आणि आपल्या घरकुलावर प्रभाकरचे अनिवार प्रेम होते. तसे ते प्रत्येक पुरुषाचे असतेही. परंतु पुरुषांच्या स्वभावातील खाचाखोचा, शब्दांतून व्यक्त न होणाऱ्या अनेक नित्याच्या गरजा व

त्याच्या मूडप्रमाणे त्याला हाताळण्याची तिची नाजूक पद्धत, यामुळे प्रभाकरच्या लेखी मायेला पर्याय नव्हता आणि या दिमाखानेच माया ताठ मानेने संसारात मिरवीत होती.

पण आज मोहिनीला समोर पाहून माया एकदम बावरली. आपल्या संसारावर काहीतरी अशुभ सावट पडले आहे, या भीतीने ती थोडीशी गांगरली. एक नटी म्हणून, एक रूपसंपन्न स्त्री म्हणून, आणि प्रभाकरच्या यशातली एक वाटेकरी म्हणून मोहिनीचे प्रभाकरच्या आयुष्यातले स्थान तिने मनात कबूलच करून टाकले होते. एखाद्या स्त्रीबरोबर आपल्या नवऱ्याचा काही संबंध आहे ही गोष्ट तिला तशी अपूर्वाईचीही नव्हती. त्यामुळे मनात जरी तशी व्यथा असली तरी तिच्या घरकुलाच्या प्रतिष्ठेला तडा लागत नसे. प्रभाकरच्या जोडीनं समाजात हिंडताना आपल्या गळ्यातल्या मंगळसूत्राचे आपल्या वक्षावर प्रदर्शन करणे तिला आजवर गौरवाचेच वाटले होते. पण आज मोहिनी घरी आली, एवढेच नव्हे, तर मुलासकट आपल्या घरी राहायला आली, या गोष्टीमुळे ती मनोमन भेदरली होती.

पण किती झाले तरी ती एक आदर्श गृहिणी होती. शिवाय समंजसही होती. अशा प्रसंगी आक्रस्ताळेपणा करून उपयोगाचा नाही हे ओळखण्याचे स्त्रीसुलभ चातुर्य हेही तिच्या ठायी पुरेपूर होते.

मोहिनी प्रभाकरच्या घरी आली आणि राहिली ही गोष्ट जुनी झाली. पण ती का आली हा प्रश्न तिला कुणीच विचारला नाही. तिची आणि तिच्या मुलाची उत्तम बडदास्त ठेवण्यात मायाने मुळीच कुचराई केली नाही. तिच्या आयुष्यात डोकावून तिच्या खाजगी गोष्टी समजावून घेण्याचे कुतूहल तिला दाखवावेसे वाटेना. दुसऱ्याची दुःखे समजावून घेतली की त्यावर फुंकर मारण्याचे उत्तरदायित्व आपोआप आपल्यावर येऊन पडते हे तिला ठाऊक होते. एका चित्रपट व नाट्यसृष्टीतील लफडी-कुलंगडी छापणाऱ्या साप्ताहिकात प्रसिद्ध झालेल्या मजकुरावरून नवऱ्याच्या छळाला व माराला कंटाळून तिने घर सोडले एवढेच तिला कळले होते. ते तिला पुरेसे होते. आधाराला तिला प्रभाकराहून मजबूत वृक्ष तरी कोठून मिळणार होता. पण हा आधार केवळ तात्पुरता-सोईपुरता व्हावा असे तिला वाटत होते.

सात-आठ दिवस गेल्यानंतर मोहिनीने मायाच्या देखत, प्रभाकरला स्वतःसाठी एक जागा पहायला सांगितली. मोहिनी स्वतः एक लोकप्रिय व गुणी नटी असल्यामुळे आर्थिक दृष्टीने तिला काही अडचण होती अशातला भाग नव्हता.

परंतु यापूर्वी मिळालेले सर्व पैसे नवऱ्याने गिळंकृत केले असल्यामुळे तिने प्रभाकरकडेच काही पैसे मागितले. आपल्या घरात आलेले संकट आपल्या पायाने दुसरीकडे जात आहे हे पाहून मायाच त्या कामी पुढाकार घेऊ लागली आणि मोहिनीचे नवीन बिऱ्हाड तिने आठ-पंधरा दिवसांत थाटूनही दिले आणि मनोमन सुस्कारा सोडला.

मोहिनी दुसऱ्या घरात राहायला गेली तरीसुद्धा माया काही पूर्णपणे निश्चिंत झाली नव्हती. प्रभाकरचे आणि मोहिनीचे संबंध किती खोलवर आहेत याचा मायाला अजूनही अंदाज बांधता आला नव्हता. प्रभाकर तसा धीरगंभीर होता. या घटनेनेही त्याच्या वागण्यात बदल झाला नव्हता किंवा अनुकंपा दाखविण्याच्या निमित्ताने त्याच्या वागण्यात कोठेही उथळपणा आलेला नव्हता. आपला नवरा कोणत्याही स्त्रीच्या विलक्षण आहारी जाणार नाही या एकाच भरवशावर अवलंबून राहाण्यापलीकडे तिलाही काही करता येण्याजोगे नव्हते.

मोहिनीची आणि प्रभाकरची पुष्कळ वेळा गाठ पडत असे. पूर्वी तर पडत असेच. पण आता ती एकटीच निराधार स्थितीत राहात असल्यामुळे प्रभाकरला पुष्कळदा तिच्याकडे जावे लागे. पुष्कळदा तो मायालाही बरोबर घेऊन जात असे. मोहिनी तशी खरोखरच स्वभावाने चांगली बाई होती. खरे पाहता इतक्या देखण्या आणि कर्तृत्त्वशालीन स्त्रीचे वैवाहिक आयुष्य दुःखाचे का असावे हाही एक गूढ प्रश्नच होता. पण दोन व्यक्ती मिळून एक सुखाचा संसार होतोच असेही नाही. नटी असूनही एरवी ती इतक्या साधेपणाने वागे की मायालासुद्धा आश्चर्य वाटे. मुलाची देखभाल घरी होणार नाही म्हणून मुलाला तिने पाचगणीला ठेवले. तेव्हापासून तिच्या वाट्याला आलेल्या एकटेपणाबद्दल मायालासुद्धा कीव वाटत होती.

मोहिनी आणि प्रभाकरच्या संबंधांची कुजबूज नाट्यवर्तुळात चालूच असे. नाट्यवर्तुळात अशा तऱ्हेच्या स्कॅन्डल्स असणे अभिमानाचेही असते. प्रभाकर वेळी अवेळी मोहिनीच्या घरी जाई, परंतु मोहिनीकडून कसलाच पुढाकार नसल्यामुळे त्याचे व तिचे घट्ट असे नाते उत्पन्न होऊ शकले नव्हते. एका बलदंड पुरुषाचा आश्रय मिळाला यातच मोहिनी संतुष्ट होती, आणि आज ना उद्या आपल्यावर लट्टू झालेली मोहिनी आपली होईल यावर प्रभाकर स्वस्थचित्त होता. आपल्या आश्रयाला आलेल्या स्त्रीचा केवळ अगतिकपणे भोग घेणे प्रभाकरला मानवण्याजोगे नव्हते. आज ना उद्या एक दिवस मोहिनी सर्वार्थाने आपल्या स्वाधीन होईल याविषयी प्रभाकरच्या मनात कसलीच शंका नव्हती.

व्यवसायाने नटी असणाऱ्या आणि नवऱ्याला सोडून एकटे राहाणाऱ्या मोहिनीसारख्या स्त्रीला एरवी कितीतरी बुभुक्षित पुरुषांच्या लालसेला बळी पडावे लागले असते. पण एक तर समर्थ अशा प्रभाकरच्या आश्रयाला ती होती, आणि दुसरी गोष्ट अशी की ती कोणालाही तशी संधीच प्राप्त करून देत नव्हती. प्रभाकरच्या नाट्यसंस्थेव्यतिरिक्त अन्यत्र कोठेही काम करायचे नाही असाही निर्णय तिने त्यासाठीच घेतला होता, आणि म्हणून तेव्हापासून प्रभाकरची रखेली असा तिच्याबद्दलचा चवदार उल्लेख प्रभाकरच्या आड लोक करू लागले होते. लोकांचा निष्कर्ष खोडून काढण्याची तिला आवश्यकता वाटली नाही.

प्रभाकरची नाट्यसंस्था ही अग्रभागीची नाट्यसंस्था असल्यामुळे आणि आता त्याच्या प्रत्येक नाटकातून ती काम करू लागल्याकारणाने प्रभाकरकडून ब्लॉकसाठी आणि सजावटीसाठी घेतलेले पैसे तिने जवळजवळ फेडत आणले होते. ज्या दिवशी प्रभाकरच्या रकमेच्या बाकीचा शेवटचा चेक तिने दिला तेव्हा प्रभाकर म्हणाला,

''आज तू कर्जमुक्त झालीस.''

''पण मी कर्जात नव्हतेच कधी. कारण तुमच्याकडून घेतलेले पैसे तुम्ही मला विश्वासापोटीच दिले. ते परत फेडण्याची जबाबदारी माझ्यावर मुळीच नव्हती. लोकांनी तुम्हाला निंदू नये म्हणून मी हे सारे पैसे परत केले आहेत. एरवी तुमच्या उपकाराच्या बोजाखाली राहाणं मला आवडलं असतं.''

''ते का?''

''कारण मी खरोखरीच तुमच्या आश्रयाला आले आहे, आणि तुम्हाला सोडून मला कुठे जायचेही नाही. घर सोडून विचार न करता तुमच्याकडे यावंसं वाटलं, याचं कारण असलं धाडस फक्त तुमच्याच्यानंच झालं असतं. तुम्ही त्यात पुरे पडलात, आणि म्हणून मी स्वतःच्या पायावर उभी राहू शकले.''

''असं मुळीच नाही. मोहिनी, तू एक अत्यंत लोकप्रिय व गुणी नटी आहेस. नाटक किती जरी चांगलं असलं आणि निर्माता कितीही चतुर असला तरी गुणी नटांच्यावाचून त्याला यश लाभणार कसं? उलट मी तर म्हणेन, तुझ्यासारखी गुणी, देखणी नटी माझ्या कंपनीत आल्यापासून माझी नाटकं अधिक जोमानं लोकप्रिय झाली आहेत.''

''तुम्ही हे म्हणता आहात हा तुमचा मोठेपणा. मी नव्हते तेव्हाही तुमची नाटकं चालत होती, आणि उद्या मी नसले, तरीही तुमची नाटकं चालणारच आहेत. माझी गोष्ट मात्र तशी नाही. तुमच्यासारख्या प्रतिष्ठिताचा, प्रतिभावंताचा

आधार मला आहे म्हणूनच मी अखेरी कोणीतरी आहे. माझ्याही आता ध्यानात आलंय की एखाद्या कर्तृत्त्ववान पुरुषाचा पाठिंबा तांब्याचंसुद्धा सोनं करू शकतो.''

या संभाषणाचेवेळी तरी मोहिनी अधिक मोकळेपणाने वागेल असे प्रभाकरला वाटले, पण तिचा थंडपणा सुटला नाही. प्रभाकरला तो एक प्रकारचा अपमान वाटला. आपल्यावर लोभावणाऱ्या बहुसंख्य स्त्रियांच्या मानानं मोहिनी ही एक अलौकिक स्त्री असली तरीसुद्धा आपल्याबद्दल तिला कसलंच आकर्षण असू नये याबद्दल त्याच्या मनात विषाद उत्पन्न झाला. आपल्या सौंदर्याचा, प्रतिभेचा आणि ऐश्वर्याचा हा एक प्रकारचा पराभवच आहे असेही त्याच्या मनाने घेतले. तरी पण आपल्या स्वामित्वाचा हक्क तिच्यावर बजावावा असे मात्र त्याला वाटले नाही. कारण एक तर त्याला ती सवय नव्हती आणि स्त्रीची मनधरणी करणे त्याच्याही रक्तात नव्हते. मोहिनीने त्याला नुसते जरी खुणावले असते तरी त्याने तिला सर्वार्थाने कृतार्थ केले असते. ती त्याच्याशी अत्यंत अदबीने वागे, कोणतीही गोष्ट त्याला विचारल्याविना कधी करीतही नसे. दौऱ्याच्या वेळी त्याची योग्य ती सेवाही करीत असे. त्याचे खाणेपिणे, कपडेलत्ते यांची स्त्रीसुलभ मार्दवाने सतत काळजीही घेत असे. तिच्या वर्तणुकीत सेविका होती-मैत्रीण होती; पण, प्रणयिनी मात्र कोठेच नव्हती. प्रभाकरच्या संगतीचा मोह तिला जरूर होता, पण संगाची चाहूल मात्र कधीही जाणवली नाही.

दिवस असेच चालले होते. प्रभाकरच्या आयुष्यात येणाऱ्या स्त्रिया तर रानवाऱ्यात भिरकटणाऱ्या पालापाचोळ्याप्रमाणे केव्हाच दिसेनाशा झाल्या. प्रभाकरमध्ये झालेला बदल मायालासुद्धा जाणवला होता. अन्य स्त्रिया प्रभाकरच्या आयुष्यातून निघून गेल्या असाव्यात असे त्या चतुर स्त्रीच्या लक्षात आले. त्याने तिला सुखही झाले आणि दुःखही. सुख अशासाठी झाले की नवऱ्यावरचे तिचे स्वामित्व अधिकाधिक घट्ट झाले. पण त्याचवेळी तिच्या मनात मोहिनीविषयी भीतीही उत्पन्न झाली. प्रभाकर हळूहळू भावनावश होऊन तिच्याशी खोलवर गुंतत तर चालला नाही ना अशी शंका तिच्या मनात मूळ धरू लागली.

गोव्याच्या दौऱ्यावरून नाटक कंपनी परतली. तेव्हा खूप अवेळ झाली होती. रात्रीचे दोन-अडीच झाले होते. एरवी मोहिनी टॅक्सी करून गेली असती, परंतु अवेळी तिला तसे जाणे शक्य नव्हते. तेव्हा प्रभाकरच तिला सोडायला घरी गेला. तिची अवजड सूटकेस वरच्या मजल्यावरच्या तिच्या ब्लॉकमध्ये तिला नेणे शक्य नसल्यामुळे, त्यालाच तिच्याबरोबर वरही जावे लागले. दार उघडून दिवा लावताच त्याच्या ध्यानात आले की अशा उत्तर रात्री मोहिनीच्या घरातून

जाण्यात काही अर्थ नाही. ही वेळ साधली पाहिजे. पुरुषी अहंकार विसरून तिला आपण आपलीशी करून घेतलीच पाहिजे. वासनेचा एक विलक्षण गदारोळ त्याच्या अतं:करणातून उमटला. तिचा प्रवासाने शिणलेला देह आणि थकलेले डोळे आपल्या मिठीत सामावून घेण्याची एक विलक्षण ऊर्मी त्याच्या नसानसांतून उमटली. बॅग खाली ठेवून त्याने तिला थोड्या आडदांडपणाने मिठीत धरले. एखाद्या पाखराने पावसाळ्या रात्री मिळालेल्या आधाराला चिकटून बसावे तशी ती त्याला चिकटली. क्षणभर दोघेही नि:स्तब्ध लगटून उभे राहिले. कधीही न जाणवलेला तिच्या सौष्ठवाचा आणि लावण्याचा धुंद साज त्याला जाणवला. प्रवासामुळे मळलेल्या तिच्या वस्त्रात असणारा तिचा निरोगी पुष्ट देह त्याच्या डोळ्यासमोर साक्षात उभा राहिला. त्याने आवेगाने मिठी घट्ट केली. आणि ओठाला ओठ चिकटवले. जणू काही दोन वेगळी शरीरे तिथे नव्हतीच. मोहिनीचा सारा देहभार तिच्या ओठांच्या ओलेपणात गोळा झाला होता...

त्या आवेगाचा पहिला क्षण ओसरताच त्यानं तिला तिच्या बेडरूमच्या दिशेने न्यायला आरंभ केला. एव्हाना त्याच्या देहात पेटलेली आग डोळ्यांच्या काठावरून मोहिनीने टिपली होती. तिने एकदम प्रभाकरचा हात खांद्यावरून काढला. आश्चर्याने या कृतीकडे पाहाणाऱ्या प्रभाकरच्या डोळ्याला डोळा भिडवीत मोहिनी म्हणाली,

"रागावणार नसलात तर मी एक सांगते, ते ऐकाल का?"

"या वेळेला? मला ऐकायला फुरसत नाही. मला तू हवी आहेस बघ. फक्त तू हवी आहेस."

मोहिनी क्षीणपणाने हसली आणि म्हणाली,

"मी तुमचीच आहे. तुमची मालमत्ता आहे-मिळकत आहे. वस्तू आहे. या घटकेलासुद्धा तुम्ही माझं काहीही करू शकता. मी मुळीचसुद्धा रागावणार नाही."

"मग... मग तू थांबलीस का? मला थांबवलंस का?"

"एवढ्यासाठीच प्रभाकर, की माझ्या नवऱ्यानं माझ्या देहावर जे अत्याचार केले आहेत त्याचे व्रण अजून गेलेले नाहीत. ज्या अन्योन्य सुखासाठी स्त्री-पुरुष वेडे होतात, त्या सुखातला माझा सगळा आनंद माझ्या नवऱ्याच्या जंगली वागणुकीने नष्ट झाला आहे. मला त्याची किळस वाटते, लाज वाटते."

"काय, सांगतेस काय हे मोहिनी!"

"खरंच सांगते प्रभाकर. मला तुम्ही आवडता. मला तुम्ही हवेसुद्धा आहात. पण... पण थोडं थांबाल का? तुमच्या सुखद सावलीत मी माझं सारं

पूर्वीचं आयुष्य विसरून टाकायला आरंभ केला आहे. मला थोडा वेळ द्या.''

''डोंट वरी! थांबेन.''

''रागावलात तुम्ही प्रभाकर? खरंच माझ्यावर रागावू नका. मघाशी मी म्हणाले ना तशी एक केवळ मी वस्तू आहे तुमची. तुमच्या या रूमालासारखी, मला तुम्ही केव्हाही चुरगळू शकता. मी तुमचं मन ओळखलं आहे. वाटलं तर या घटकेला मी तुमची व्हायला तयार आहे.''

कुठल्या तरी एका विलक्षण उन्मादाने ती थरारली. तिने वेडसरपणे अंगावरील कपडे ओरबाडून फेकून दिले आणि ती अनावृत्त अवस्थेत त्याच्यासमोर उभी राहिली, तिच्या त्या अवस्थेतही ते देदीप्यमान लावण्य प्रभाकरला विस्मित करून गेले. तिच्या गोऱ्यापान मांडीवर कसले तरी काळसर डाग होते. ते पाहताच कळवळून प्रभाकरने त्यांच्यावरून हात फिरविला. तिने त्याला घट्ट मिठी मारली आणि स्फुंदत स्फुंदत ती म्हणाली,

''ते मला डागायचे - त्याचे डाग आहेत ते.''

प्रभाकर त्या भीषण क्रौर्याच्या जाणिवेने गदगदला. त्याच्या हृदयात जागी झालेली वासना कापरासारखी उडून गेली. त्याने खाली पडलेले कपडे घेऊन तिचे अंग झाकले, आणि तिला घेऊन तो बेडरूमध्ये गेला. तिचा रडण्याचा आवेग कमी झाल्यावर त्याने तिला अंथरुणावर झोपविली. तिच्या अंगावर एक शाल घातली आणि तिला थोपटत तो म्हणाला,

''मोहिनी, तू माझी आहेस ना?''

''होय.''

''माझं ऐकशील?''

''हं.''

''हे पाहा, आता हे सारं पूर्वीचं आयुष्य विसरायचं. मी तुला कधी विचारलं नाही. पण तुझ्या छळवणुकीच्या गोष्टी मी पुष्कळ वेळा ऐकल्या आहेत, आता त्यांचं मला प्रत्यक्ष प्रत्यंतर आलं. तू आता कसलीही चिंता करू नकोस. आणि जुन्या आठवणी काढून विव्हलही होऊ नकोस. मी थांबेन अनंतकाळ-''

मोहिनीला शांत झोप लागल्यानंतर प्रभाकर घरी गेला, तेव्हा पहाट झाली होती. प्रभाकरनं आपल्या घराची बेल वाजविली आणि आपल्या ओळखीच्या आवाजात हाक दिली तेव्हा मायाने दरवाजा उघडला. आपल्या नवऱ्याला बऱ्याच दिवसांनी पाहायला मिळाल्यामुळे एक अधिरेपणा तिच्या डोळ्यात दिसत होता. पण आपला नवरा नेहमीसारखा हसत खेळत न बोलता किंवा शारीरिक लगटीची

अभिलाषा न धरता कपडे बदलू लागलेला पाहून तिला थोडे आश्चर्य वाटले. ती म्हणाली,

''तुम्ही आज नेहमीच्या मूडमध्ये नाही.''

''तसं नाही गं.''

''माझ्यापासून लपवू नका.''

''हे बघ, तुझ्यापासून काहीही लपवून ठेवण्याचा मी आजपर्यंत प्रयत्न केला नाही.''

''मला असं सांगा, काही विशेष घडलं काय?''

''म्हटलं तर आहे, म्हटलं तर नाही.''

''मला सांगण्यासारखं असेल तर सांगा. मोहिनी कशी आहे?''

संभाषणात मोहिनीचा विषय एकदम कारण नसताना आलेला पाहून प्रभाकर सचिंत झाला. घडलं आहे ते काहीतरी मोहिनीबद्दलच असलं पाहिजे असे मायाने का समजावे हेही त्याच्या लक्षात येईना. तो गोंधळला.

आणि त्याच्या डोक्यातला तो गोंधळ मायाने अचूक टिपला.

''मोहिनीकडे होता रात्रभर?''

''नाही. अडीच-तीनला आलो. पोहोचवायला घरी गेलो. कॉफी घ्यायला थांबलो आणि आलो.''

''बस्स एवढंच?''

''हो.''

''माझ्या शपथ?''

''तुझ्या शपथ!'' प्रभाकर आता सावरला होता. सत्य त्याच्या बाजूला झाले होते. गोंधळाचे धुके विरून गेले होते.

''मी एक विचारू?''

''विचार नं.''

''रागावता कामा नये.''

''नाही रागावत. खरंच सांगतो, नाही रागावत.''

''आजपर्यंत मी तुम्हाला कधी असलं काही विचारलेलं नाही. कोणत्याही स्त्रीची मला कधी भीती वाटली नाही. तुम्ही कोठेही गेलात, कोणाहीपाशी असलात तरी अखेरी तुम्ही या घराला विसरणार नाही याबद्दल मी निश्चिंत असते, कारण तसं नसतं तर माझ्यासारख्या मुलीशी तुम्ही लग्नच केलं नसतं. पण अलीकडे मात्र माझ्या मनात भीती डोकावू लागली आहे.''

"का? मोहिनीमुळेच ?"

"अचूक ओळखलंत, ह्याच तुमच्या गुणामुळे तुम्ही मला आवडता व तुमच्यावर मी विश्वासही ठेवते. मोहिनीइतके तुम्ही कुणाच्यातही आजवर गुरफटला नव्हता. होय की नाही?"

"होय."

"मोहिनी तुम्हाला आवडते?"

"होय."

"मला सोडून तिच्याबरोबर राहावंसं वाटतं तुम्हाला?"

"छे, छे, काहीतरी काय वेड्यासारखं बोलतेस! असला विचारसुद्धा माझ्या मनात आला नाही. मोहिनी सुंदर आहे. एकाकी आहे - तिचेही माझ्यावर प्रेम आहे, तरी सुद्धा तुझी-तिची बरोबरी होणार नाही, आणि माझ्यावर तुझा विश्वास बसेल न बसेल, पण मी सांगतो. या घटकेपर्यंत तरी तिचे आणि माझे कसलेच संबंध आलेले नाहीत."

"काय सांगता? तुम्ही अणि ती एकत्र कधी आला नाहीत? मला हे खरंच वाटत नाही."

"माया, तुझ्याशी मी कधीही अशी प्रतारणा केलेली नाही. मला कारणही पडले नाही. का कुणास माहीत! मोहिनी आपल्या घरी आली त्या दिवसापासून एकूण स्त्रियांसंबंधीचा माझा दृष्टिकोनच बदलला."

"मोहिनीमुळेच ना?'

"असेल कदाचित. पण माझ्या एक ध्यानात आलं. जगातल्या सर्व चांगल्या गोष्टी आपल्यासाठीच निर्माण झाल्या आहेत असं मानणं वेडेपणाचं आहे, आणि त्याचबरोबर हव्यासाची काही विकृती निर्माण होणं बरोबर नाही. आणि अखेरी आकार वेगळे, भाषा वेगळी असली, पोषाख निराळे असले, तरी स्त्री देह एकच असतो. नावीन्याचा शोध घेण्यापायी नव्या मुखवट्यांना भुलून एकामागोमाग एक स्त्रीदेहाचा मोह होतो. पण अखेरी पुरुषाच्या लक्षात येतं. आरंभ वेगवेगळा असला तरी अखेर एकच असते. आत्मार्पण करणारी स्त्री हीच एक उत्कट अनुभव देऊ शकते. बाकीची सारी नाटकं असतात. तीही एकाच बसवलेल्या नाटकाचे अनेक प्रयोग असावे तशी."

"मोहिनीने तुम्हाला तो उत्कट आनंद दिला नाही का?"

"नाही, ते असं का झालं मी सांगू शकत नाही. पण या घटकेपर्यंत तरी मोहिनी आणि मी एकत्र आलो नाही. लोक दोन्ही जिभांनी वाटेल ते बडबडतात

त्याचं मला काही वाटत नाही. मी कधी काही पर्वाही केली नाही. मला फक्त तुझ्या शब्दाचा दिलासा आहे. पण तू तरी का विश्वास ठेवावास? आजवरचा माझा लौकिक, मोहिनीचं एकाकीपण आणि तिच्याकडे माझं वेळी-अवेळी जाणं येणं-यामुळे तू तरी माझ्यावर कसा विश्वास ठेवशील?''

''असं म्हणू नका. माझा तुमच्यावर पूर्ण विश्वास आहे. तुम्ही शब्द दिलात तर तो पाळाल याबद्दल मला खात्री आहे. मोहिनीचे आणि तुमचे कसलेही संबंध नाहीत ते तुम्ही म्हणता आहात ना - तर मग यावर मी विश्वास ठेवते. पण त्यासाठी तुम्ही मला एक वचन दिलं पाहिजे.''

''कोणते?''

''ज्या दिवशी मोहिनी आणि तुम्ही एकत्र याल त्या दिवसापासून तुम्ही माझ्या देहाला स्पर्श करता कामा नये. तुमच्याकडून माझं दुसरं कसलंही मागणं नाही, एवढं मागणं तुम्ही पुरवलं पाहिजे...''

तिच्या भारावलेल्या डोळ्यांना डोळा भिडवीत प्रभाकर तिच्याकडे पाहातच राहिला. त्या डोळ्यांत पावित्र्य होतं, तसंच निष्ठेचं तेज होतं. कोणालाही शरण आणील अशा त्या दीप्तिमान डोळ्यांनी तो घायाळ झाला. आपल्यावर सर्वस्वानं प्रेम करणारी ही अलौकिक स्त्री आपल्या सर्व उणिवांना आणि पापांना क्षमा करू शकेल असा गाढ विश्वास त्याच्या मनात पैदा झाला. मायाची त्याने अनेकविध रूपं पहिली होती. पण हे रूप काही नवीनच होतं. आपल्यापेक्षा खूप उंच पातळीवर माया वावरते आहे ही गोष्ट त्याला जाणवली. तिला आपल्या दोन्ही बाहूत गोळा करीत त्याने जवळ घेतले. तिच्या गालांवर गाल ठेवीत तिच्या कानाजवळ ओठ नेत 'तू म्हणतेस ते वचन मी देतो. मोहिनीचा विचार तू डोक्यातून काढून टाक.' असं तो उद्‍गारला.

त्याच्या त्या उद्‍गारांसरशी मायाला वाटले आपल्या हृदयावर झालेल्या सर्व जखमा या घडीला एकदम बऱ्या झालेल्या आहेत. भूमीशी घट्ट बांधून घ्यायचे आपल्याला आता कारण नाही. पाखराप्रमाणे हवेत तरंगायला-भरकटायला आता मुळीच हरकत नाही. सारी किल्मिषं, साऱ्या शंका आता फिटल्या आहेत. एरवी ती नवऱ्याला साथ संगत देत होतीच- संगात पुढाकारही घेत होती. पण तिला वाटले, या उत्कट क्षणी देवानं जे जे आपल्याला दिलं आहे त्या सर्वाचं समर्पण आपल्या पुरुषोत्तमाला केलं पाहिजे,

प्रभाकरलाही तो सारा अनुभव नवीन होता. माया त्याची पत्नीच होती आणि पति-पत्नी या नात्याने त्यांना परस्परांत अज्ञात असे काहीच राहिले नव्हते.

मीलनाचे अनेक उत्कट क्षण त्यांनी भोगले होते. आसक्तीने पेटून जाऊन दोघांनीही पतिपत्नीचे नाते सार्थ केले होते. परंतु आजचा अनुभव मात्र प्रभाकरला वेगळा वाटत होता. विलक्षण तृप्त होऊन सर्वांगांचे समर्पण करणारी ही कोणीतरी देवयोनीतली अप्सराच आहे असा भास त्याला झाला. त्यात आवेग होता. पण तुफान नव्हते. चावा होता. पण बोच नव्हती.

असेच काही दिवस गेले. नेहमीपेक्षा आपल्या घरातले वातावरण संतुष्ट आहे, तृप्त आहे याचा त्याला पदोपदी अनुभव येत होता. स्वामित्वाचा एक निराळाच डौल आणि ऐश्वर्याची झळाळी मायेच्या ठायी प्रकटताना त्याला दिसली. संसारात नव्याने उत्पन्न झालेले चैतन्य आणि संतुष्टता याचा त्याच्याही कर्तृत्वावर परिणाम होत होता. त्याचे पूर्ण झालेले नवीन नाटक रंगभूमीवर आले आणि लोकांनी ते डोक्यावर घेतले. यशाचे नवे तुरे त्याच्या मस्तकावर खोचले गेले.

या नाटकाच्या वऱ्हाड-नागपूरच्या दौऱ्यावरून प्रभाकर परत आला, तेव्हा वास्तविक अवेळ झालेली नव्हती. मोहिनी एकटी घरी जाऊ शकली असती किंवा कंपनीतला कोणी व्यवस्थापक किंवा नट तिला घरी सोडू शकला असता. प्रभाकरला घरी जायची ओढ होती. पण मोहिनीने आग्रह धरला, म्हणून तिला सोडायसाठी तिच्या घरी त्याला जावे लागले. या दौऱ्यातले मोहिनीचे एकंदर वागणेच प्रभाकरला कळू शकले नाही. एरवीचा अबोलपणा व उदासपणा तर तिच्या चेहऱ्यावर कुठेच नव्हता, व त्याच्याभोवती वावरताना तिच्या नेहमीच्या आर्जवीपणात आणि ममतेत एक वेगळीच नाजूक लकेर होती. सर्वांच्या लक्षात यावे इतक्या मोकळेपणाने ती त्याच्याशी वागत होती. पण आता जेव्हा घरी सोडण्याबद्दल तिने आग्रह धरला तेव्हा तर प्रभाकरची त्याबद्दल खात्री झाली.

घरात प्रवेश करताच तिने दार लावून टाकले आणि आलेच म्हणून ती बेडरूमकडे गेली. तिच्या मनात काय आहे याचा विचार करीत प्रभाकर कोचावर रेलून बसला होता. तेवढ्यात बेडरूमचे दार उघडून ती बाहेर आली. तिच्याकडे नजर जाताच प्रभाकर आश्चर्यचकित होऊन अवाक् झाला. प्रवासातील मळके कपडे बदलून टाकून तिनं एकदम घाईघाईनं आकर्षक असा साजशृंगार केला होता. तिच्या डोळ्यांत नेहमीचा शालीन भाव नव्हता तर अनेक दिवस रोखून ठेवलेला समर्पणाचा ध्यास होता.

"आवडले कपडे?'

"न आवडायला काय झालं? पण हे कपडे दाखवण्यासाठी का मला तू

बोलावलंस इथं?''

"एवढे मोठे प्रतिभासंपन्न नाटककार आणि अगदीच बावळट कसे हो?''

"ते कसं काय बुवा ?''

"एवढंसुद्धा ओळखता येत नाही?''

"काही कळत नाही.''

"कमाल आहे तुमची. मागं तर एका माणसाला किती घाई झाली होती.''

"कशाची?''

"मुद्दाम तुम्ही सोंग आणताय न कळल्याचं. तुम्हाला सारं काही कळलंय.''

"वेडी आहेस काय? सोंग कसलं आणायचं त्यात!''

मोहिनीचा चेहरा त्रासिक झाला. आपली सूचना प्रभाकरला चटकन समजेल असे तिला वाटले होते. पण प्रभाकर कळून सवरून न कळल्यासारखे वागतोय यामुळे ती थोडी नाराज झाली. ती प्रभाकरजवळ आली, त्याच्या गळ्यात हात घालून म्हणाली,

"तुम्हाला त्या रात्री मी नाराज केलं, पण आता थांबायचं काही कारण नाही. तुम्ही मला हवे आहात-''

प्रभाकरच्या सर्व काही लक्षात आलं होतं, पण ते नेमकं कोणत्या शब्दांत सांगावं हे त्याला उमजत नव्हतं. त्याचे सारे शहाणपण या प्रसंगाने निकामी झाले होते. उरलेसुरले अवसान गात्रांत गोळा करीत तो म्हणाला,

"मोहिनी, मला माहीत आहे, सारं काही माहीत आहे.''

"मग आता उशीर का? कसली आडकाठी आहे?''

"मोहिनी, तू मला आवडतेस. फार फार आवडतेस. त्या रात्री तू मला हवी होतीस. वेड्यासारखी हवी होतीस. तेव्हा आपण एकत्र आलो असतो तर गोष्ट निराळी होती.''

स्त्रीत्वाचा सारा फणकारा आणि अपेक्षाभंगाचा सारा असंतोष मोहिनीच्या डोळ्यांत गोळा झाला आणि ती म्हणाली,

"आता काय परिस्थितीत बदल घडलाय?''

"साराच.''

"तो कसा?''

"तो मला सांगता येत नाही.''

"नाही, तुम्ही मला सांगितलंच पाहिजे. मला फक्त तुम्हीच हवेत. तुमच्यापायी मी सर्वस्व वाहिलेलं आहे.''

"ते मी नाकारीत नाही, मोहिनी, किंबहुना त्यासाठीच आपण एकत्र येऊ शकणार नाही."

"तुम्ही काय म्हणताहात?"

"तू जसं माझ्या पायी सर्वस्व वाहिलं आहेस त्यापेक्षा अधिक निष्ठेनं आणि न्यायानं मायानं मला सर्वस्व दिलं आहे. तिला फक्त तुझीच भीती वाटत होती. अन्य कोणी स्त्रिया मला तिच्यापासून ओढून दूर नेणार नाहीत याबद्दल भरवसा होता. पण तू-तिच्या लेखी तूच एक अशी आहेस की तिचे घर उद्ध्वस्त करू शकशील."

"नाही प्रभाकर - असले काही माझ्या मनात नव्हते - मला मालकीण व्हायचंच नाही. तुमची दासी म्हणूनच राहीन मी- मला खरोखरीच काही नको-"

"असं तुला वाटतं-मलाही वाटतं -पण ते खरं नसतं. एकतर तुझे अन् माझे नशीब या व्यवसायात गुंतलेले आहे. त्यामुळे यशापयशाच्या खेळात आपण बरोबर राहाणार. त्यात तुझ्या बाजूला पुष्कळ गोष्टी आहेत-"

"पण त्यात माझा काय दोष आहे?"

"नाही नं. त्यात कुणाचाच दोष नाही. तुझा नाही, माझा नाही-अन् मायाचा तर मुळीच नाही. एखादी गोष्ट निसर्गाच्या दडपणाखाली होऊनच गेली तर माणसाला त्या दुबळेपणाचा आधार घेतो येतो. त्या रात्रीच फक्त ते शक्य होते, समर्थनीय होते. आता नाही - मी मायाला वचन दिलंय-"

"पण का? माझं मन तुम्हाला समजून उमजून तुम्ही का गुंतलात-"

"ते तरी माझ्या हातात कुठं होतं-त्याच रात्री माझी मन:स्थिती ओळखून मायाने तुला दूर केलीय-"

"प्रभाकर, आता मी काय करू-तुमच्याशिवाय माझ्या जीवनाला अर्थच नाही-"

"मुळीच नाही. तुला काही कमी नाही. रूप, तारुण्य, पैसा, तुलाही कोणीतरी मनासारखा पुरुष भेटेल."

"तुम्हाला असं बोलवतं तरी कसं-"

"मिळण्याजोग्या गोष्टी नाकारण्यात कमी पुरुषार्थ असतो का? तू नाही का मला थांबायला लावलंस. आता मायानं मला थोपवून धरलं आहे. हे थांबणं थोडं कष्टदायक असेल, पण त्यातही एक समाधान असतं. पुढे काय होईल हे मी सांगू शकत नाही. तशी आपण कळसूत्री बाहुली आहोत, कुणाची तरी. पण या घडीला तरी तू माझं घर उजाड करू शकणार नाहीस."

"माया तुम्हाला सोडून जाईल माझ्यामुळे?"

"तिने सोडून जाण्याचा प्रश्न नाही. विश्वासाच्या मंडपीवर तिचा संसारवृक्ष तिने उभा केला आहे. मी तो आधार काढून घेणार नाही."

खाली मान घालून मोहिनी सारे काही ऐकत होती. क्षण-दोन क्षण तिच्या त्या अधोमुख ध्यानाकडे पाहात प्रभाकर स्तब्ध राहिला. तिने जेव्हा मान वर केली तेव्हा तिच्या चेहऱ्याकडे पाहून तो आश्चर्यचकित झाला. नाराजी, संतोष-असंतोष यांचा मागमूस नव्हता. उलट एक खट्याळ हास्य तेथे उमगले होते.

"माया वाट पाहात असेल - तुम्हाला उठायला हवं-" तिच्या शब्दांतला अर्थही त्याच्या ध्यानात आला नाही. तिची ही प्रतिक्रिया त्याला नवीन होती. ती उभी राहिली. तिने वस्त्र सावरले. त्याचा हात हातात घेत त्याला उठवून ती दारापाशी आली.

"मी तुमचीच आहे प्रभाकर, आणि तुमचीच राहीन. मायाच्या शब्दांतून तुम्ही मोकळे झालात तर माझ्याकडे या, आणि नाहीच मोकळे झालात तरीही ही दासी तुमची वाट पाहील. अखेरी सर्वच भक्तांना देवाच्या पायावर डोके ठेवून दर्शन घ्यायचे भाग्य लाभत नाही. काहींना केवळ कळसाचे दर्शन घेऊन परतावे लागते. पण तरीही भक्तीच्या बळावर ते पाय त्यांना लाभतातच-"

दरवाजापाशी ती आली आणि आवेगाने तिने त्याला जवळ घेतले-

"माझी ही शेवटची आठवण-"

तिच्या ओल्या आठवणी ओठांवर मिरवीत प्रभाकर रस्त्यावरून चालू लागला.

-०-०-०-

दोन । याद पिया की

रत्नकांतने जेव्हा वळून पाहिलं, तेव्हा वंदना आपल्या एंट्रीची वाट पाहात विंगमध्ये उभी होती. सुविख्यात संगीत दिग्दर्शक रत्नकांत पंड्या यांनी सादर केलेला रत्नकांत नाईटचा कार्यक्रम चालू होता. षण्मुखानंद सभागृह तुडुंब भरलेलं होतं. प्रथमश्रेणीच्या या संगीतकारावर अनिवार प्रेम करणाऱ्या श्रोत्यांची तुडुंब गर्दी, पन्नाशी उलटली तरीही, त्याची लोकप्रियता ठळकपणे लक्षात आणून देत होती. रत्नकांतनं हिंदी चित्रपट-सृष्टीत अनंत विक्रम केलेले होते. त्याच्या अनेक चित्रपटांनी गोल्डन ज्युबिली साजऱ्या केल्या होत्या. एक काळ तर असा होता, की रेडिओवर एका मागोमाग एक त्याचीच गाणी वाजविली जात.

रत्नकांतचा स्वतःचा आवाजही अतिशय मुलायम होता. शास्त्रीय संगीताची भरपूर तालीम मिळाल्यामुळे त्याच्या चालींना एक वजन असे. भारतीय शास्त्रीय संगीत, वेगवेगळ्या प्रांतांतील लोकगीते, पाश्चिमात्त्य संगीतातील चमत्कृतीपूर्ण आणि धुंद करणाऱ्या स्वररचना या सगळ्यांचा मिळून स्वतःच्या शैलीचा एक स्वरसमूह तो तयार करी. आकर्षक व्यक्तिमत्त्व, गोड बोलण्याची नित्याची सवय, लोकप्रिय होत राहणारी संगीताची नवनिर्मिती यामुळे या घडीलाही तो एक अग्रभागीचा संगीत दिग्दर्शक होता.

पण ज्या पार्श्वगायिकेच्या, चारूलतेच्या साहाय्यानं आजवर त्यानं वाटचाल केली त्या पार्श्वगायिकेचं आणि त्याचं क्षुल्लक कारणावरून बिनसलं. एकेकाळी कुणीच नसणारी चारूलता आता चित्रपट व्यवसायातील एक श्रेष्ठ अशी शक्ती बनली होती. तिच्या आवाजाला एक दैवी स्पर्श होता. स्वराघातात एक दर्दभरा कंप होता. जे संगीत दिग्दर्शकाला व्यक्त करायचं असेल त्याहूनही मोहक असे

स्वर तिच्या गळ्यातून लीलया निघत असत. दिसायला सामान्य असणारी ही पार्श्वगायिका ज्या पहिल्या दिवशी याचक म्हणून रत्नकांतच्या दरवाजापाशी आली, त्या दिवशी चित्रपट-संगीतातही नवं पर्व उगविलं. तिच्या आवाजाची वेगळी दैवी जात लक्षात घेऊन तिच्यासाठी म्हणून खास चाली रत्नकांतनं बांधल्या आणि यशाच्या सर्वोच्च शिखरावर तिला नेऊन बसविलं.

या वाटचालीत तिचं आणि रत्नकांतचं आयुष्य एकमेकांत केव्हा आणि कसं मिसळून गेलं हेही लोकांना कळलं नाही. उन्मत्त अशा सहजीवनाला त्यांच्या स्वरांमुळे वेगळंच लाघव लाभलं.

आणि एक दिवस वैयक्तिक मानापमानाच्या कल्पनेतून दोघांचं संयुक्त कलाजीवनही संपुष्टात आलं.

चित्रसृष्टीत सारीच नाटकं असतात. प्रेमाचं-पैशाचं-कीर्तीचं, तसंच हेही एक नाटक वाटावं इतक्या अकल्पितपणे त्या दोघांचंही सहजीवन एक नाटकच ठरलं. चारूलतेला प्रकाशाचा रस्ता सापडला होता. रत्नकांतच्या मिठीतून तिची मुक्तता झाली, तेव्हा तिनंही सुस्कारा टाकला. तिचंही दासीपण तिला संपवयाचंच होतं. बाहेर खूशमस्कऱ्यांची रांगच्या रांग खडी होती. कोवळ्या गळ्याचे, नवीन लयीचे आणि तारुण्याने सुंदर झालेल्या स्वरपुष्पांचे गुच्छ घेऊन बाहेर येणाऱ्या ह्या सम्राज्ञीचं स्वागत करायला सारं विश्व उभं होतं. रत्नकांतला अंधारात टाकून प्रकाशाच्या दिशेनं चारूलता निघून गेली.

रत्नकांत स्वत: सुरांचा बादशहा होता. परंतु त्याचे सूर त्याच्या साम्राज्यापर्यंत वाहून नेणारी पालखी आता दिसेनाशी झाली. आजवर ज्या मस्तीनं आपण अनेक गायिकांना जन्म दिला, तसाच आणखीनही देऊ शकू, या रक्तात भिनलेल्या मस्तीनं चारूलतेशी झालेला कलह मिटविण्याचा यत्न त्यानं केला नाही. एरवी तो सहज मिटला असता. एवढंच नव्हे तर त्यानं ईर्षेनं सारं कौशल्य पणाला लावून आपल्या स्वरांची नवी कलमं बांधण्यास आरंभही केला. त्या गीतांतील स्वरांचं माधुर्य कमी झालेलं नव्हतं किंवा त्या नव्या गायिकांचा आवाजही काही कमी आकर्षक नव्हता. परंतु गेली अनेक वर्षं जो आवाज रत्नकांतनं श्रोत्यांच्या कानात स्थिर करून ठेवला होता, त्या आवाजाला लोक विसरायला तयार नव्हते. रत्नकांतच्या हे लक्षात आलं नाही, असं नाही. पण माघार घेणं हे त्याच्या हातात नव्हतं. चित्रपटाच्या दुनियेत होत्याचं नव्हतं केव्हाही होऊ शकतं हा त्याचा अनुभव होता.

रोज नवा सूर्य निर्माण करणाऱ्या चित्रपटाच्या दुनियेत कसलेच अंदाज

कुणीही बांधू नयेत. रत्नकांतलाही हे कळून चुकलं होतं की आपलं ऐश्वर्य आता ओसरू लागलं आहे. आपल्या हातातून ते पाखरू निसटून गेलं आहे, आणि नेमक्या त्याच वेळेला त्याची वंदनाशी गाठ पडली होती.

वंदनाचा आवाज त्यानं ऐकला आणि त्याच्या ध्यानात आलं की आपल्या स्वरांचा जो प्राण हरवला होता तो आता आपल्याला परत गवसला आहे. तिच्या स्वरावर कसलेही संस्कार झालेले नव्हते. त्यामुळे आपल्याला ते हवे तसे वाकविता येतील याविषयी त्याच्या मनात खात्री होती. तिच्या स्वरातली जी आक्रमक कामुक धार होती त्याचा उपयोग करून आपण पुन्हा पूर्वस्थितीला येऊ शकू, असा विश्वास त्याला वाटू लागला आणि आता आपल्या खास श्रोत्यांच्यासमोर तो तिला प्रथमच सादर करणार होता.

किंचित अवघडलेल्या स्थितीत वंदना बसली होती. एवढ्या प्रचंड जनसमुदायासमोर ती आज प्रथमच गाणार होती. तिचे चमकदार, निळेशार डोळे, थोड्याच वेळात घडणाऱ्या एका अद्भुत क्षणासाठी लुकलुकत होते. तिचा बांधा लहानसरच होता. तिची सावळी काया चकाकते आहे असे रत्नकांतला त्याच्या जागेवरून वाटत होते. ही साधीभोळी मुलगी त्याला एकदम आवडली होती. तारुण्याच्या प्रवेशद्वाराशी उभी अशी ही गूढ, शांत मुलगी आपल्या आयुष्याला निराळे वळण लावणार असं तो गृहीतच धरून चालला होता. या सभारंभासाठी त्यानं तिला घेऊन दिलेली पांढरीशुभ्र सिफॉनची साडी आणि त्यावरची चकाकणारी सोनेरी वेलबुट्टी तिला अगदी शोभून दिसत होती. लोकांचे डोळे तिच्याकडे वेधून राहावेत, म्हणून तिनं रंगमंचावर कसं बोलायचं, कसं उभं राहायचं, कसं हसायचं आणि स्वर देताना तो वाद्यवृंदात किती सहजपणे मिसळायचा याची रत्नकांतनं अनेक वेळा तालीम करून घेतली होती. तरीसुद्धा तिच्या डोळ्यांत थोडा अस्वस्थपणा होता. रत्नकांतला तो बोचत होता.

चालू असलेलं गाणं संपलं. लोकांच्या कडाडून टाळ्या पडल्या. गायक अभिवादन करून विंगमध्ये निघून गेला. रत्नकांतनं प्रेक्षकांच्या पसंतीचा स्वीकार केला. दिव्यांची उघडझाप झाली. रंगमंचावर अंधार पसरला. निवेदक निवेदन करू लागला. रत्नकांत त्या अंधारात विंगमध्ये आला. खुर्चीवर बसलेल्या वंदनाच्या खांद्यावर त्याने हात ठेवला आणि तिला उभी केली.

तो म्हणाला, ''घाबरली नाहीस ना?''

ती हलकेच पुटपुटली, ''नाही.''

त्यानं तिला जवळ घेतलं, हलकेच आपले ओठ तिच्या गालावर ठेवले.

तो तिच्या कानात म्हणाला, "घाबरण्यासारखे काहीही नाही आणि शिवाय मी आहेच जवळ."

त्यानं तिचा हात हातात घेतला. अर्धवट प्रकाशातून वाद्यवृंदातून वाट काढीत तो माईकपाशी तिला घेऊन आला. निवेदन संपलेलं होतं. वाद्यवृंद वाजू लागला होता. वंदनानं खाली वाकून रत्नकांतच्या पायाला स्पर्श केला, वाद्यवृंदाची लय अधिक वाढली. रत्नकांतनं तिच्या पाठीवर थाप मारली व तो दुसऱ्या माईकशेजारी येऊन उभा राहिला. प्रकाशाची पुन्हा एकदा उघडझाप झाली आणि रंगमंच प्रकाशानं उजळला. रत्नकांतनं वाद्यवृंदाला सूचना केली, आणि एका विलक्षण शांततेत करुण स्वराचा पाहिलाच झुमका येऊन स्थिरावला.

"मुझे याद आयी वही शाम आयी..."

स्वच्छ शब्दोच्चार, स्वरांचं असलेलं वेगळेपण. गीतातील कारुण्य, आणि शब्दाबरोबर कारुण्यात चिंब झालेले वंदनाचे स्वर. श्रोते-प्रेक्षक एका निराळ्या दुनियेत गेले. एका संध्याकाळी जमुनेच्या तीरावर कदंबवृक्षाखाली अस्वस्थपणे उभी राहणारी राधा त्यांच्यासमोर प्रत्यक्ष साकार झाली होती. शृंगार आणि वात्सल्य यांच्या विचित्र संकरानं उजळलेल्या एका भावविश्वात सावळ्या श्रीहरीची ती प्रतीक्षा करीत होती. जमुनेच्या पाण्याची लय वृंदावनातून जाणवत होती. अंधारलेलं आकाश आणि विरहानं व्याकुळलेलं तिचं मन यांचा समन्वय झाला होता. जमुना तीर जसे नि:स्तब्ध होते तसाच आत्ताचाही आसमंत नि:स्तब्ध होता. अलीकडच्या वाद्यवृंदात आढळणारा कर्कशशपणा कुठेच जाणवत नव्हता. एका संथ लयीतून आर्त हुरहूर कणाकणानं प्रेक्षागारात झिरपत होती. एखाद्या गाण्याची धुंदी किती अनिवार असू शकते, हे ते गाणं संपलं, रंगमंच अंधारला तरी दाद द्यायला प्रेक्षक विसरले, यावरून लक्षात येण्यासारखं होतं. पण मग स्वत:ला सावरत प्रेक्षकांनी टाळ्यांचा कडकडाट केला, आणि तो कडकडाट जेव्हा थांबेचना, तेव्हा रंगमंच पुन्हा उजळला. रंगमंचावर रत्नकांत आणि वंदना नम्रतेने प्रेक्षकांना अभिवादन करीत उभे होते. रंगमंच उजळल्यामुळे जो कडकडाट क्षणभर थांबला होता, तो या संगीताच्या बादशहाच्या आणि या नव्या स्वरयामिनीच्या कौतुकासाठी पुन्हा एकदा झडला.

कार्यक्रम पूर्ण झाला. चित्रपट व्यवसायातील अनेक दर्दी जाणकार मंडळींनी आत येऊन कौतुक केलं. त्या कौतुकानं रत्नकांत आणि वंदना तर भारावलीच होती, परंतु रत्नकांतचे सारे सहकारीही भारावले होते. हळूहळू थिएटर रिकामं होऊ लागलं. सहकारी कलाकार वाद्यं आवरू लागले, आणि वंदनेबरोबर रत्नकांतही

बाहेर पडला.

काहीच न बोलता दोघं रत्नकांतच्या गाडीत येऊन बसली. गाडी हळूहळू प्रकाशानं उजळलेल्या रस्त्यावरून सरकू लागली. वंदनाच्या घराचा रस्ता सोडून रत्नकांतनं जेव्हा गाडी माहीमच्या दिशेनं वळवली तेव्हा वंदना म्हणाली,'इकडे कुठे?'

रत्नकांत हसला, आणि तो म्हणाला,''आजचा दिवस आपण सेलिब्रेट करायला हवा. तुझी हरकत नाही नं?''

वंदना काहीच बोलली नाही. फक्त ती त्याच्या जरा जवळ सरकली. तिच्या स्पर्शाने रत्नकांत मोहरून गेला. गाडीला त्यानं अधिक गती दिली. समुद्रावरून येणाऱ्या वाऱ्याच्या झोतामुळं वंदनाच्या अंगावर एक शहारा आला. ती त्याच्या आणखीनच जवळ सरकली. स्टिअरिंगवरचा एक हात काढून रत्नकांतनं तिला आपल्या कवेत घेतली. रस्त्यावरच्या दिव्यांच्या तिरीपेत ती त्याला अधिकच सुंदर वाटू लागली, आणि चालत्या गाडीतच त्यानं तिच्या ओठांवर ओठ टेकले.

पण तेवढ्यात समोरून दुसरी गाडी वळत असल्यामुळे त्याला तिच्या भोवतालचा हात काढून घ्यावा लागला.गाडीच्या ब्रेकचा थोडा कर्णकटू आवाजही आला. चौक ओलांडून गाडी पूर्वगतीनं पुढं जाऊ लागली तेव्हा त्यानं पुन्हा तिच्याभोवती हात टाकला. त्यावर कृतक्कोपानं तिनं तो हात हळूच झिडकारला आणि ती म्हणाली, ''एवढी घाई झाली आहे काय?''

''तीच तर गंमत आहे.''

''ते काही नाही. रस्त्यावर आता चावटपणा मी करू देणार नाही. ॲक्सिडेंट झाला म्हणजे मग...''

''झाला तर झाला. जेव्हा वर्तमानपत्रात बातमी येईल...''

''असलं काही अभद्र बोलू नका आज. आज तुम्ही मला नवा जन्म दिला आहात. मला अजून खूप खूप जगायचं आहे. तुमची खूप गाणी गायची आहेत. किती तरी सुंदर जग मला तुमच्या बरोबर पाहायचं आहे.''

''बरोबर आहे. आता तर कुठे सुरुवात झाली आहे. या सुंदर जगातली सारी रहस्यं मी तुला दाखविणार आहे. प्रसिद्धीच्या झोतात 'वाहवा'-च्या मखमली रूजाम्यांवरून, रसिकांच्या दाटीवाटीतून मी तुला मिरवीत नेणार आहे.''

आणि खरोखरीच रत्नकांत आणि वंदना यांचं नवीन पर्व चित्रपटसंगीतात सुरू झालं, नायकांचा जमाना सुरू झाल्यामुळे नायिकेच्या तोंडी कमी गाणी असत. धांगडधिंगा, किंचाळलेले सूर, उडत्या चाली यांनी भारून टाकलेलं

चित्रपट संगीत पुन्हा रत्नकांतनं आपल्या स्वरांनी मागे फिरविलं. पुन्हा तेच गहिरे सूर, दर्द, विरहव्यथा यांनी डुंबलेली गाणी सिनेमात रंगू लागली.

रत्नकांत आणि वंदना यांचे जीवन असेच एकरूप झाले. रत्नकांतच्या आकर्षक पौरुषावर आणि दर्दभऱ्या स्वरावर वंदना खूश होती. रत्नकांतनं तिला दुनिया हिंडवून आणली. नाना तऱ्हेचे क्लब्ज, हॉटेल्स, हिलस्टेशनस्, संगीत रजनीचे कार्यक्रम हे तर तिला रोजचेच झाले होते. कीर्ती, पैसा आणि कौतुकाच्या नजरा यांचा विळखा तिच्याभोवती घट्ट पडू लागला. रत्नकांतच्या संगतीत असताना आपण एका पर्वताच्या सावलीखाली आहोत असं तिला वाटत असे. एका समर्थ, कर्तबगार पुरुषाचा आधार तिला निश्र्चिंत करीत असे. पण तिच्या मनात एक नवीनच रुखरुख निर्माण होऊ लागली होती. ती रुखरुख तिला शब्दांत पकडता येत नव्हती. किंबहुना त्या रुखरुखीचा जन्म त्या पहिल्याच रात्री झाला, असंही तिला वाटू लागलं होतं.

जुहूवरच्या त्या हॉटेलात रत्नकांतनं, रत्नकांत-रजनीच्या त्या रात्री तिला नेलं, तेव्हा ती एखाद्या मांत्रिकाला वश व्हावी तशी त्याला वश झाली होती. त्या हॉटेलचं ते भव्य वातावरण, ते दोघे तिथं पोचताच त्या दोघांचं झालेलं कौतुक, त्या हॉटेलची ती वातानुकूल खोली, खोली बंद केल्यावर रत्नकांतनं सिद्ध केलेले ते मद्याचे चषक आणि त्याच्या डोळ्यांतील ती अनावर तृष्णा ते सारं तिला अद्‌भुत होतं. या प्रसंगाची तिनं मनोमन तयारी केलेली होती, पण हा प्रसंग इतक्या अवचितपणे घडेल असं तिला वाटलं नव्हतं.

किती तरी लहानपणापासून रत्नकांतबद्दल तिच्या मनात एक विलक्षण आकर्षण होतं. रत्नकांतबद्दलच्या अनेक गावगप्पा तिनं चित्रपटविषयक नियतकालिकांतून वाचलेल्या होत्या. सभोवताली जमणाऱ्या स्त्रियांना खेळण्याप्रमाणे तो प्रसंगी नाचवत असे. वेळप्रसंगी त्यांना ठोकरत असे. क्वचितप्रसंगी त्यांना तो वाऱ्यावर सोडून देत असे. ज्या चारूलतेने त्याच्याबरोबर हातात हात घालून प्रसिद्धीचं शिखर गाठलं होतं, तिच्याबरोबरचे नानाविध प्रसंग फिल्मी जगतात चवीनं घोळवून सांगितले जात. रत्नकांत तेव्हा कोणीतरी चित्रसृष्टीतला खास माणूस होता. चित्रपटसृष्टीतील यशाच्या धुंदीमुळे त्याच्याजवळ एक अनावर मस्तवालपणाही होता. तो कुणालाही तासन्‌तास वाट पाहायला लावी. कुठल्या तरी हॉटेलमध्ये चारूलतेला ठेवून देऊन दोन-तीन दिवस तिकडे तो फिरकत नसे. या व अशा अनेक बेमुर्वतखोर प्रसंगांनी एखाद्या कुत्रीपेक्षा त्यानं तिची किंमत ठेवली नव्हती. पण हे सारं सहन करून तिनंही आपला रस्ता काढला

होता आणि अगदी पहिल्याच वादाच्या प्रसंगी एखाद्या कोळीष्टकाप्रमाणे तिनं त्याला झटकून टाकलं होतं.

पुरुषाचा असा उद्धटपणा, स्त्रीविषयीची बेफिकीरी, क्रूरतेपर्यंत जाईल एवढा आडदांडपणा स्त्रीला आवडतो असा एक समज त्यानं करून घेतला होता. आपल्या रासवट पौरुषावर मी मी म्हणणाऱ्या स्त्रिया लुब्ध असतात, अशाच अपेक्षेनं रत्नकांतनं पुष्कळ स्त्रियांना वागविलं. एरवी अत्यंत नाजूक स्वरविश्वात रमणारा, गोड मुलायम भाषेनं चित्रपटसृष्टीत वावरणारा रत्नकांत स्त्री-पुरुष संबंधात अतिशय विचित्रपणानं वागत असे. त्या विचित्रपणाचा गवगवा फिल्मी जगात इतका पसरला होता, की कोणतीही गप्पांची मैफल त्याच्या त्या वागण्याच्या एकदोन किश्श्यांशिवाय पूर्ण होत नसे. वंदनाने हे सर्व किस्से पूर्वीच ऐकून पचविले होते. त्याच्याबद्दलचं एक गूढ आकर्षण त्यामुळेही वाढलं असावं. हसऱ्या चेहऱ्याच्या, रसिल्या दादकारीच्या, रुचिपूर्ण कपडे पेहरलेल्या अशा तिच्या अंतरंगात साकार झालेल्या एका पुरुषोत्तमाची ती अनेक वर्षे वाट पाहात होती. पण तो पुरुष तिला सापडलाच नाही.

तिच्या मनात थोडी भीतीही होती. भीतीपेक्षा आकर्षण अर्थातच जास्त होतं. आकर्षणापेक्षाही उत्सुकता तीव्र होती, आणि त्या उत्सुकतेमुळेच त्यानं हात पुढे करताच ती त्याच्या मिठीत शिरली होती.

पण त्याच्या मिठीत तिला गुदमरून टाकणारा आडदांडपणा कुठं आढळला नाही. अगदी हलके हलके त्यानं तिची वस्त्रं उतरविली. तिनं लटका विरोध केला, परंतु तो विरोधही त्यानं दांडगटपणानं मोडून काढला नाही. तर सारंगीच्या मंद स्वरांनी एखादी स्वरमाला उंचावत जावी, त्याप्रमाणे त्यानं तिला हळूहळू प्रज्वलित केली. वयांतील अंतर, कीर्तीचा दबदबा, प्रसिद्धीचा झोत, उन्मत्त कामतृष्णा याचा तिला कुठं मागमूसच लागला नाही. एक उन्मत्त पुरुष आणि एक असहाय स्त्री यांचे ते मीलन घडलं नाही, तर एक लाडका प्रियकर आणि त्यानं भारून टाकलेली प्रेयसी यांचा तो खेळ होता. त्या खेळात ती हरवून गेली.

तिच्या शेजारीच तो गाढ झोपला होता. त्याच्या अनावृत्त शरीराकडे पाहताना तिला कुठेच आक्रस्ताळेपणा जाणवला नाही. आपल्याला एक अद्भुत सुख देणारा एक जादूगार, आपल्याला पृथ्वीवरून उचलून आकाशात फिरवून आणणारा यक्ष, खुपणार नाही परंतु अस्तित्व मात्र अंगाभोवती जाणवेल अशा तऱ्हेनं आपल्याला व्यापून टाकणारा मंद कोमल गंध... का कुणास ठाऊक, ती खूप खूप सुखात होती, पण त्यात तिनं मनात कल्पिलेलं ते सुख मात्र तिला

मिळालं नव्हतं.

आणि त्यानंतर तिच्या मनात सतत दोन पुरुष राहू लागले. एक तिचा
अनुनय करणारा, तिला स्पर्शाची उटी लावणारा, तिच्यावर ममतेचा वर्षाव
करून फुलवू पाहणारा श्यामल कृष्ण आणि दुसरा तिच्या मनानं कल्पिलेला,
बलात्कारानं हैराण करून, देहाला चिरडून हवं ते सुख ओरबाडणारा कंस.
तिच्या देहाला सुखाचा मुलामा चढत होता, परंतु मनात मात्र अतृप्तीचा अंकुश
खरखरत होता.

हे असं का होतंय हे तिला कळत नव्हतं. आपण रत्नकांतबद्दल जे जे
ऐकलं ते खोटं असलं पाहिजे, कारण तो निर्दय नाही. निर्घृण नाही. आपल्या
भावनांना तो फुलासारखं जपतो हे तिला अनुभवाला आलं होतं. रोजच्या रोज
तिला ह्या अनुभवांची जाण येत होती. तिच्या आणि त्याच्या दोघांच्या सहजीवनात
प्रसिद्धी, पैसा, यश, कौतुक हळूहळू जवळ येऊ लागलं होतं. आपल्याबाबतीत
तो अधिकाधिक हळवा होत आहे, आपल्यावाचून अन्य अशी त्याची काही
दुनियाच उरली नाही, या जाणिवेने तिचा अहंकार फुलत होता. आपल्यापायी,
त्याचं संसारिक जीवनही उद्ध्वस्त होत आहे हेही तिच्या कानावर येत होतं.

अधूनमधून तो तिच्या भविष्याविषयी चिंता करी तेव्हा ती हसायलाच
लागे. तो म्हणे, 'तुला नुसतं कीर्तीच्या शिखरावर बसवायचं माझं स्वप्न नाही.
तू सुखीसुद्धा व्हायला पाहिजेस.'

"म्हणजे काय?"

"माणसाला नुसती प्रसिद्धी पुरत नाही. नुसता पैसाही कामी येत नाही.
दोन घटका करमणूक करण्यासाठी आलेल्या रसिकांची वाहवाही पुरत नाही."

"मग आणखी लागतं तरी काय माणसाला?"

"आपलं प्रेमाचं माणूस लागतं."

"मग तुम्ही नाही आहात का?"

"मी आहे. मी आहे तोपर्यंत मला तुझी चिंता नाही. पण माझ्या मागं..."

"शी! याचा विचार आजच कशाला करायला हवा?"

"असं म्हणून कसं चालेल? तुझ्या माझ्या वयात किती अंतर आहे, मी
काय तुला आयुष्यभर पुरा पडणार आहे?"

"मग मी काय करावं म्हणता?"

"तसं नव्हे ग, पण मला तुझी चिंता वाटते."

असे त्याचे वारंवार संवाद होऊ लागले. ते संवाद वंदनाला मुळीच

आवडत नसत. रत्नकांत त्या वेळेस गंभीर बने ते तर तिला मुळीच आवडत नसे. रत्नकांतनं असं गंभीर व्हायचं कारण काय हेही तिला कळत नसे. रत्नकांत सर्व अर्थानं अजूनही पुरुष होता. कलावंत होता. त्याच्या स्वरातही अजून मोहिनी होती आणि म्हणून त्याच्या या अशा बोलण्याचा अर्थच कळत नसे.

एका सांस्कृतिक भेटीच्या निमित्तानं इराण-इराक या मध्यपूर्वेच्या देशात अन्य चित्रपट व्यावसायिकांबरोबर रत्नकांत गेला होता. त्यावेळी वंदना प्रथमच एकटी मुंबईला राहिली होती. तो एकटेपणा तिला असह्य झाला होता. गेले कितीतरी दिवस रत्नकांतच्या संगतीत ती स्वत:ला इतकी हरवून गेली होती की, स्वत:ला काही अस्तित्व आहे याचाच तिला विसर पडला होता. त्या एकट्या अवस्थेत उगीच चाळा म्हणून जिथं तिच्या गाण्याचं रेकॉर्डिंग नेहमी होई त्या शर्माच्या स्टुडिओत तिनं चक्कर टाकली. तिथं एका गाण्याचं रेकॉर्डिंग चाललं होतं. नुकतेच नव्यानं प्रकाशात येऊ लागलेले संगीत दिग्दर्शक लालचंद यांनी वंदनाला ओळखलं आणि गौरवानं तिला हाक मारून जवळ बसवून घेतलं. वंदनाला थोडी गंमत वाटली. लालचंदनं संगीत दिलेली काही गाणी तिनं ऐकली होती. तिला ती आवडली होती. परंतु तसं तिला रत्नकांतशी कधी बोलता आलं नाही. लालचंद हा रत्नकांतकडेच पूर्वी केव्हातरी ढोलक-वादक होता. हळूहळू एका निराळ्या जातीच्या संगीतानं त्यानं सिनेमाक्षेत्रात नाव मिळवायला आरंभ केला होता. तारुण्याला आवाहन करणारी एक विलक्षण धुंदी त्याच्या गीतात असे. पाश्चिमात्य संगीताचा त्याच्या संगीतावर विलक्षण प्रभाव होता आणि म्हणून रत्नकांत कधी कधी त्याच्याबद्दल तुच्छतेने बोले. आत्ता रेकॉर्डिंग चालू असलेलं गाणं वंदनाला आवडलं होतं आणि नकळत ती त्याला ठेकाही देऊ लागली. रिटेकच्या वेळी थोडा वेळ होता तेव्हा लालचंदनं विचारलं,

"कसं काय वाटलं गाणं."

ती म्हणाली, "फारच छान."

लालचंद तेवढ्यात हसून म्हणाला, "माझ्यासाठी गाताय का एखादं गाणं?"

वंदना एकदम अवाक् झाली. त्या अनपेक्षित प्रश्नानं ती थोडी चक्करली, तिला गोंधळलेलं पाहून लालचंद पुन्हा म्हणाला, "रत्नकांतसाहेबांची परवानगी नाही मिळणार वाटतं?"

ह्यावरही तिला काही उत्तर देता येईना. ती अधिकच गोंधळली. रत्नकांत अशी परवानगी देतील हे तिला खरं वाटलंच नाही. परंतु अशी परवानगी

मागण्याची वेळच आपल्यावर कधी काळी येईल याचाही विचार तिनं केलेला नव्हता. कोणत्याच महत्त्वाच्या निर्णयाला आपण किती अपात्र आहोत याची तिला कल्पना येऊन खंत वाटली. आपल्याला काही स्वतंत्र अस्तित्वच नाही असं तिला जाणवायला लागलं. लालचंद पुढं म्हणाला,

"साहेब इथं नाहीत म्हणून आपले पाय तरी आम्हाला पाहायला मिळाले."

"असं नाही हो... खरंच, असं नाही."

"नाही, असंच आहे, रत्नकांतसाहेबांनी तुम्हाला आपल्यासाठी खास राखून ठेवलं आहे. पण खरं सांगू वंदनाबाई, कुठल्याही कलावंतानं कोणाशी कायमचं जखडून घेऊ नये. त्याच्या कलेला मर्यादा पडतात. साहेब फार मोठे कलावंत आहेत. मी तर त्यांचा एक शागीर्द आहे. तुम्हाला देवानं असा काही गळा दिलाय की तो साऱ्या सुरांसाठी खुला असायला पाहिजे. देवानं दिलेलं दान असं कुणाकडे गहाण टाकू नका."

"तसं नाही आहे, तसं मुळीच नाहीय."

"तुम्ही कितीही म्हणाला तरी साहेब तुम्हाला कुठं गाऊ देणार नाहीत-"

"असं मुळीच नाही. मी कुणासाठीही गाऊ शकते. तसं कशाला? मी तुमच्यासाठीही गायला तयार आहे."

या क्षणापूर्वीची वंदना या वाक्यानंतर अंतर्बाह्य बदलली. आपण कुणीतरी आहोत, आपल्याजवळ दुर्मीळ असं काहीतरी देवानं दिलेलं आहे याची तिला प्रथमच जाणीव झाली; आणि त्याच बैठकीत लालचंदनं बांधलेल्या एका चालीवर तिनं आपलं गाणं रेकॉर्डही केलं. त्या गाण्याची उडती चाल तिला आव्हानात्मक वाटली. त्या गाण्याच्या अर्थाला हवा असणारा सेक्सीनेस आपल्या गळ्यातून येणार नाही असं तिला प्रथम वाटलं होतं. परंतु काहीही परिश्रम न करताच लालचंदला हवी असलेली धुंदी ती गाण्यात ओतू शकली होती. तो एक तिला निराळाच अनुभव वाटला. सारा उदासपणा, एकलेपणा, तिच्या अंत:करणातून निघून गेला. गाणं संपल्यावर तिच्या खांद्यावर हात ठेवून लालचंदनं तिला घुसळली. त्याच्या राकटपणानं ती थोडीशी सुखावली. मनासारखा 'टेक' झाल्यानं ती आनंदली होती, तसाच लालचंदही सुखावला होता.

नंतर लालचंदबरोबर फ्लोरामध्ये कॉफी पिताना ती अधिकच सुखावली. समवयस्कांच्या गप्पांतला एक स्वैरपणा आणि उन्मत्तपणा तिला प्रथमच अनुभवायला मिळाला होता. कौतुकाचे हार तिच्या गळ्यात पडतच होते. पण लालचंदच्या कौतुकाची जात निराळी होती. मधून मधून आपल्या कर्तृत्त्वाचा एक दीप्तिमान

अहंकार त्याच्या बोलण्या-चालण्यातून जाणवत होता. सिनेमा क्षेत्रात भरून वाहणारी नजाकत, आदब, मिठ्ठासी ही तर त्याच्या तोंडात अपरंपार होतीच, पण त्याचबरोबर आपल्या भविष्यात कर्तृत्त्वाचं माप भरून ठेवलेलं आहे हेही त्याच्या कृतीत सतत जाणवत होतं. कधी नव्हे ती वंदनाही थोड्या आढ्यतेनं बोलत होती. अशा या सुखावह बोलण्याचा एक वेगळाच आनंद ती आत्ताच्या संभाषणात अनुभवत होती. त्या आनंदाची जातच अगदी वेगळी होती.

वंदनाला एकदमच आकाशात स्वैरपणे भटकणाऱ्या पाखरासारखं मुक्त वाटत होतं. ज्यांचं भवितव्य अज्ञात आहे अशा दोन उगवत्या ताऱ्यांचा तो सहप्रवास होता. त्या ठिकाणी प्रत्ययाला आलेला आत्मविश्वास नव्हता, पण कर्तृत्त्वाचा अहंकार मात्र जरूर होता. तरारून फुलणाऱ्या वेलीचा आवेग होता. ह्या आवेगाला एक नशा असते आणि ती कलावंताच्या आयुष्याचा आत्मा असतो हे तिच्या ध्यानात आलं.

रत्नकांत परदेशवारीहून परतला तेव्हा त्याला वंदना खूप बदललेली आढळली. तिच्या डोळ्यांतला अल्लडपणा लोपलेला होता. आयुष्याचा अर्थ समजल्याची चाहूल तिच्या डोळ्यांत त्याला दिसायला लागली होती. शारीरिक सुखाच्या जाणिवेनं फुलणारी स्त्री अखेर केवळ स्त्रीच असते, परंतु भवितव्याची चाहूल लागणाऱ्या कलावंत स्त्रीची प्रफुल्लित वृत्ती हा स्त्रीत्वाचा आणखी एक भामिनीविलास असतो.

ती अजूनही फांदीच्या आडोशाला बसलेल्या चिमणीप्रमाणे भाबडेपणाचा अभिनय करीत होती. अजूनही समर्थ पुरुषाच्या आधारावर आसवलेली मुग्धा त्याला चाचपडत का शोधून होईना, काढता येत होती. परंतु हा अभिनय आहे हेही उमगायला त्याला वेळ लागला नाही. लालचंदला आयत्या वेळेला जाऊन आपण कसं गाणं दिलं हे तिनं इतक्या अल्लडपणानं व निरागसपणानं सांगितलं की तिला कोणत्या शब्दांमध्ये आपला रोष सांगावा हेच त्याला कळेना. आपण किती सफाईनं आणि थोड्या वेळात लालचंदला 'टेक' दिला हे ती मोठ्या अभिमानानं सांगत होती. परमेश्वरी स्पर्श झालेली गोष्ट कडीकुलपात बंद करून ठेवता येत नाही, हे त्याला कळत नव्हतं असं मुळीच नाही. पण बाहेरचं हे वारं वंदनेला लागलं की मग वंदना आपल्या पापण्यांच्या मिठीत सहजगत्या राहील, हे मानण्यात काही अर्थ नव्हता. ज्या दुर्मीळ वस्तूभोवती आपलं उरलेलं भवितव्य निगडित झालेलं आहे ती वस्तू सांभाळणं आता अधिकच बिकट झालं आहे, या भयानं तो काळवंडून गेला.

चारूलतेच्या अनुभवानं तो शहाणा झाला होता. ती चूक त्याला आता पुन्हा होऊ द्यायची नव्हती. शक्तिमान मुठीमध्ये सुंगध पकडून ठेवता येत नाही, हे त्यानं अनुभविलं होतं. तो हळुवार झाला होता. मनातल्या क्रूर आणि तामसी गरूडाला त्यानं केव्हाच जंजिरांत बांधलं होतं. वंदना एकांतात असताना आपल्या जवळच्या सर्व नाजूक शक्तींनी आपण तिला बधिर केलं आहे असं तो समजत असे. वाटत होतं, आपली प्रतिष्ठा, कीर्ती आणि कला ह्यांच्या हळुवार साखळ्यांनी आपण तिला भारून टाकलं आहे आणि त्या मूर्च्छित- गंधित अवस्थेत ती त्याला दूर करू शकणार नाही ह्या भ्रमात तो होता.

चित्रपट व्यवसायातील अनेक बारकावे त्यानं तिला सांगितले. धोक्यांचीही जाणीव त्यानं तिला करून दिली होती. तिच्या भवितव्याचं एक सुंदर स्वप्न जास्तीत जास्त मखमली शब्दांनी त्यानं तिच्यापुढं उभं केलं. पण त्याच्या ध्यानात आलं की पूर्वी जेवढ्या सहजगत्या ती बधिर होत होती, तशी ती आता झाली नव्हती. ती सावध होती. कदाचित मनात हसतही असावी.

''तू लालचंदला गाणं दिलंस हे चांगलं केलं नाहीस.''

''का?''

''अग, तुला कळत कसं नाही, लालचंद हा चांगला माणूस नाही.''

''मला त्याच्याशी काय करायचं आहे?''

''असं म्हणून कसं चालेल?''

''का? अन् चांगला नाही म्हणजे कसा?''

''तो तुझे पैसे बुडवील. तुला शब्दात बांधून घेईल. तुला माहीत नाही, आज नुसती चांगली गाणी देऊन भागात नाही, त्याची पब्लिसिटी करावी लागते. विविधभारतीला किंवा सिलोनला आपली गाणी जास्त लावावीत म्हणून पैसे खर्च करावे लागतात. वर्तमानपत्रांना आणि समीक्षकांना सारं काही पुरवावं लागतं.''

''तुम्ही हे सारं करता?''

रत्नकांत सावरून बसला. आपला पवित्रा चुकला हे त्याच्या ध्यानात आलं. तो म्हणाला, ''मला हे नाही करावं लागत. या क्षेत्रात आज मी तीस वर्षांहून अधिक काळ काम करतो आहे. माझ्या शब्दाला अजून किंमत आहे.''

''ठीक आहे. पण ज्यांना पुढं यायचं आहे- तुमच्यासारख्यांशी स्पर्धा करायची आहे, त्यांना प्रसिद्धीसाठी काहीतरी करायला हवंच की.''

''म्हणजे तुला यात काही गैर वाटत नाही?''

"माझ्या गैर वाटण्याचा यात संबंध आला कुठं? तुम्ही मला किती तरी वेळा सांगितलं आहे, की सिनेमात प्रसिद्धीसाठी माणसं वाटेल ते करतात. हिरॉईनचा रोल मिळण्यासाठी चांगल्या चांगल्या मुली महिना-महिना निर्मात्याजवळ राहतात. तो सांगेल त्याच्याजवळसुद्धा राहातात. तुमच्या आयुष्यातसुद्धा आपला आवाज रेकॉर्ड व्हावा म्हणून किती तरी स्त्रिया येऊन गेल्या असतील.''

"पण मला वाटतं या सर्व ओंगळ मार्गानं तुला प्रसिद्धी मिळवायचं काही कारण नाही. तुझा रस्ता मोकळा झाला आहे. कुणासाठी काही केलं तरच प्रसिद्धी मिळेल असे आता तुझे दिवस नाहीत.''

"माझं नशीब थोर. तुमच्यासारखा श्रेष्ठ संगीत दिग्दर्शक मला भेटला. त्यानं कसलीही अपेक्षा केली नाही, आणि केवळ माझ्या गुणावर मोहित होऊन मला प्रसिद्धी मार्ग त्यानं मोकळा करून दिला. पण सर्वांचंच भाग्य काही असं थोर नसतं.''

"म्हणूनच म्हणतो वंदना, तू थिल्लर आणि चटोर माणसांच्या नादी लागता कामा नयेस. चित्रपट-विश्वात बदनामी झपाट्यानं होते. वर्तमानपत्रं आपल्यावर गिधाडासारखी तुटून पडतात.''

"पण त्यात काय झालं. तुमच्या आणि माझ्याबद्दल पुष्कळ ठिकाणी खूप खूप छापून आलं आहे.''

"त्याबदल तुला काही वाईट वाटतं का?''

"छे, छे, मुळीच नाही, खरं तर, लहानपणापासून तुमच्याबद्दल माझ्या मनात विलक्षण कुतूहल होतं. तुमच्याबद्दल ऐकलेल्या सगळ्या गोष्टी मी मनात साठवून ठेवीत होते. आणि तुमची एक प्रतिमा मनात तयार करीत होते. पण तसं काही घडलंच नाही. तुम्ही माझी गाणी रेकॉर्ड केलीत, मला प्रसिद्धीच्या झोतात आणलंत आणि माझ्याकडून कसलीच अपेक्षा केली नाहीत. त्या रात्री जर तुम्ही मला हॉटेलवर नेलं नसतंत तर कदाचित तुमची ती प्रतिमा डागाळलीसुद्धा असती.''

"म्हणजे! तू आणि मी एकत्र आलो हे तुला आवडलं?''

"आवडलं! अभिमानानं माझा ऊर भरून आला. पण तुम्हाला मी आवडले म्हणून तुम्ही इतक्या जवळ केलीत का...''

"हा काय प्रश्न आहे? खरं सांगू, तुझ्या तारुण्यानं मला भारून टाकलं.''

"असं तर नाही ना रत्नकांत, की मी तुमच्यापासून दूर जाईन या भयानं कह्यात ठेवण्यासाठी तुम्ही मला जवळ केलीत?''

मनात आलेला राग दाबून टाकण्याचा प्रयत्न करीत रत्नकांत म्हणाला, "तुला ताब्यात ठेवण्यासाठी माझ्याजवळ तारुण्य उरलेलं नाही. पूर्वकाळच्या लौकिकाच्या बळावरही मला तुला ताब्यात ठेवता येणार नाही, आणि ताब्यात ठेवून तरी काय उपयोग !"

"असं का म्हणता रत्नकांत? तुम्हाला मी कशी विसरेन? तुम्ही कसेही असलात तरी मला प्रियच आहात. पूर्वी मी कुणीच नव्हते. आज कुणी तरी आहे, तुमच्यामुळंच झालं ना हे सारं. मग तुमच्याशी मी कृतघ्न कशी होईन?"

"मग मला न सांगता तू लालचंदला गाणं का दिलंस?"

वंदना हसली. "तुमच्या डोक्यातून ते अजून गेलेलं दिसत नाही."

"नाही जाणार, चित्रपटसृष्टीच्या त्या हिंस्त्र दुनियेपासून मला तुझं रक्षण केलं पाहिजं."

"माझं रक्षण करायला मी असमर्थ आहे असं का तुम्हाला वाटतं?"

"तुला कल्पना नाही वंदना, ही दुनिया वाटेल त्याला पचवून टाकू शकते. तू अजून तरुण आहेस. नवे नवे स्वर तुझ्या गळ्यात आहेत. तुझ्या भवितव्याची मला चिंता वाटते."

"रत्नकांत, माझी तुमच्याबद्‌लची कल्पना चुकली. मला तुमच्या ठायी मी मनात कल्पिलेला तो आक्रमक, आडदांड पुरुष हवा होता, प्रियकर हवा होता. माझ्या भवितव्याबरोबर स्वत:चं भवितव्य धोक्यात टाकणारा जोडीदार हवा होता. पण तुम्ही तर माझ्या काळजीनं चिंताग्रस्त झालेला दिसता."

"होय वंदना."

"तुम्ही माझ्या काळजीनं चिंतेत नाही आहात. तुम्ही स्वत:च्याच काळजीनं चिंतेत आहात. तुमच्या मनाची उभारी संपलेली आहे. तुम्हाला भीती वाटते, मी तुमच्या हातून निसटून गेले तर..."

"वंदना-"

"रत्नकांत, काही बोलू नका. एखाद्या उन्मत प्रियकाराचा आवेग तुमच्यापाशी नाही. त्यासाठी मी आसुसलेले होते. तुमचं वय मी विचारात घेतलं नव्हतं. लोक काय म्हणतील याचीही मला पर्वा नव्हती. एका समर्थ वृक्षाचा आधार मी शोधीत होते. पण माझ्या ध्यानात आलं की तुम्हीच माझा आधार शोधीत आहात. मला वाटलं होतं की मला हवा तसा जोडीदार मिळाला आहे. पण नाही, मी एकटीच आहे. मी आता त्या अर्थानं कुणावरच प्रेम करू शकणार नाही. मला एकटीलाच सारा रस्ता काटला पाहिजे. आणि सांगू तुम्हाला? मला त्याची भीतीही वाटत

नाही...''

''वंदना, मला तू समजून घेतलं नाहीस.''

''नाही, तुम्हाला मी पुरती समजले. तुम्हाला मी विसरणार नाही. तुम्ही फार मोठे कलावंत आहात. तुम्ही माझ्या अंत:करणाचा एक कोपरा व्यापून टाकला आहात. तो मी भक्तिभावानं तसाच जपून नक्की ठेवीन. लक्षात ठेवा, प्रीतीची जागा भक्ती कधी घेऊ शकत नाही. तुमच्याकडनं मला पित्याचं वात्सल्य नको होतं. प्रियकराचं प्रेम हवं होतं. पण जाऊ दे. भीक मागून मिळवयाची ती गोष्ट नाही. आयुष्याला भिणाऱ्या माणसाला प्रेमही करता येत नाही, आणि रिकाम्या झोळीनं प्रेमाची खिरापतही वाटता येत नाही. मी येते.''

लांबसडक रस्त्यावर घट्ट पायानं अन् ताठ मानेनं चालणाऱ्या वंदनेच्या त्या श्यामल आकृतीकडे पाहताना रत्नकांतला उगाचच चारूलतेची आठवण येऊन गेली. चारुलता अशीच एक दिवस त्याच्याकडे पाठ फिरवून निघून गेली होती!

-०-०-०-

तीन । शरीरसंबंध

"शरम वाटत नाही?"

मंगला रानडे हिच्या टेबलाकडे ऑफिसातील साऱ्या मंडळीच्या माना लक्कन् वळल्या. या शांत ऑफिसात एरव्ही एवढ्या चिरचिऱ्या आणि तापट आवाजात बोलण्याचा अधिकार फक्त साहेबांचाच होता. घडले तरी काय हे पाहण्यासाठी ज्यांना मंगलचे टेबल दिसत नव्हते त्यांनी आपल्या माना जिराफाप्रमाणे जास्तीत जास्त उंच करण्याचा प्रयत्न केला.

मंगलेच्या टेबलापाशी ऑफिसचा हेड प्यून दादा गवळी उभा होता आणि त्याच्या हातात एक लग्नपत्रिका होती. दादा गवळ्याची शरम काढण्यांचं काय कारण असावं याविषयी बऱ्याच लोकांनी जागच्या जागी अन्य सहकाऱ्यांकडे जाऊन तर्क-कुतर्क करावयास आरंभ केला. दादा, मंगलेच्या टेबलापासून दूर गेला, तरी मंगलेचा राग कमी झाला नव्हता की दादाचं पुटपुटणं कमी झालं नव्हतं.

मंगलेच्या शेजारच्या टेबलावर बसणाऱ्या बबन गणपुलेला मात्र मंगलेचं हे वागणं अनुचित वाटलं. स्वत:च्या लग्नाची पत्रिका मोठ्या उत्साहाने देण्यास आलेल्या दादाचा मंगलेनं अगदी हकनाक अपमान केला याविषयी त्याची खात्री पटली होती आणि मंगलेला याचा जाब विचारायला हवा याविषयी त्यानं मनाचा निश्चय केला.

पण मांजराच्या गळ्यात घंटा कोण बांधणार? येणाऱ्या जाणाऱ्यावर फिस्कारून जाणाऱ्या या मांजरीला माणसाळविण्याचे अनेक प्रयोग करून झाले होते पण तिने कुणालाच भीक घातली नाही. तिच्या घाऱ्या डोळ्यांतल्या उग्रपणाला या ऑफिसातील सारे उपवर बोके घाबरून जात. मंगलेचा पुरुषद्वेष शिगोशीग

भरून चालला होता आणि म्हणून बबनला दादाची बाजू घेऊन भांडणं कठीण होतं.

किस्सा काय होता? ते पत्रिका वाचताच बबनच्या ध्यानात आलं. पत्रिका अशी होती-

।। श्री खंडोबा प्रसन्न ।।

आमचे येथे श्री कृपेकरून आमचे चिरंजीव रघुनाथ बाबाजी उर्फ दादा गवळी यांचा शरीरसंबंध सौ. कां. भागिरथी (श्री. लक्ष्मण धाकजी गायकवाड यांची द्वितीय कन्या) हिजशी योजिला आहे वगैरे वगैरे...

ही पत्रिका वाचताच बबनच्या ध्यानात आलं. अग्निगोल फुटला, तो शरीरसंबंध या शब्दामुळं. एकंदर लग्नसंस्था, पुरुषजात आणि स्त्रियांना त्यांनी लेखिलेलं उपभोगाचं साधन या संबंधीची मंगलेची मतं सुविख्यात होती. इतक्या उघड उघडपणं त्या पत्रिकेत स्त्री- पुरुष संबंधाला दिलेलं स्वरूप पाहून ती चिडली होती.

आता यात चिडण्यासारखं खरं पाहिलं तर काय होतं. अखेरीस लग्न म्हणजे तरी काय? निसर्गाच्या प्राथमिक मागणीला दिलेलं स्वच्छ व कायदेशीर उत्तर...

एक वाजला, त्याबरोबर बबन उठला आणि मंगलेच्या टेबलाजवळ जाऊन उभा राहिला. वास्तविक दादासाठी वकिली करण्याची त्याची कोणत्याच बाबतीत पात्रता नव्हती. पण, आता एका सात्त्विक अशा अन्यायविरुद्ध बंड करण्याच्या प्रवृत्तीने तो पेटला होता.

''मिस रानडे!''

''काय?'' त्या 'काय' मध्ये असलेला दर्प, आव्हान आणि खोच बबनच्या अंतर्यामी घुसली. तरीही धीर धरून तो म्हणाला.

''हे पाहा, माझं तुमच्याकडे काहीच काम नाही पण मघाशी आपल्या लग्नाचं आमंत्रण देण्यासाठी आलेल्या दादाला तुम्ही कारण नसताना वाईट वागवलंत. तुम्हाला त्याच्या विवाहाचं निमंत्रण आवडलं नसेल तर तुम्ही लग्नाला जाऊ नका. पण उत्साहाच्या भरात असलेल्या दादाचा तुम्ही अपमान करायला नको होता.''

मंगला विस्मयचकित होऊन बबनकडं पाहातच राहिली. एवढ्या सरळपणे आपल्या डोळ्याला डोळा भिडवून आपणाला मूर्ख ठरविणारं या ऑफिसात तरी

कुणी नव्हतं याविषयी तिची खात्री होती. पण खाली मान घालून काम करणाऱ्या या आडदंड रेकॉर्ड क्लार्कसारख्या सामान्य माणसानं आपल्याशी बरोबरी करावी? कोणत्या शब्दांत त्याला प्रत्युत्तर करावं याचा विचार पूर्ण व्हायच्या आतच बबन तिथून निघून बाहेर गेला.

त्यानं केलेल्या या पराक्रमाची जाहिरात साऱ्या ऑफिसभर व्हायला वेळ लागला नाही आणि मंगलेला ऐकू जाईल अशा बेतानं, तथापि मंगलेचा रोष आपल्यावर ओढून घेता येऊ नये अशा तऱ्हेने बबनच्या टेबलाजवळ येऊन त्याचं सर्वांनी अभिनंदन केलं.

बबनला भारतीय क्रिकेट टीममध्ये घेतलं असतं तरीसुद्धा त्याचं तेवढं कौतुक झालं नसतं; चौपाटीवर मधुबालेला घेऊन बबन भेळ खाताना दिसला असता तरीसुद्धा मंडळींना जेवढं आश्चर्य वाटलं नसतं; तेवढं आश्चर्य बबन आणि मंगला यांच्या या झुंजीमुळे उत्पन्न झालं.

सारा दिवस बबन हवेत तरंगत होता. मात्र त्यानं मंगलेच्या नजरेला नजर द्यायचं टाळलं. कामसुद्धा सपाटून साठलं होतं, आणि मघाच्या साहसाची धुंदी उतरवावयास त्याचा रेटा पुरेसा होता, साडेपाच वाजले तेव्हा ऑफिस खाली होऊ लागलं. मंगलासुद्धा एक क्रोधयुक्त कटाक्ष टाकून बाहेर पडली. बबनला मात्र घरी जायची घाई झाली नव्हती. कारण जायचे ते कुणासाठी ? ना घर ना दार, ना बायको ना संसार!

बबनबद्दल ऑफिसमध्ये साऱ्यांना सहानभूती वाटे ती त्याच्या भाबडेपणामुळं. प्रयत्न केला असता तर इतरांना दूर सारून त्याला बढती मिळविता आली असती; पण स्पर्धा त्याच्या रक्तातच नव्हती. सगळ्यांशी दोस्ती करत ऑफिसचं काम प्रामाणिकपणं करावं. पगाराच्या १२१ टिकल्या मोजून घ्याव्या, आजचा दिवस बरा गेला असं म्हणत व तक्रारीच्या सुराचा स्पर्शही न होता, भाबडेपणानं हसत खेळत दिवस गुजरायची त्याला सवय झाली होती. कोकणात असलेल्या मावस मावशीनं या अनाथ मुलाला वाढवलं आणि मॅट्रिकपर्यंत शिकवून पोटाला लावलं. या कृतज्ञतेपोटी दरमहा ५० रुपयांची मनिऑर्डर मोठ्या भक्तिभावानं तो मावशीला करी. उरलेल्या ७१ रुपयात स्वत:चंच पोट पुरेसं भरता येत नसल्यामुळं लग्नाचा प्रश्न आपोआप सुटला होता. एका मित्राच्या गॅरेजमधल्या एखाद्या बऱ्याशा मोटारीत झोपायचं. गॅरेज उघडायच्या आत गाडी धुवायच्या फवाऱ्यानं अंघोळ करायची आणि सरळ भागवतच्या खानावळीकडे चालायला आरंभ करायचा– हा सकाळचा कार्यक्रम. ऑफिस रेंगाळत सोडायचं आणि सात वाजताच्या

पहिल्या पंगतीला गिरगाव ते फाऊंटन अशी पदयात्रा करीत हजर राह्यचं, हा संध्याकाळचा कार्यक्रम. सकाळचे साडेआठ आणि संध्याकाळचे सात हे त्याच्या दृष्टीने उत्तम मुहूर्त होते. कारण त्या वेळे व्यतिरिक्त हवा आणि पाणी याशिवाय पोटात काही घालण्याची सोय नव्हती. या साऱ्या कडवट दिनक्रमामुळे बबन त्रासिक व्हायच्याऐवजी कोडगा झाला होता. आपल्या दारिद्र्याची तो कीव करायचा, दारिद्र्याला हिणवायचा, आणि ते सारं अशा तऱ्हेने की ऐकणाऱ्याला हसण्यावाचून गत्यंतरच नसायचं! एकाहत्तर रुपयांच्या या बजेटात कोणत्याही तऱ्हेची स्त्री बसत नसल्यामुळे दृष्टिभेट, प्रेम, हुरहूर, विघ्न, संगर, मीलन या प्रेमसोपानांचा त्याला परिचय झाला नाही आणि होण्याची शक्यताही नव्हती.

बबनसारख्या मुलाला मंगलेसारख्या मुलीनं नोकरी करावी हेच मुळी पसंत नव्हतं. तो म्हणायचा, या कार्ट्यांची होते हौस आणि एका गरिबाची जाते भाकरी. बाप धनवंत आहे, आणि पोरीचे अवयव जागचे जागी आहेत. अशा या मुलींनी लग्न करायचं सोडून हे नोकरीचं झेंगट का अंगावर घेतलंय हेच काही कळत नाही.

आणि कदाचित मंगलेबद्दलचा तो राग बाहेर पडण्यासाठीच त्याच्या हातून सकाळची आगळीक घडली असावी.

ऑफिसमधून बबन बाहेर पडला आणि कापाच्या मैदानावरून चर्चगेटकडं जायला निघाला. पोटात भूक अशी वखवखून आली होती, की वाटेत एखादी कोंबडी आली असती तर तिला कच्ची खायलासुद्धा बबनने कमी केलं नसतं. एखाद्या आणाभराचे फुटाणे घ्यायलासुद्धा त्याच्याजवळ गिन्नी नव्हती. २८-२९ तारखेला खिशात खुळखुळणारी प्रत्येक गिन्नी 'वाचवा'-'वाचवा'-अशा आक्रोश करीत त्याच्यापुढे आडवी पडे, पण सुमेरसिंगाच्या क्रौर्यामुळं त्या गिन्नीचा खातमा व्हायला वेळ लागत नसे, आणि मग रिकामे खिसे, रिकामे पोट वागवीत १ तारीख येई.

कापाच्या मैदानावरचा थंड वारा पोटात जाताच क्षणभर त्याला बरं वाटलं. मैदानावर सर्वत्र वेगवेगळ्या प्रकारचे खेळ चालले होते. शाळेत असताना क्रिकेटचा खेळ पुरेसा खेळायला न मिळाल्यामुळे मैदानावर कधी- मधी तो खेळ पाहून किंवा खेळून ती अतृप्त इच्छा पुरी करायचा तो यत्न करी. क्रिकेटच्या खेळाकडे पाहात आणि जायच्या रस्त्याकडे दुर्लक्ष करीत तो चर्चगेटच्या रस्त्याने सरकत होता. तेवढ्यात समोरच्या खेळाडूनं असा एक षटकार मारला की बस्स, देखते रहेना! बबनच्या गात्रांत अकस्मात स्फुरण चढलं, आणि तो चेंडू झेलण्यासाठी

वेगानं पळत सुटला. चेंडू हातात यायच्या सुमारास 'अगंबाई', 'कमाल आहे', 'थँक्स', 'खरंच थँक्स' असे अनेक शब्द त्याच्या कानात घुसले. काय घडतंय हे पुरेसं ध्यानात यायच्या आत त्यानं चेंडू झेलला होता, आणि सवय नसल्यामुळं हात चांगला शेकून निघाला होता. ह्या बायकी स्वरोच्चाराची मालकीण कोण? हे जाणून घेण्याच्या इच्छेनं त्यानं नुसता दृष्टिक्षेप टाकला, तो मंगला त्याला दृष्टीस पडली. जणू काही आपण तिला पाहिलीच नाही अशा थाटानं पीचकडं चेंडू टाकण्याच्या आवेशात तो खेळणाऱ्या मुलांत सामील झाला आणि तिथंच तो खेळण्यात रमला. एवढ्या उंचावरचा झेल एवढ्या सफाईनं झेलल्याबद्दल आश्चर्य व्यक्त करून मोठ्या आग्रहानं मुलांनी त्याला खेळात ओढून घेतलं.

मंगला जागच्या जागीच बसली आणि विचार करू लागली. आपल्यावर कोसळणारा चेंडू त्यानं शिताफीनं झेलला आणि आपल्याला वाचवलं याबद्दल आभार मानायला सुद्धा त्यानं वेळ दिला नाही. एवढंच नव्हे तर आपल्यासारख्या स्त्रीशी मिळालेली बोलण्याची संधी टाकून हा चक्क त्या मुलांत सामील झाला. ह्याचमुळे मंगलेला आश्चर्य वाटू लागलं होतं. आपल्याशी बोलायला मिळावं, आपल्याकडे चोरटेपणानं बघायला मिळावं, ह्यासाठी धडपडणाऱ्या लाचार पुरुषांशी मुकाबला करण्यात तिचा जन्म गेला. श्रीमंत, बुद्धिमान आणि पदाधिकारी अशा पुरुषांची शिसारी आणणारी लाचारी, किळस आणणारा अनुनय आणि अंगोपांगावर फिरणाऱ्या बुभुक्षित नजरा, यामुळं आधाशी पुरुषांच्या बाबत तिनं केलेले अंदाज या मामुली आणि खरं पाहता अजागळ माणसानं चुकीचे ठरवावेत याचा तिला फार खेद वाटला.

संध्याकाळ अधिकाधिक कलू लागली आणि त्या कलत्या उन्हात भीमकाय बबन गणपुलेला हसता खिदळताना पाहून तिला थोडं वैषम्य वाटलं. पोरांत पोर होऊन तो खेळत होता. मस्करी करीत होता अन् ती पोरं त्याला उद्या परत यायचा आग्रह करीत होती; याचा मंगलेला मनापासून मत्सर वाटत होता. दुपारी त्यानं केलेल्या उपमर्दाचा राग तिच्या मनाच्या कोपऱ्यात रुतुन बसला होता. तो राग अनाठायी आहे, असं सुद्धा तिला वाटायला लागलं होतं. कापाचे चौफेर मैदान, माडाच्या चौफेर झाडाचं कुंपण, संध्याकाळच्या सागरी वाऱ्यानं आणलेला उन्मत्तपणा, दृष्टी भिडेपर्यंत बालगोपालांनी मांडलेले खेळ या साऱ्या पार्श्वभूमीवर तिचे एकटेपण, तुसडेपण तिला फारच भयंकर वाटले. या साऱ्या मानसिक आवर्तनांत तिचं लक्ष मात्र खेळ संपतो केव्हा आणि बबन भेटतो केव्हा असं झालं होतं.

आपल्याला कदाचित तो चुकवून जाण्याची शक्यता आहे हे जमेला धरून खेळ थांबलेला दिसताच मंगलेनं बबनला गाठलं आणि ती म्हणाली,

"मि. गणपुले."

"ओ! तुम्ही?"

"का आश्चर्य वाटलं?"

"हो, म्हटलं तर आश्‍चर्यच."

"मघाशी तुम्ही माझा प्राण वाचावलात त्याबद्दल मी आभार मानायच्या आत तुम्ही निघून गेलात."

"कसले प्राण? आणि मी केव्हा वाचवले?"

"कमाल आहे! अहो, मघाशी तुम्ही माझ्या डोक्यावर पडणारा चेंडू नाही का झेललात?"

"तो कॅच म्हणता? what a fine stroke ! काय पोरं छान खेळतात हो हल्ली! १४ वर्षांचं पोरगं आहे, पण काय चेंडू उचललान् बेट्यानं!"

मंगला खदखदून हसली आणि म्हणाली, "आभार मानू द्यायचे नाहीत असं तर नाही ना ठरवलं तुम्ही!"

"आभार मानले तर बरं वाटेल म्हणता तुम्हाला. माना हवं तर! आभार स्वीकारण्यासाठी काही विशेष पोझ वगैरे घ्यायला लागते का?" किंचित लवून कमरेत वाकून बबन हसत हसत म्हणाला.

"कमाल आहे बाई! साधे मी आभार मानते आणि तुम्ही मुद्दाम वाकड्यात जाताहात."

"मी वाकड्यात जातो?"

"नाही तर काय. थँक्स म्हटलं की 'नो मेन्शन ' असं म्हणायचं आणि आभार स्वीकारचे असा साधा शिष्टाचार आहे म्हटलं."

"शिष्टाचार ना! मग मला काय उपयोग त्याचा."

"का?"

"मी कुठं आहे शिष्ट! तुमच्यासारखा! झटाझट दुसऱ्याचा अपमान करण्याचं सामर्थ्य असणारा-"

"काय केलं हो मी?"

"आता पुन्हा कशाला बोलायला लावता. आम्ही आपली रांगडी माणसं. आम्हाला नाहीत रिवाज अन् तरीसुद्धा आमच्या हातून अपमान व्हायचा नाही दुसऱ्या कुणाचा!"

"अद्यापि सकाळचं डोक्यातून गेलेलं दिसत नाही तुमच्या. पण खरं सांगा न, शरीरसंबंध काय, श्री समर्थ काय? हे काय सुसंस्कृतपणाचं लक्षण आहे?"

"अहो, तुमचा विचार तुमच्यापाशी. दुस‍ऱ्यावर त्याची जबरदस्ती कशाला? दुस‍ऱ्यानं कसं वागावं हे सुद्धा तुम्हीच ठरवणार? तुम्ही बाई आहात म्हणून दादा गप्प बसला! हेच जर का मी त्याची शरम काढली असती तर! बापरे! आणि काय हो, माफ करा हं, आपलं विचारतो, परमेश्वरानं तुम्हाला स्त्रीच्या जन्माला घातलंय, तसं रूपही बरं दिलंय-म्हणजे काय तुम्हाला उर्मटपणाचा जादा अधिकार दिलाय काय? पुरुष भेटतो केव्हा, आणि त्याला आपण टाफरून बोलतो केव्हा याची तुम्ही जणू वाटच पाहात असता. माफ करा हं, मिस रानडे, स्पष्ट बोलल्याबद्दल. स्त्री जातीचा तुम्ही फारच फायदा घेता आहा हं!"

समवयस्क पुरुषाकडून असं आणि एवढं ऐकून घ्यायची मंगलेला कधीच सवय नव्हती. बबनच्या पहिल्या शब्दासरशीच ओठावर आलेले शब्द तिने प्रयासपूर्वक गिळले, आणि गिळले तेच बरं झालं असं तिला वाटू लागलं. इतक्या स्वच्छ, तीव्र तरीही भाबड्या संभाषणात तिला एकदम रस वाटू लागला. कुठेतरी चाचपडत असलेल्या माणसाला दिव्याचं बटण अकस्मात लागावं आणि दिवा लागताच एक विस्मययुक्त आनंद प्रतीत व्हावा त्याप्रमाणे तिचा चेहरा उजळून निघाला. ती म्हणाली,-

"If I regret (समजा मी माफी मागितली तर?)"

"You will be pardoned.(क्षमा केली जाईल!)"

आणि मग दोघेही खदखदून हसले. आणि वाऱ्याच्या झुळकीबरोबर नारळीच्या झापाही हसू लागल्या.

"घाई नसली तर थोडा वेळ बसू या."

आपला आवाज आपल्याला ओळखू येत नसल्याप्रमाणे मंगल म्हणाली.

प्रश्नाचं उत्तर न देता एका बऱ्याशा जागेकडे बोट दाखवीत बबन हसला आणि दोघेही खाली बसली. "तुम्हाला असं नाही का वाटत गणपुले, माझा पुरुष-जातीवरचा द्वेष सकारण आहे. एखाद्या वखवखलेल्या दृष्टीनं हे पुरुष माझ्याकडं पाहातात तेव्हा वाटतं फोडून टाकावेत ते डोळे."

"कमाल आहे तुमची. पुरुष वाईट आहेत असं क्षणभर मानलं तरी तुमच्या पुरुषद्वेषाची तीव्रता मला समजू शकत नाही. अशा वेळी संतापापेक्षा उपेक्षा चांगली असं मला वाटतं. एकंदर स्त्रियांचा अनुभव जमेला धरता स्त्रियांना कुणी स्वार्थी, मत्सरी ठरवून त्यांचा कुणी द्वेष केला तर ते सुद्धा हास्यास्पद नाही

का?''

''म्हणजे! तुम्ही स्त्रियांचे द्वेष्टे तर नाही?''

''अहो, द्वेष करायलासुद्धा अंगात मस्ती लागते. ती आपल्याजवळ नाही. मात्र एवढं खरं, की ज्या वाटेला आपल्याला जायचंच नाही त्याची चौकशी कशाला करायची. तुम्ही पुरुष द्वेष्ट्या, आणि मी स्त्री उपेक्षक असं असून आपली गाठभेट झालीय. गमंत आहे की नाही!''

''खरंच काय योगायोग आहे नाही. साऱ्या ऑफिसात माझ्याकडं दुर्लक्ष करणारा एकमेव पुरुष म्हणजे तुम्ही. सगळेजण मेले हावरट! काही ना काही काम काढून येतात आणि माझं डोकं दुखवितात. बरं, ते जाऊ दे, तुमचं लग्न झालंय का हो गणपुले?''

''लग्न?'' अगदी खदखदून हसत बबन म्हणाला, ''एखाद्या गरीब मुलीचं स्थळ वगैरे आहे काय? अहो काय चेष्टा वगैरे करता काय माझी? लग्न ही श्रीमंतांची हौस आहे. मला मिळणार १२१ रुपड्या, त्यातल्या ५० कोकणात पाठवितो. राहिलेल्या रकमेत हातातोंडाची कशीतरी गाठ पडते. तेव्हा लग्न, प्रेम, बाई, या सर्व गोष्टींपासून मी सहस्त्र योजने दूर आहे. बाईचं बाईपण त्यामुळे माझं चित्त विचलित करूच शकत नाही.''

''तर मग आपली दोस्ती जमली. तुम्हाला बाई आवडत नाही, मला पुरुष आवडत नाही. मी बाई आहे हे तुम्ही विसरायचं. तुम्ही पुरुष आहात हे मी विसरायचं. शरीरस्पर्शापासून अगदी निराळी अशी दोस्ती आपण करू, कबूल?'' असं म्हणत तिनं आपला हात टाळीसाठी पुढं केला.

''शरीरस्पर्शापासून मुक्त.'' आवाजात एक मिष्किल धार आणीत बबन म्हणाला- ''कबूल, एकदम कबूल !'

टाळीसाठी अधांतरी पुढे असलेल्या हाताजवळ आपला हात नेत आणि तो मागे घेत आपण हेतुपुरस्सर स्पर्श टाळला आहे याची खुणेने व डोळ्याने जाणीव देत बबन हसला आणि त्यावर हसणे मंगलेला भाग झाले.

''मला वाटलं तितके तुम्ही साधे नाही आहात?''

''आणि मला वाटलं तेवढी तू पुरुषद्वेष्टीही नाहीस!''

''तुमच्याशी दोस्ती केली म्हणून होय?''

''असंच नाही.''

''मग कुरूप मुलीशी पुरुष दोस्ती का करीत नाही हो? त्यांना बौद्धिक प्रीती हवी असते ना?''

"आता तू कुरूप नाहीस हा काही माझा दोष नाही; आणि इतरांच्याबद्दल म्हणशील तर स्त्रीशी बौद्धिक प्रीती करणारा मनुष्य एक तर ढोंगी असतो किंवा मूर्ख तरी असतो. आता तुझी गोष्ट वेगळी, कारण तू मुळी स्त्रीच नाहीस."

"ए, चावटपणा काय करतोस !"

"अगं, म्हणजे तू स्त्री नाहीस असं समजायचं ना! दोन पुरुष मित्र किंवा दोन तरुण स्त्रिया जसा स्नेह ठेवतात तसाच निकोप स्नेह ठेवू या?"

"खरंच, किती मजा येईल. आपण बरोबर हिंडू, सिनेमा पाहू. पिक्निकला जाऊ. कितीतरी सुखांना मी स्त्री असल्यामुळं वंचित झाले आहे. ती सारी सुखं माझ्या या नव्या मित्रामुळं मला मिळू लागतील. बबन, I have found in you a trust-worthy friend."

स्वप्नाळू डोळ्यातून, माडांच्या उंच झाडातून, त्या मागे असणाऱ्या फिक्या सावळ्या आकाशाकडे, त्यात पसरलेल्या सूर्यप्रकाशाच्या पुंजाकडे, सुखाने भारावलेल्या नजरेने पाहात मंगला उभी राहिली. कितीतरी वेळ अशा अबोल तरीही पुरेशा बोलक्या संभाषणात निघून गेला. पसरलेलं धान्य गोळा करावं किंवा इतस्तत: पसरलेली प्राजक्ताची फुलं ओच्यात घ्यावी, अशा तन्मयतेने मंगलेनं आपला नवजात स्नेहाचा परिमल आवरून आपल्या मनात भरून घेतला, आणि ती म्हणाली,

"चल, आपण चहा घेऊ."

"आता या वेळेला?"

"का! चहाला काही वेळबीळ लागते वाटतं? मला माहीत आहे! मी देणार आहे तुला चहा! चल पाहू. आपण आपली पहिली भेट सेलिब्रेट करू."

ज्या हॉटेलच्या दारावरून सुद्धा जाताना काहीतरी नवीन अनुभव गवसला असं वाटणारे तो रेस्टॉरंट, आतलं आलिशान वातावरण, वेगवेगळ्या खाद्य पदार्थांचे संमिश्र सुगंध, जवळपास नग्न भासणाऱ्या स्त्रियांचे अजब पेहराव, वेटर्सची आदब, अपरिचित तरीही कानाला सुखविणारं बोबडं परदेशी संगीत यांमुळे बबन पार विरघळून गेला. मंगलेच्या सर्वांगावर नजर टाकताच त्याच्या ध्यानात आलं, तिचं रूप या साऱ्या वातावरणात शोभून दिसतं खरं, पण आपण मात्र विसंगत दिसत असलो पाहिजे.

स्त्री सौंदर्याकडे इतक्या साक्षेपानं त्यानं कधी पाहिलंच नाही. लालसर प्रकाशात उत्तेजक झालेल्या मंगलेच्या मुखकमलानं डाळिंबी रंग धारण केला होता. तो त्यानं पाहिलेल्या एकुलत्या एक रंगीत चित्रपटातल्या नायिकेशी

मिळता जुळता होता. तिच्या लोंबत्या कर्णभूषणांचा रंगही या कृत्रिम प्रकाशांत अद्भुत भासत होता. तिच्या डोळ्यात असणारी एक विलक्षण शक्ती परीकथेतल्या याक्षिणीप्रमाणं अधिकच तेजांकित झाली होती. चोरांच्या गुहेत शिरलेल्या अलिबाबाला जे आश्चर्य, जे भय वाटलं असले ते सारं त्याच्या डोळ्यांत उतरलेलं पाहून मंगला म्हणाली.

"ए, बावरलास की काय?"

"हं!"

"आता बोल तरी काही. आधी नीट टेकून बस बघू. काय घेणार बोल? अगदी मनमोकळेपणानं सांग हं. पैशाची अगदी फिकीर करू नकोस. आपली पहिली भेट अगदी लक्षात राहण्यासारखी झाली पहिजे. आणि हे बघ, इथं जो तो आपल्याच नादात असतो. तुझ्याकडे कोणी बघत नाही. तेव्हा आपल्याला कुणी काही म्हणेल असं मनातसुद्धा आणू नकोस. इथं तू आणि मी याशिवाय दुसरं कोणी नाही."

टेबलावरचा तिचा हात हातात घेत तो बावरलेल्या आवाजात म्हणाला, "खरंच मी बावरलो आहे. मला काही सुचतच नाही. आपण दुसरीकडंच कुठंतरी जाऊ या."

दुसऱ्या हाताने त्याच्या पाठीवर थोपटीत ती म्हणाली,

"Be a good boy. मी आहे ना जवळ. काय मागवू?"

बबन काहीच बोलत नव्हता. मात्र आपण तिचा हात हातात घेतलेलं ध्यानात येताच तो त्यानं एकदम सोडला अन् तो म्हणाला, "क्षमा कर हं मंगल मला. चुकलो मी."

"इश्श्य, हे रे काय ? क्षमा कसली? चुकलो काय! घेतलास हात हातात म्हणून बिघडलं काय?"

"असं कसं, आपलं काय ठरलंय! शरीरस्पर्श विरहित दोस्ती करायची म्हणून. अगदी पहिल्याच दिवशी त्याचा विसर पडता कामा नये."

मंगला काहीच बोलली नाही. पण या स्पष्टीकरणामुळं तिच्या डोळ्यांत जमा झालेला रुसवा बबननं आपल्या जमेच्या बाजूला नोंदवून ठेवला.

मंगला आणि बबन यांच्या स्नेहाची वाच्यता साऱ्या ऑफिसभर व्हायला फार वेळ लागला नाही. 'काय लेकाचा मूर्ख आहे. ती पोरगी त्याचा मामा करतेय' येथपासून 'काय माल पोरगी गटवलीय लेकानं.', 'नशीबवान आहे बेटा.', 'आम्ही बसलोय इकडं जिभल्या चाटीत ' आणि 'कसं काय जमवलंय'...

येथपर्यंत सारे कुत्सित, पसंती दर्शक, कौतुकाचे आणि क्षुद्रपणाचे सारे काही उद्‌गार बबनला ऐकावयाला लागले. उत्तर द्यायचं मनात असूनसुद्धा त्यानं त्या प्रश्नांना उत्तर दिलं नाही. तो शक्य तेवढं खेळीमेळीनं वागण्याचा ऑफिसात प्रयत्न करी, परंतु लोक त्याला हेतुपुरस्सर टाळू लागले, हे त्याच्या ध्यानात आलं आणि कधी कधी तो त्यामुळे उदास वाटू लागला, कधीही लोकविलक्षण कृत्य न केल्यामुळे, अकस्मात चर्चाविषय झाल्यामुळे, जो एक बुजरेपणा जाणवावा तो त्याच्या वागण्याबोलण्यात मंगलेला दिसताच ती आपुलकीनं त्याच्या अधिकच जवळ येऊ लागली. दुपारचा चहाचा ट्रे ती कॅन्टीनमधून मागवून त्याला जवळपास रोज देऊ लागली. पहिल्या पहिल्यांदा लोकांच्या डोळ्यांतल्या मत्सराचा विषारी अंगार पाहून, नको तो चहा असं बबनला होई. पण हळूहळू त्या चहातल्या ऋजुतेनं व स्नेहार्द्रतेनं साखर नसतानाही त्या चहाची गोडी वाढू लागली.

वासू मानेनं त्या दिवशी त्या चहापानाच्या वेळी 'आहे बुव्वा!' असा उद्‌गार काढला तेव्हा मंगला म्हणाली,

"काय झालं हो माने?"

"कुठं काय!"

"मग काय घशात खवखवलं की काय?"

"नाही, तसं नाही."

"आहे बुवा" कशासाठी? तुम्हाला हवाय का चहा?"

"नाही, माझा झाला आत्ताच."

"मग हवंय तरी काय तुम्हाला?"

"कुठे काय?"

"तुमच्यासारख्या नालायक माणसालाच असं आडून कुत्सित बोलणं शोभतं. आम्ही काय जगावेगळं केलं इथं? काय दार बंद करून बसलो नाही इथं आम्ही? इथं यावंसं वाटत होतं तर मनमोकळेपणानं यायचं-आमच्यात सामील व्हायचं, ते सोडून कुत्सितपणे बोलता काय, डोळे फिरविता काय, कुजबुजता काय, You are all uncultured brutes. (जंगली जनावरं आहात तुम्ही सारी)"

त्या दिवसापासून तर बबन साऱ्या ऑफिसातून वेगळा पडला. विजयोन्मादाचं प्रदर्शन करण्यासाठी तरी आपले म्हणून लोक लागतात. शनिवारी ऑफिसातून बाहेर पडताना मंगला म्हणाली.

"आज आपण सिनेमाला जायचंय हं."

"सिनेमाला?"

"का! आश्चर्य वाटलं की काय?"

"आश्चर्य नाही. पण अंधारात जाऊन काहीतरी चावटपणा बघायचा आणि तोही तुझ्यासारखी मुलगी बरोबर असताना हे काही खरं नाही हं!"

"तू चल तर खरा."

वैराण उन्हाला चुकवीत इमारतीच्या सावल्यांतून अंग चोरीत, स्पर्श टाळीत बबन मंगलेबरोबर रस्ता कापीत होता. अंतर वाढलं की मंगला थांबे आणि बबनला शेजारी घेऊन पुढं चालू लागे. तरी चार-दोन वेळेला स्पर्श टाळता आले नाहीतच. मंगलेच्या तोंडावर आलेले शब्द ती पदोपदी गिळत होती. प्रत्येक वेळेचा बबनला दिलगिरीदर्शक चेहरा तिला बघवत नव्हता.

चित्रपट होता सुमारच! उत्तान गाणी, आलिंगनं, चुंबनं, तरुण मुलामुलींचे नाच याशिवाय त्यात फारसं काही नव्हतंच. बबनच्या बाजूला रेलून मंगला काहीतरी सांगायचा यत्न करी, तेव्हा कितीही संकोचला तरी देहस्पर्श अटळ होता. तिचे केस बबनला स्पर्श करीत असत, तिच्या अंगाचा पुष्टपणा जाणवावा असा तो शेजार बबनला सारखा घुमवीत होता. तिच्या काकणांची सळसळ त्याच्या डोक्यात रिंगण घालीत होती. पुढचा मागचा विचार न करता तिच्या पोटपट्टीवरून हात फिरवावा अशी अभिलाषा एक सुस्कारा टाकून त्यानं गिळून टाकली. कानाच्या पाळ्यांना काही तरी मुलायम स्पर्शून गेलं आणि काहीतरी निराळ्याच ध्वनीचे शब्द कर्णसंपुटात शिरले एवढाच त्याला भास झाला. कानाला जाणवलेले ते तिचे ओठ होते का तिचे ते मुलायम शब्दच होते हे कोडं त्याला उलगडता आलं नाही.

आयुष्यात आत्तापर्यंत पाहिलेल्या सर्व कोवळ्या वस्तूंतील मार्दव एकवटून त्या क्षणात जमा झालं होतं. सारे संकेत, सारी बंधने तडीपार करावीत आणि मदनाच्या साम्राज्यात झेप घ्यावी अशी आक्रमक धुंदी अंगातून फिरू लागली. शीतल असा स्पर्शसुद्धा अग्नीपेक्षा दाहक कसा हे समजणं त्याच्या शक्तीबाहेरचं होतं. थिएटरमधला अंधार, समोरची शृंगारप्रधान निरर्थक चलतचित्रे, ऊबदार शेजार हे सारं थोडा वेळ असंच राहिलं, तर आपलं आपल्याला भान रहाणार नाही, या भयानं बबन बेचैन झाला. सुखसुद्धा इतकं टोचणारं असावं याचा त्याला प्रत्यय येत होता. मध्यंतराच्या वेळेस आईस्क्रीम आणण्यासाठी मंगला गेली तेव्हा आपल्या निष्कांचन अवस्थेबद्दल पहिल्यांदाच त्याला वाईट वाटलं. अशा सुंदर स्नेहमयी मैत्रिणीची एखादी क्षुल्लक अशी ही आसही आपणास पुरवता येऊ नये याचा विचार कधी नव्हे तो तो करू लागला. दोन हातात

आईस्क्रीमचे दोन बार घेऊन मंगला येताच तो विचार एकदम पळून गेला. त्याच्यापुढे दोन्ही चॉकलेट बार नाचवीत ती म्हणत होती, ''तुला कोणतं हवं आहे? चॉकोबार की मँगोबार?''

तिच्या त्या प्रश्नाकडं खुळचटपणे पाहात बबन तिच्या कानात पुटपुटला, ''ए,खरं सांगू? मी अजूनपर्यंत असलं आईस्क्रीम खाल्लंच नाही. तेव्हा चांगलं कोणतं, वाईट कोणतं हे कसं ठरवू?'' मंगला हसली अन् म्हणाली,

''कमाल आहे!''

आपल्या हातात खुपसलेला आईस्क्रीम बार चोखीत सुरू झालेला चित्रपट बबन पाहू लागला. दोन तीन मिनिटे जातात न जातात तोच मंगला त्याच्याकडे सरकत सरकत म्हणाली, ''आता तुझा मला दे आणि हा तुला घे.'' आपला उष्टा आईस्क्रीम बार तिला द्यायचा आणि तिचा आपण घ्यायचा या केवळ कल्पनेने बबन थरारून गेला. ही मुलगी वेडी तर नाही? असा विचार त्याच्या मनात येऊन गेला. का भाबडी आहे? का मन मोकळी आहे? पण निमिषार्धात 'काय?' असा प्रश्नार्थक उद्‌गार मात्र त्याच्या तोंडून निघून गेला. ह्या 'काय' शब्दोच्चारात नकळत अप्रिय असा कर्कशपणा आला होता. याची खंत त्याला वाटू लागली. आणि त्या परिमार्जनार्थ त्याने आपल्या हातातील बार किंचित धुसमुसळेपणानेच तिच्या हातात दिला व तिच्या हातातला काढून घेतला. एक दोन मिनिटे अशीच नि:स्तब्ध गेली आणि नंतर मंगला त्याच्या बाजूला अवाजवी कलली आणि म्हणाली, ''आवडलं आईस्क्रीम?'' क्षणभर उत्तर न सुचल्यामुळे अबोल झालेल्या बबनमुळे किंचित व्यथित स्वरात मंगला म्हणाली, ''राग आला का?''

''राग कशाबद्दल?''

''उष्टं आईस्क्रीम खायला सांगितलं म्हणून.''

तिच्या स्वरातील अपराधीपणा जाणवल्यामुळं तर आपल्या मघाच्या स्वरातील कर्कशपणा आता बबनला वेगाने जाणवला, आणि आपलं काहीतरी चुकलं अशा अभिप्रायानं त्यानं तिचा हात हातात घेतला आणि तो आवेगानं दाबला. आणि तिच्या शक्य तितक्या निकट जात तिला म्हणाला, ''राग तर मुळीच आला नाही. वाटलं थोडं आश्चर्य, पण तेही आता वाटत नाही. उष्टंमाष्टं मैत्रीत उरेल कसं?'' या त्याच्या उद्‌गाराच्या वेळीच मंगलाही त्याच्याजवळ कलली आणि नकळत तिच्या कानशिलाला बबनचे ओठ लागले.

एखादा विजेचा झटका बसावा त्याप्रमाणे बबनने तिचा हात सोडला व तो तिच्यापासून दूर झाला. त्या प्रसंगानंतर सबंध चित्रपट संपेपर्यंत दोघेही बोलले

नाहीत. चित्रपट संपला. प्रकाश झाला. तेव्हा नजरेला नजर देताना दोघेही नाटकीपणानं हसली. आणि तो नाटकीपणा ध्यानात येताच पुन्हा एकदा खदखदून हसली. स्नेहाच्या मंदिराच्या पायऱ्या झपाझप वर चढत जाणाऱ्या माणसाला एखादे वेळेस तरी आपण आलो कुठून आणि कुठपर्यंत हा विचार सुचला अन् त्याने मागचा तपास केला तर काही आश्चर्य वाटायला नको. बबन असा विचार करूच शकत नसे असे नाही. दादा गवळ्याची शरम काढणारी मंगला अन् आताची मंगला तो वारंवार ताडून पाही अन् विचार करी. खरे काय? मंगला तीच, की बदललेली.

चित्रपट, पिकनिक, बर्थ-डे पार्टीज् ह्या साऱ्या अवस्थांतून वाहत जाणाऱ्या स्नेहसरितेला आता अडसर पडायला हवा होता. अन् एके दिवशी-

"आपण महाबळेश्वरला जाऊ या."

"आपण..."

"तू अन् मी ! आश्चर्यसं वाटलं-"

"एवढ्या लांब? सोळा रुपये भाडे आहे एस. टी. चे."

मंगला हसली. निर्झराप्रमाणे खळखळून, एस. टी. स्टार्ट होताना आवाज करते तसा आवाज करीत, पांढरेशुभ्र दात दाखवीत. वाऱ्याच्या सोसाट्याने वृक्ष हलावा- फांद्या गदगदाव्या आणि फळे वलयांकित व्हावीत, तसेच तिच्या देहाचे झाले. अखेर वक्ष हेंदकाळले-आम्रफळाप्रमाणे.

"आमच्या मामांची ट्रक जायची आहे वाईला, मध्ये पेणचे भाडे आहे म्हणून महाबळेश्वरहून जायची आहे. आपण जाऊ या त्यातून, म्हणजे खर्च नको."

"अन् येताना?"

"येताना तोच ट्रक येणार आहे दोन दिवसांनी त्यातून येऊ परत."

"तरी पण खर्च काही थोडा होईल का?"

"माझी मैत्रीण राहते जुन्या महाबळेश्वरला. तिथे राहू आपण आणि या उपर जो काही खर्च येईल तो करीन मी, मग झालं ना, जायचं ना मग ?"

खर्चाचा प्रश्न सुटला खरा, आता अडचण असलीच तर दोन तरुण स्त्री पुरुष महाबळेश्वरसारख्या एकांतात वावरणार कसे याचीच. शरीरस्पर्शावाचून स्नेह ही गोष्ट समुदायात ठीक आहे, पण गहिऱ्या एकांतात. वृक्षवल्लरींच्या सान्निध्यात, रानपक्ष्यांच्या संगीताच्या लहरीवर, रानफुलांच्या उन्मादक सुगंधात आणि त्याहूनही आपल्याशी सलगीने वागणाऱ्या तरुण, आरोग्यसंपन्न आणि

पुष्ठ देहाने यौवनाला आमंत्रण देणाऱ्या सखीच्या संगतीत कशी काय शक्य आहे, याविषयी बबन चिंतातुर होता. आयुष्यात प्रथमच भेटलेल्या स्त्रीचा परिचय, स्नेह, सलगी, यांनी भारून गेलेला बबन अशा स्त्री सौंदर्याच्या कुतूहलात अधिकाधिक खोलवर रूतत चाचला होता. महाबळेश्वरचा हा प्रवास, ही संगत, हा एकांत हे सारं काही त्याच्या डोक्यात भिरभिरू लागलं होतं.

मंगलेची वाट पाहात बबन प्रार्थना समाजाच्या नाक्यावर उभा राहिला तेव्हा त्याच्या अधिकाधिक सुशोभित केलेल्या व्यक्तिमत्वाशी विसंगत अशी एक गबाळी पिशवी त्यानं खांद्यावर अडकवली होती. मधूनमधून ट्रकची प्रतिक्षा करीत असताना तो पिशवीतून तोंडात शेंगदाणे टाकीत होता, आणि ट्रकसारखं काहीही वाहन दिसलं की मंगलेला आपला खादाडपणा दिसू नये एवढ्यासाठी तो ते पट्कन गिळत होता आणि खरोखरच जेव्हा ट्रक आला आणि त्याच्यासमोर उभा राहिला, त्यातून एक भिन्न भिन्न रंगाचा ठिपका खाली उतरला तेव्हा तोंडात काही नसतानाही बबनला ठसका लागला. बबनलाच काय कोणाही पुरुषाला ठसका लागला असता. मंगलेच्या वस्त्रांचा साज असा काही न्यारा होता, की लाल निळ्या रंगीत कागदात गुंडाळून ठेवलेलं कश्मिरी सफरचंदच जणू कुणी आपल्यासमोर आणून ठेवलंय असं वाटावं. अंगाला घट्ट बसेल असा लालबुंद टॉप, निळाशार स्कर्ट, डोळ्यांना बोचेल एवढा असा केसांचा अक्कडबाज गुंफा, या सगळ्या अपरिचित वर्तुळात होता तो फक्त एक ओळखीचा, स्नेहाळ चेहरा. बबन भांबावल्यागत तिचं नवं रूप डोळ्यांत साठवीत होता. तो वेष, तो आवेश... अगदी पटत नव्हता, पण त्या लाडिक दंतपंक्तींनी, त्या मिस्किल डोळ्यांनी बबनच्या बावरेपणाची समजूत घातली आणि त्याला मनाच्या मिठीत सामावून घेतलं.

ड्रायव्हर सीटजवळच्या त्या छोट्याशा जागेत बसायचं असल्यामुळे इच्छा असो वा नसो त्या उभार लावण्याचा स्पर्श अपरिहार्य होता. रस्त्याला वळणं फार होती. आणि खड्डे खोल होते. मंगलेनं माखलेला सुगंध संपत नव्हता आणि फुलासारख्या नाजुक, सुगंधित, स्पर्शाने बबन अतंर्यामात पेटत होता.

मंगला एरवीही अगदी मोकळेपणानं वागे. आज तिच्या वागण्यात ट्रकचा वेग आणि भिरभिरणारं सुसाट वारं शिरू पाहात होतं.

घाटापर्यंत येईपर्यंत आकाश चांगलंच अंधारून आलं होतं. फाल्गुनातली थंडी अंग वर काढू लागली आणि झोंबरं वारं मंगलाच्या तारूण्याशी मस्ती करू पाहात होते. पेणमध्ये प्रमाणाबाहेर वेळ गेल्यानं उजेडात घाट ओलांडण्याची

शक्यता धुळीला मिळाली आणि काय झाले कुणास ठाऊक! ट्रक अकस्मात थांबला, आणि ड्रायव्हर व क्लीनरची बातचीत होऊन बॉनेटमध्ये डोकं घालून त्यांची काहीतरी दुरूस्ती सुरू झाली. त्या निवांत अवकाशाखाली रंगलेल्या गप्पांना चिंतेची कसर लागू लागली. ट्रक दुरूस्ती लवकर आटपेना आणि बघता बघता ओ डी कोलनचे रॉकेल झाले.

ट्रक शेवटी रिपेअर झालाच नाही. ट्रकमधून येऊन पैसे वाचविण्याची कल्पना इतकी खुळेपणाची निघेल अशी दोघांची कल्पना नव्हती. आपण दुसऱ्याची चिंता वाहात आहोत, एरवी खरं पाहता काही बिघडलं नाही या आवरणाखाली चालविलेला दोघांचाही अभिनय निखालस पहिल्या दर्जाचा होता.

शेवटी उत्तर रात्री दुसरा एक ट्रक थांबवून ट्रकवाल्याने या दोघांची पाठवणी महाबळेश्वरला केली आणि झालेल्या अडचणीबद्दल अनेकवार माफी मागितली. ही माफी स्वीकारण्याइतपत मनाचं औदार्य आता शिल्लक राहिलेलं नसल्यामुळे अबोल परिस्थितीत त्यांनी आपला ट्रक सोडला आणि महाबळेश्वरच्या एस.टी. स्टॅन्डवर येताच दुसऱ्या ट्रकच्या सांगण्यावरून तोही ट्रक सोडला.

एका अज्ञात ठिकाणी, भयाण रात्री, शिरशिरत्या वाऱ्यात ती दोघेही एकमेकांकडे पाहात उभी राहिली, आणि आपोआपच वेड्यासारखी हसू लागली. अति झालं की हसू येतं तसंच काहीसं घडलं होतं. प्रवासासाठी निघालेला सारा आनंद गळून जात होता, तो ती दोघे या हसण्यानं थोपवू पाहात होती.

“आता काय करायचं?”

“काय करू या?”

“आता आपल्याला या वेळेला तुझ्या मैत्रिणीकडे जाणं काही शक्य नाही. तेव्हा इथंच कुठेतरी हॉटेलचा आसरा शोधू या आणि उद्या सकाळी बघू या. प्रवासाच्या या त्रासामुळे तुझी फार गैरसोय झाली. याचं मला फार वाईट वाटतं.”

“इश्श! काय वाईट वाटायचं! माझ्यामुळे तुला मात्र त्रास झाला. प्रवासाची कल्पना मी काढली नाहीतर तू काही येणार नव्हतास. तुला मात्र फार त्रास झाला. I am very sorry.”

“ए, आता मात्र कमाल झाली. अगं, पुरुषांना कसला आला आहे त्रास. मस्त हवा आहे, रम्य ठिकाण आहे अन् सोबतीला तू आहेस.”

“मग रागावला नाहीस ना तू?”

“छे गं!”

"पण तुला भूक तर नक्कीच लागली असेल?"

"लागलीय! पण त्याचं काही विशेष नाही."

"निदान माझ्याजवळ चॉकलेटस् आहेत, ती तरी खाऊ या" असे म्हणत तिनं पर्समधून कॅडबरीची चार-पाच चॉकलेटं काढली. त्यातील दोन-तीन बबनच्या हातावर ठेवता ठेवता तिचा हात बबनच्या हाताला लागला आणि हात हातात आपोआप घेतला गेला. अंगात शिरशिरणारी थंडी एकदम उडून जावी अशी काही तरी विलक्षण ऊब त्या स्पर्शानं तिच्या प्रत्ययाला आणून दिली. एखाद्या कृपणाला अकस्मात यदृच्छया धनलाभ व्हावा आणि तो हरखून जावा तशी मंगला हरखून गेली. आपल्या हातून आकस्मिक धनलाभ कोणी हिरावून घेऊ नये एवढ्यासाठी तो ज्या भावनेनं मुठीत घट्ट पकडावा त्या भावनेनं तिनं बबनचा हात घट्ट धरला.

चॉकलेटची गोडी तोंडात घोळू लागल्यावर बबनला पिशवीतील शेंगदाण्यांची आठवण झाली आणि मंगलासमोर शेंगदाणे खाण्याचा अजागळपणा करावा किंवा काय याचा विचार पक्का होण्यापूर्वीच त्याच्या हातांनी मूठ भरून शेंगदाणे पिशवीतून काढलेही. मंगलेपुढे तो हात करीत म्हणाला, "चालतील का हे गावठी काजू?"

"इश्श! न चालायला काय झालं! मला काय तू एखाद्या संस्थानाची राजकन्या समजतोस काय? आणि तुला जर चालतात तर मला का चालू नयेत? पण बबन, गड्या आसरा बघ ना आधी, का सारी रात्र इथेच गुजरायची?"

"अरे हो, खरंच की, चल चल." असं म्हणत तिचा हात हातात घेऊन बबनने अदमासाने हॉटेलच्या दिशेकडे चालायला आरंभ केला.

अंधार चांगलाच दाटला होता आणि गर्द रानांतला एक एक उग्र संमिश्र आवाज रात्रीचे भय वाढवीत होता. अशा आवाजात जरा काही चढउतार झाला की, मंगलेल्या हाताची पकड घट्ट होई आणि मंगला आपोआपच त्याच्याजवळ सरकत असे. एखाद्या अथांग, काळ्या-कभिन्न जलाशयाच्या पोटात शिरावं त्याप्रमाणे उंच उंच वृक्षांनी केलेल्या अंधाराच्या नळकांडीत ती दोघे घुसत होती. एवढ्यात 'आई ग!' अशी एक कर्णकटू किंचाळी फोडत मंगलानं बबनला घट्ट मिठी मारली-इतक्या अगतिकतेनं आणि आवेशानं की बलदंड बबनसुद्धा क्षणभर हादरला. काय झालं, असं विचारण्याच्या आतच बोट दाखवून ती म्हणाली, "तो पहा! तो पहा!" वळतवळत जाणाऱ्या एका सापाकडं पाहून श्वास टाकीत बबन आपल्या छातीवरून ते फुलांचं ओझं दूर कसं करावं या चिंतेने व्याकूळ

झाला. असा अभूतपूर्व योग आयुष्यात पहिल्यांदा उपभोगूनही अंगावर रोमांच उठण्याऐवजी भीतीने अर्धमेला झाला. त्याला भीती सापाची नव्हती, होती मंगलेच्या स्पर्शानं वेडावून जाऊन आपल्या हातून काही तरी वेडंवाकडं होण्याची.

"ते पाहा, ते हॉटेल दिसतंय" असं म्हणता म्हणता वृक्ष आणि लता विभक्त झाले, आणि हॉटेलच्या दारापाशी येऊन पोहोचले. घंटा, दारावरच्या थापा, आरडाओरडा या योगे बंगल्यात दिवे लागले आणि एक त्रासिक म्हातारा गृहस्थ दार उघडून बाहेर आला. जास्तीत जास्त तुच्छतेनं -

"काय हवंय?" म्हणून ओरडला.

"जागा हवीय आम्हाला!"

"जागा नाही!"

"अहो, पण असं काय करता? आता ह्या रात्रीच्या वेळी आम्ही कुठं जायचं?"

"त्याला मी काय करू. या अशा अवेळी तुम्ही आलांतच कसे इथं?"

"आमची गाडी बदं पडली हो! प्लीज, आजची रात्र आम्हाला इथं जागा द्या, उद्या पाहिजे तर आम्ही जाऊ."

मंगलेच्या आवाजातला नकळत आलेल्या मृदुभावाने त्या म्हाताऱ्याची नाराजी विरघळली, आणि तो बदलत्या आवाजात म्हणाला, "आमच्याकडे खरंच जागा नाही, आज संध्याकाळीच एक टेंट खाली झाला आणि त्यातसुद्धा काही सामान नाही. नुसती एक नवारीची कॉट आहे आणि फार तर एखादा रग देऊ शकेन मी, जास्त काही करता येईल असं वाटत नाही." त्याचं बोलणं पुरं व्हावयाच्या आतच मंगला म्हणाली, "चालेल चालेल. वाटेल ते चालेल."

तो म्हातारा आत काहीतरी आणायला गेला, तेवढ्यात बबन म्हणाला "आपण दुसरं हॉटेल पाहू. चल, हे असलं हॉटेल काही आपल्या कामाचं नाही. एकच कॉट आणि एकच रग. या थंडीत अशक्य आहे टेंटमध्ये राहणं."

"गप रे! आता काही तरी खुसपट काढू नकोस. या रात्री कुठं पदयात्रा काढायची सोय आहे का? मिळेल त्यावरच भागवले पाहिजे."

एवढ्यात तो म्हातारबुवा हातात एक हरिकेन कंदील, खांद्यावर एक रग आणि एक पाण्याचं तांब्याभांडं घेऊन येताना दिसला. त्याच्या मागोमाग जात, लष्करात वापरतात अशा एका टेंटची कनात वर करून तिघेजण तंबूत शिरले.

"ठीक आहे ना?"

जणू काही बाईसाहेबांची संमती मिळाली म्हणजे झालं या अभिप्रायानं

म्हाताऱ्यानं मंगलेकडे पाहिले. तिचा होकार दिसताच हातातील सर्व सामान एका टेबलावर ठेवून तो चालता झाला. जाताना कनातीचे दार हुकाला अडकवून जायला तो विसरला नाही. त्याच्या त्या कृतीचा अर्थ ध्यानात येताच दोघेही एकमेकांकडे पाहून खुदकन् हसली.

कॉटवरच्या गादीवर बॅगमधून एक पांढराशुभ्र पलंगपोस काढून तो अथंरत मंगलेनं नाटकीपणानं वाकून म्हटलं,

"इथं महाराज तुम्ही ! आणि-"

"आणि तू कुठं?"

"मी या इथं आरामखुर्चीत मस्त झोपणार!"

"तसला चावटपणा काही चालायचा नाही. तू कॉटवर झोप मुकाट्यानं." किंचित करड्या आवाजात बबन म्हणाला.

"अरे वा! तुम्ही तर अगदी हुकूमच सोडायला लागला आहात नवऱ्यासारखे. मी बायको नाही म्हटलं तुमची."

"तर मग, श्रीमंत राणी सरकारांनी मंचकावर झोपण्याची कृपा करावी. हा दास पायापाशीच्या घडवंचीवर झोपेल अशी दरबारी विनंती करू काय?"

मंगला खुदकन् हसली. तिच्या हसण्याने अनंत पक्ष्यांचे आकार घेतले आणि ते पक्षी त्या इवल्याशा तंबूत फेर धरू लागले!

"ए, हसायला काय झालं उगीच?"

"कुठं हसले?"

"तर मग काय करते आहेस तू?"

"मला गावंसं वाटतंय!"

"होऊन जाऊ दे!"

"मला नाचावंसं वाटतं आहे!"

"फारच छान!"

त्या छोट्या तंबूत हरिकेनऐवजी प्रत्यक्ष चंद्रदेव प्रकाश पाडू लागला. आणि तिची उन्माद-गंगा भगीरथ प्रयत्नानं एकदा जमिनीवर पोहोचली.

"तुला झोपायचं आहे, का असंच बोलत बसायचं आहे?"

"बसू या ना बोलत?"

"अगं वाजलेत किती कल्पना आहे का?"

"घड्याळातलं दिसतं तुम्हाला यावेळी?"

"न दिसायला काय झालं? या दिव्याचा प्रकाश काय थोडा आहे काय?

अन् माझी दृष्टी पण चांगली शाबूत आहे म्हटलं.''

''दृष्टी शाबूत असली तरी समज कुठाय शाबूत?'' आणि त्या शब्दांमागोमाग हंस, कोकिळा आणि ससाणा एकदम तारस्वरात कलकलले.

आपलं काय चुकलं ते काही बबनला कळलं नाही आणि पूर्वसंभाषण चाचपडताना त्याचा भाबडा चेहरा अधिकच भाबडा होत असलेला पाहून मंगलेलाही हसू आलं. तिच्या हसण्याची आणि त्याच्या भाबडेपणाची चढाओढच लागली होती जणू आणि शरण आल्यासारखा चेहरा करून हात जोडून बबन म्हणाला,

''माझे आई, आता झोप !''

''तू कॉटवर झोपलास तर मी झोपेन आरामखुर्चीत!''

''अगं, मला सवय आहे त्रासाची, इतक्या अडचणीत तुला झोप यायची नाही.''

''तर मग असं कर. पलंग चांगला प्रशस्त आहे. निम्म्या भागावर तू झोप आणि निम्म्या भागावर पाठ करून मी झोपते!''

काही तरी अक्रित घडल्यासारखा विस्मयकारक चेहरा करीत बबन जवळ-पास ओरडला, ''काय म्हणालीस?''

''एवढं दचकायला काय झालं? नाही तर आपली मी आरामखुर्चीवर झोपते.''

''नाही नाही तसं नको. सुसरबाई तुझी..''

कंदिलाची वात आणि पुसटत्या प्रकाशात देह चोरून बबन पलंगाच्या एका कोपऱ्यात आणि मंगला दुसऱ्या कोपऱ्यात देव्हाऱ्यातल्या देवाप्रमाणे ठेवले गेले. एकुलता एक रग, वाढती थंडी थोपविण्यास सर्वथा असमर्थ होता. पोटातून भुकेच्या वेदना नव्या थंडीला जन्म देत होत्या. आखडलेले पाय आंबायची वेळ आली तरी डोळे भरत नव्हते, आणि मंगलेची या कुशीवरून त्या कुशीवर चाललेली चळवळ तर बेचैन करून जात होती. हातातील पेल्यात शराब असावी, पण पेल्याशी ओठ भिडू नयेत या परते दुःख कोणते? कोणत्याही लोकरीची शान वाटू नये अशी उबदार मलमल, मिठी मिठीच्या अंतरात असून थंडीनं काकडण्याचं नशिबी असावं या दुर्भाग्याला काय म्हणावं!

''बबन'' कधी न ऐकलेल्या प्रवाही घोगऱ्या आवाजात हाक ऐकताच तत्परतेनं ''हाक मारलीस?'' असे म्हणत बबन कॉटवर बसता झाला.

''हं!''

''थंडी फार आहे नाही?''

“फारच!”

“काही दुसरं पांघरूण देऊ का तुला?”

“नको! नको! नको!” एकदम झटकून टाकल्यागत मंगला म्हणाली. परत आडवं झाल्यानंतर मंगलेचा उष्ण श्वास बबनच्या नासिकेनं ग्रहण केला.

“फार थंडी आहे नाही? अगदी आवरत नाही बघ, जवळ सरक ना माझ्या थोडं!”

मंगलेच्या हातात स्पर्शानं सरकत बबन मंगलेच्या कुशीत आला आणि अनावृत्त शरीराच्या स्पर्शानं मंगलेच्या थंडीतलं रहस्य त्याच्या ध्यानात आलं. बबनच्या कानात मंगल पुटपुटली.

“किती गाढव आहेस रे!”

“मी? तो कसा काय बुवा?”

“अगदी शुंभ आहेस बघ! काहीसुद्धा समजत नाही तुला. माझ्यासारख्या मुलीचं वागणं तुला समजत नाही. काय केलं असतं मी म्हणजे तुला समजलं असतं माझं तुझ्यावर प्रेम आहे, मला तू हवा आहेस.”

“मी तुला हवा आहे हे कापाच्या मैदानावर मला पहिल्याच दिवशी कळलं, पण म्हटलं, तवा तापला पाहिजे. तुझ्यासारख्या खुळ्या मुली निसर्गाशी बंड करायला उठतात. अशा स्त्रिया जिंकण्याचं एक टेक्निक आहे ते म्हणजे त्यांच्याशी ‘कोल्डवॉर’ पुकारायचं?”

“आता या थंडीतसुद्धा तू ‘कोल्डवॉर’ पुकारणार का?”

“छे! छे! आता तर कुठं युद्ध सुरू झालयं.”

“तर तर, मोठे आले युद्ध करणारे शेंदाड शिपाई, इतके दिवस का भागूबाई गप बसली होती.

“हे मात्र आता ‘टू मच’ झालं!”

“रागावू नको रे!” असं म्हणत तिनं बबनला घट्ट ओढून आपल्या मिठीत धरलं. तिला प्रतिकार करण्याचा लटका देखावा करीत बबन म्हणाला.

“अगं, पण तुझ्या त्या शरीरस्पर्शविरहित प्रेमाचं काय झालं?”

“Please !”

“मंगला, शरीरसुखाला, शरीरस्पर्शाला निंदणारे लोक ढोंगी असतात. शरीर सुंदर असते, ज्या शरीरात आपला आत्मा आपली हयातभर सोबत करतो ते शरीर वाईट असेल कसं? कुठल्यातरी अप्राप्य सुखासाठी शरीरसुखापासून वंचित होणारे महाभाग दुर्दैवी असतात. परमेश्वरानं दिलेल्या या सुरेख चौकटीत

आत्म्याचं चित्र मात्र ठेवायचं आणि चौकटीची निंदा करायची हे किती विपरीत आहे. परमेश्वर शक्तीनं आकारबद्ध झालेल्या या मांसाच्या गोळ्याच्या शरीराची निंदा करणं, शरीरसुखाला कमी लेखणं, ही प्रत्यक्ष परमेश्वराची निंदा आहे.''

सायासानं गवसलेल्या पोलादी शरीरस्पर्शात मंगला स्वत:ला हरवली आणि शरीरसुखाचं माहात्म्य शब्दांपेक्षा कृतीनंच पटवून द्यावं हे तिला अधिक पसंत पडलं. नाही तरी बबन 'येडा' होताच तिच्या मताने. तो बोलत होता अन् ती मात्र त्याच्या शब्दांना कृतिरूप देत होती.

आणखी आठ दिवसांनंतर दादा गवळ्याच्या हातात मंगलेनं आपली लग्नपत्रिका ठेवली, आणि मंगला आणि बबन यांच्या शरीरसंबंधाचे जाहीर निवेदन वाचून दादा गवळी तोंडात बोट घालून बसला, अन् सारं ऑफिस खदखदून हसू लागलं.

-०-०-०-

चार । कारण

मला तो अनुभव नवीनच होता. आजपर्यंत मंत्री, पुढारी, सरकारी कचेऱ्या यांपासून मी तसा दूरच होतो, पण एम. ए. ची परीक्षा पास झालो, पहिला वर्ग आणि मित्रपरिवारांचे कौतुक मिळविले आणि पुढे काय करावे या विचाराला लागलो तेव्हा मला आठवण झाली ती बाबाजीराव देशमुखांची.

बाबाजीराव देशमुख हे एक मोठं प्रस्थ होते. काँग्रेसच्या राजकारणातच त्यांचा आजवर जन्म गेला आणि मानाची सर्व पदे भूषवीत ते आता मंत्रीपदाच्या खुर्चीवर येऊन बसले होते. मंत्री म्हणून नव्हे परंतु माझ्या वडिलांचे स्नेही म्हणून त्यांचा माझा तसा चांगला परिचय होता. त्यांच्याकडे मला काही मागायचे नसल्यामुळे आमचे ते नाते तसे टवटवीत होते. अर्थातच त्यांचा सल्ला घ्यावा म्हणून मी त्यांच्याकडे गेलो. वास्तविक एम. ए. त दुर्मीळ असणारा पहिला वर्ग मी मिळविला होता. प्राध्यापक व्हायला मला व्यक्तिमत्त्व चांगलं होतं आणि ज्या कॉलेजातून मी एम. ए. झालो त्या कॉलेजातील प्राध्यापकांचे माझ्याशी जिव्हाळ्याचे संबंध होते, पण मला वक्तृत्व अजिबात नव्हतं. मला जमावाची भीतीच वाटे. बॅक-विमा कंपन्या यातल्या कामाची तर मला किळस होती. नेमकं काय करायचं ते नक्की समजेना म्हणून मी देशमुखांना भेटायला गेलो. देशमुखांनी सारं काही ऐकून घेतलं. ते म्हणाले, 'तूर्त असं कर- उद्यापासून माझा खाजगी चिटणीस हो. थोड्याच दिवसांत तुझं मनुष्यस्वभावाचं ज्ञान खूप वाढेल.'

मग मी ती नोकरी पत्करली. माझं मुख्य काम देशमुखांची भाषणं तयार करणं, लेख तयार करणं, त्यांनी केलेल्या संभाषणाची टिपणं काढणं, त्यांनी वाचावं असं साहित्य-मग ते वृत्तपत्रातलं असो वा पुस्तकातलं असो-त्यांच्यासाठी कापून किंवा निवडून तयार ठेवणं आणि दुपारच्या जेवणाच्या वेळेस त्यांच्याशी

राजकारणावर गप्पा मारणं व त्यांच्या त्या दिवशीच्या सर्व कामाधामाची टिप्पणी करून देणं एवढं होतं. देशमुखांनी मला राहायला स्वतंत्र खोली दिली, टेलिफोनचं कनेक्शन दिलं, आणि सचिवालयातल्या महत्त्वाच्या अधिकाऱ्यांशी ओळख करून दिली. जणू काही याच कामाला मी जन्माला आलो होतो इतक्या सफाईनं मी हे काम करू लागलो. देशमुखांना तर माझं काम आवडलंच, पण देशमुखांना इतका चांगला सहकारी मिळाला याबद्दल त्यांच्या इतर सहकारी राजकारणी मित्रांना त्यांचा मत्सरही वाटू लागला होता. वास्तविक तसं ते काम मुळीच अवघड नव्हतं. फक्त त्याला शिस्तीची जोड हवी होती आणि वाचनाची आवड असायला हवी होती. या दोन्ही गोष्ट माझ्या रक्तात पहिल्यापासूनच होत्या. त्यामुळे हे काम करताना मला कधीही अडचण पडली नाही. उलटपक्षी दर खेपेस मला ते आव्हानच वाटे, आणि म्हणूनच अल्पावधीत मी एक अत्यावश्यक मदतनीस आहे असे बाबासाहेबांना वाटायला लागले.

हळूहळू या देशाचे राज्य कसे चालते आहे याचाही मला प्रत्यय येऊ लागला. लाचलुचपत, वशिले, जातीयवाद यांचं नुसतं थैमान चालले होते. परंतु राजकारणात ज्याला भाग घ्यायचा आहे त्यानं थंड डोक्यानं आणि अलिप्ततेनं या सगळ्या गोष्टी पहिल्या पाहिजेत, ही पहिलीच गोष्ट मला देशमुखांनी शिकविली. कित्येक महत्त्वाचे निरोप त्या त्या अधिकाऱ्यांना मला स्वत:च द्यावे लागत. चिठ्ठीचपाटीत कोणी गुंतत नसे. कामे अगदी बिनबोभाट होत. एखाद्या कायद्याने किंवा कोणत्या तरी तांत्रिक अडचणीमुळे एखाद्या माणसावर मेहेरबानी करता येत नसली तर त्यासाठी जंग जंग पछाडून त्यातून मार्ग काढावा लागे आणि त्यासाठी मला खूप धावाधाव करावी लागे.

दिवस तसे चांगले चालले होते. नवनवीन माणसे भेटत होती. कोणत्याही कारणासाठी ज्या पुरुषावर कुरूपातली कुरूप बाई लुब्ध होणार नाही त्या या भोंगळ राजकीय पुढाऱ्यांच्या भोवती सुखवस्तू समाजातल्या, खाऊन-पिऊन माजलेल्या, रिकामटेकड्या बायकांचा ताफा असे. अर्थात आपल्या सौंदर्याचा आणि पुष्टतेचा आमिष म्हणून त्या वापर करीत होत्या, हे उघड्या डोळ्यांनी दिसत असलं तरी दाखवायचं मात्र नसे. एवढंच नव्हे, तर असे अनंत प्रकार डोळ्यांसमोर घडत असताना आपण जणू काही ते पाहिलेच नाहीत असे दाखविताना माझी त्रेधातिरपीट उडत असे.

बाबासाहेब देशमुख हा तसा उमदा आणि रंगेल माणूस होता. सर्वसामान्यत: काही तरी देऊ करणाऱ्या माणसांची कामं तो नाकारीत नसे. कधी कधी त्याच्याभोवती

जमलेल्या लाळघोट्या मंडळींचा मला राग येई आणि वाटे, हा मनुष्य स्खलनशील आहे-मोहवश आहे, परंतु याच्या अंत:करणात कोठेतरी जो एक भलेपणा आहे, तोसुद्धा खूशमस्करी मंडळी ओरबाडून काढीत आहेत. देशमुखांची जी बदनामी अधूनमधून होई, त्याला खुद्द देशमुखांच्या वर्तनापेक्षा त्यांच्या भोवतालच्या स्तुतिपाठकांचं वर्तनच कारणीभूत होत होतं. बाबासाहेबांना हे कळत होतं, पण त्यांच्या स्वभावला काही औषध नव्हतं. मला हे सारं समजायला वेळ लागला.परंतु माझ्या हे ध्यानात आल्यानंतर मी बऱ्याच गोष्टी आवाक्यात आणल्या. त्याला पुष्कळच उशीर झाला होता. प्रकरण फारच पुढं गेलं होतं. प्रधानमंत्र्यांपर्यंत बाबासाहेबांच्या वर्तनाच्या कागाळ्या गेल्या आणि एक दिवस बाबासाहेब जे घरी परतले, ते मंत्रीपदाचा राजीनामा देऊनच.

नेमकं काय घडलं ते खाजगी चिटणीस असूनही मलासुद्धा कळलं नाही. मुख्यमंत्रीपदावर डोळा ठेवून असणाऱ्या बाबासाहेब देशमुखांना राजकारणातून काढून फेकून देण्यात आलं. ही गोष्ट धक्कादायक तर होतीच, परंतु माझ्या दृष्टीनं ती आयुष्य बदलून टाकणारी घटना होती. मी धड सरकारी नोकरही नव्हतो आणि धड खाजगी नोकरही नव्हतो. बाबासाहेब मुंबई सोडून एकदम गावी निघून गेले आणि मी काय करावं या चिंतेत होतो. तोच मुख्यमंत्र्यांनी मला फोन करून घरी बोलावलं.

मुख्यमंत्री माझ्या चांगल्या ओळखीचे झाले होते. बाबासाहेबांच्या बरोबर मी त्यांच्याकडे पुष्कळ वेळा गेलेलो होतो. आणि वेळ मिळाला की ते माझ्याशी ताजं साहित्य, नाटक-सिनेमा यावर आवर्जून गप्पा मारीत. त्यांना नाटकाची तर फार हौस होती; परंतु कामाच्या घाईगर्दीत ती पाहाणे त्यांना काही जमत नसे. मग माझ्याशी गप्पा मारून ते दुधाची तहान ताकावर भागवीत असत.

मुख्यमंत्र्यांना मी भेटताच त्यांनी विचारलं, "आता काय बेत आहे?"

"तसं काही ठरलेलं नाही."

"तू देशमुखांचा माणूस आहेस. तरीसुद्धा तुझ्याबद्दल माझं चांगलं मत आहे. तुझी इच्छा असेल तर तुझ्यासाठी तुझ्याजोगतं काम आहे माझ्यापाशी."

"काहीतरी मला केलंच पाहिजे: तेव्हा-"

"म्हणूनच म्हणतो, बाबासाहेब काही राजकारणात परत येत नाहीत हे नक्की आणि म्हणून तुझ्यासारख्या पात्रतेच्या माणसाची त्यांना आता गरजच नाही. आम्ही राजकारणातील माणसं म्हणजे काही प्रभू रामचंद्र नाही किंवा सत्यवचनी हरिश्चंद्रही नाही. मोह कितीही आले तरी सार्वजनिक जीवन जगणाऱ्यांनी

आपली मर्यादा सांभाळली पाहिजे. बाबासाहेबांनी हद्दच केली. अनेकदा सांगून त्यांनी ऐकले नाही. उलट अरेरावीनं माझासुद्धा उपमर्द केला आणि शेवटी त्यांची अशी अखेर झाली. ते असो, तू आता स्वत:चा विचार केला पाहिजेस. तू तरुण आहेस. तुझ्याबद्दल सगळेजण चांगलं बोलतात. तुझं सेक्रेटरियल वर्क चांगलं असतं असा मला रिपोर्ट आहे. खरं म्हणजे मी तुला माझ्याकडंच घेणार होतो. परंतु आपल्या नव्या मंत्री मिसेस प्रभा सांवत यांना एका हुषार चिटणिसाची अत्यंत आवश्यकता आहे. त्या अजून अननुभवी आहेत. त्यांचं खातंही नव्यानंच निर्माण झालं आहे. साहित्य, संगीत, नृत्य या सगळ्यांची माहिती असणाऱ्याची तिथं गरज आहे. शिवाय पब्लिकचा तर त्या खात्याशी जास्त संबंध येतो. तू हे काम करू शकशील अशी मला आशा आहे.''

मी क्षणभर विचारात पडलो. वास्तविक हे काम करायला मला आवडलं असतं. सचिवालयातल्या या मुखवटी दुनियेत माझं मन आता रमायला लागलं होतं. मनात येईल ते कोणतंही काम स्वत:साठी किंवा कोणासाठीही करणं फार सोपं होतं. लोभी, लाचार, मतलबी अशा अनेक माणसांच्या गराड्यात सचिवालय बुडून गेलं होतं. बाबासाहेब देशमुखांचं चिटणीसपद केल्याकारणानं कोणत्याही मंत्र्याचा चीफ सेक्रेटरी किंवा मुख्यमंत्र्यांचंसुद्धा दार मला उघडंच होतं. आपल्याला एखादी गोष्ट घडवायची असली तर ती सरळ सांगून घडवणं सोयीचं नसतं. ती कामं ढकलणारे, योग्य त्या ठिकाणी त्यावर वजन ठेवणारे, अकारण हसणारे असे चारदोन आश्रित नेहमीच पदरी बाळगावे लागतात. ही खुबी सांभाळली पाहिजे. मोठ्या लोकांत उठबस करण्याची आणि मोठ्या लोकांत आपली उठबस आहे, हे दाखविण्याची ज्यांना फाजील हौस आहे, अशी ही माणसं असतात. देशमुखांच्या कृपेने अशी दोनचार माणसं माझ्या कच्छपी लागली होती. एखादी किरकोळ गोष्ट आपणहून त्यांच्यासाठी केली म्हणजे तर ही तथाकथित कुत्र्यांची फौज इमानानं गोंडा घोळायला आजन्म सिद्ध असायची.

मला विचारात पडलेला पाहून मुख्यमंत्री म्हणाले,'चिंता करण्याचं काही कारण नाही. आवश्यकता लागेल तेव्हा मी आहेच.' वस्तुत: मी गोंधळात का पडलेलो होतो, हे मुख्यमंत्र्यांना समजलेलंच नव्हतं. ही चिटणीसी एका स्त्री मंत्र्याची होती आणि त्यातही ती स्त्री देखणी, तरुण. तिची नियुक्ती झाली होती, त्यातसुद्धा खूप राजकारण होतं. राजकारणातलं ते एक प्यादं होतं. हे प्यादं गिळायला पुष्कळ वजीर हमरीतुमरीवर येण्याची शक्यता होती.

पण अखेरी मी हे काम स्वीकारलं. मुख्यमंत्र्यांनी प्रभाताईंची ओळख

करून दिली. दुरून पाहताना वाटलं त्यापेक्षा त्या अधिक देखण्या होत्या, आणि संस्थानी घराण्यात जन्म घेतल्याच्या काही खानदानी राजस खुणा त्यांच्या अंगोपांगावर होत्या. बुद्धिमत्तेचं तेजही त्यांच्या डोळ्यांत होतं. स्त्रियांना प्रतिनिधित्व देण्याच्या नवीन लाटेत त्यांचा नंबर लागलेला होता. एरव्हीही खानदान-शिक्षण, सौंदर्य-वक्तृत्त्व यामुळं त्या मंत्री व्हायला तशा लायक होत्या.

त्याच्याकडं सांस्कृतिक खातं होतं. त्यामुळे त्यांना खूप ठिकाणी समारंभाचं अध्यक्षस्थान स्वीकारावं लागे. पहिल्या पहिल्यांदा त्यांची संपूर्ण भाषणे मी तयार करून दिली. परंतु माझ्या ध्यानात आलं की केवळ मुद्दे काढून दिले आणि एखादं चांगलं कोटेशन, संस्कृत किंवा इंग्रजी वाङ्मयतला एखादा किस्सा, एखादे सुभाषित एवढं जरी दिलं तरी त्या आपलं भाषण चांगलं रंगवू शकतं. लेखनाची अगोदरच आवड होती, आणि आपले लेख छापून येण्यात त्यांना धन्यता वाटते, हे कळल्यानंतर त्यांचे लेख व गोष्टी थोड्याफार सुधारून जाहिरातीचं अमिष दाखवून सर्व मासिकांत मी छापून आणू लागलो. त्यांची राहणी नेटकी होती आणि खादीचे सुंताडे त्या वापरत नसल्यामुळं त्यांच्या कपड्याला झळाळी असे. शक्य तोपर्यंत त्या सौम्य रंगाचे कपडे वापरत. पण एखाद्या समारंभाला जाताना त्या झोकदार कपडे घालून येत.

सचिवालयात असो किंवा कोणत्याही समारंभाला असो, त्यांचे मिस्टर नरसिंग सांवत कधीही मी तिच्याबरोबर पाहिले नाहीत. मी पुष्कळदा त्यांच्या घरीही गेलो पण तेव्हाही तिचे मिस्टर मला कधी दिसले नाहीत. मला एवढंच माहीत होतं की ते खूपच सधन आणि श्रीमंत असे मूळचे इनामदार होते. आपल्या बायकोनं राजकारणात जावं अशी त्यांची मुळीच इच्छा नव्हती. परंतु वडिलांच्या आग्रहाखातर आपल्या बायकोला त्यांनी निवडणुकीला उभं राहू दिलं, आणि त्याचा परिणाम एवढाच झाला की बायकोसाठी त्यांना मुंबईला येणं भाग पडलं. मुंबईला येताच त्यांनी मोडकळीला आलेलं लव्हनेस्ट हे वरळीचं हॉटेल विकत घेतलं आणि चारदोन सहकाऱ्यांच्या समवेत त्याचं भव्य आणि अलिशान हॉटेलमध्ये रूपांतर करण्यास आरंभ केला.

नवराबायकोचं फारसं पटत नसावं अशी एक वदंता होती. लग्न होऊन आठ वर्षं झाली तरी अद्यापि त्यांना मूलबाळ झालेलं नव्हतं. नवराबायकोत विशेष सामरस्य नसलं तरी बेबनावही नसे, कारण न चुकता ते दर महिन्यानं आपल्या राहत्या गावी जात असत.

माझं आणि मंत्री-महोदयांचं ठीक जमलं असं म्हणायला हरकत नाही.

एखाददुसरा दिवस मी कारणपरत्वे गैरहजर राहिलो तरी ऑफिसचा रागरंग बिघडलेला आहे हे माझ्या ध्यानात येई. आता मी सरकारी नोकर झालो होतो. मी गैरहजर असलो की फोनवरून चौकशी होई. एकदा तर मी आजारी आहे असे कळल्यावर बाई स्वत: घरी येऊन गेल्या. त्यांची ही आपुलकी केवळ भलेपणाचं द्योतक होती की त्या मागं काही अन्य भावना दडलेली होती हे मला कळेनासं झालं. ऑफिसमध्ये नित्यनियमानं मला त्या आपल्याबरोबर चहा देत. जेवायच्या वेळेला घरी असलो तर आग्रह करून स्वत:बरोबर जेवायला ठेवून घेत. परंतु त्यांच्या चेहऱ्यावर आपुलकी कधीही ओघळताना दिसली नाही. संस्थानी खानदानीची ऐट, सत्तेचं तेज आणि सुशिक्षित बुद्धिमान स्त्रीचा निर्विकार स्नेह या साऱ्याआडून अगदी पुसट एखादा क्षण निसटून माझ्यापुढे कोसळे. परंतु तो टिपण्याची माझ्यात ताकद नव्हती.

कधी कधी एखाद्या नाटकाच्या रौप्यमहोत्सवानिमित्त प्रभाबाईंचं भाषण असे. बाकीचा मंत्रीपदाचा जामानिमा त्यावेळी अर्थातच कमी असे. शोफर, चपराशी, मी आणि स्वत: प्रभाबाई असे बहुधा चौघंच अशा वेळी असू. अर्थात नाटकगृहावर आवश्यक तो बंदोबस्त असे. एका लोकप्रिय नाटकाच्या पाचशेव्या प्रयोगाच्या निमित्तानं झालेल्या समारंभासाठी आम्ही निघालो तेव्हा बाईंनी मलाच गाडी चालवायला सांगितली. चपराशीही बरोबर नव्हता. बाईंनी हे सारं हेतुपुरस्सर केलं होतं की काय हे मला माहीत नव्हतं. बाईंना वाऱ्यावर हिंडायची कधी कधी हुक्की येत असे. तशी आज आली असावी, हे मी समजलो. पण मंत्रीपदाच्या इतमामासाठी चपराशी आणि ड्रायव्हर यांनी बरोबर असायलाच पाहिजे होते. परंतु बाईंच्या मनात आज काय आहे ते समजेनाच.

मध्यंतरातला सभारंभ आटोपल्यावर रिवाजाप्रमाणे आम्ही घरी जायला निघालो. गाडी बंगल्याकडे नेण्याऐवजी त्यांनी ती पूना-बॉंबे रोडच्या दिशेनं वळवायला सांगितली. मला काचाही खाली करायला सांगितल्या. भन्नाट वारा गाडीत शिरत होता, आणि त्या वाऱ्याच्या झोतानं बाई खुषीत आल्या होत्या. तीस-चाळीस, पन्नास-साठ अशी जलद लयीनं गाडी चालविल्यावर त्यांनी गाडी वळवायला सांगितली. मीही काही न बोलता गाडी वळविली. या सबंध प्रवासात आमचं एक शब्दही बोलणं झालं नाही. पण एवढं भन्नाट वारं असतानाही बाईंच्या अंत:करणातील धग मला जाणवली होती. पण त्याबाबत मी काहीच करू शकत नव्हतो.

सचिवालयाच्या कानाकोपऱ्यात प्रभाबाईंच्याबद्दल कुतूहल होतं. ओशट

चेहऱ्याचे आणि तेलकट मनोवृत्तीचे नवे जुने मंत्री बाईंच्या ओळखीसाठी धडपडत असत. बाईंच्या डोळ्यांत करारीपणा होता, आणि राजघराण्यातील अहंकारही! त्यामुळे त्यांना म्हण्याजोगा उपसर्ग होत नसे. परंतु कोणतीही स्त्री देवाने आपल्यासाठीच घडवली आहे, असं मानणारे एक बलदंड मंत्री मंत्रीमंडळात एका हुद्याच्या जागी होते. मुख्यमंत्र्यांच्यापेक्षाही त्यांचा रूबाब जास्त असे. सचिवालयातला त्यांचा रूबाबही काही और होता. त्यांच्या चरित्र्याची चिरफाड रोज वर्तमानपत्रे करीत असत. परंतु त्यांना अजून मंत्रीमंडळातून कोणी हलवू शकलं नव्हतं. बाईंशी त्यांनी अतिप्रसंग करण्याचा प्रयत्न केला. सचिवालयाच्या सहाव्या मजल्यावर त्याचा बभ्रा झाला. बाईंना मानणारे सचिवालयात खूप जण होते. मुख्यमंत्र्यांच्या लेखी तर ती सुवर्णसंधीच ठरली होती. या प्रसंगातून एवढंच घडलं की तडकाफडकी त्या आगाऊ आणि डोईजड झालेल्या मंत्र्याला काढून टाकणं मुख्यमंत्र्यांना सोपं गेलं. त्या साऱ्याच प्रकरणात माझ्यावर फार मोठी जबाबदारी येऊन पडली होती. सचिवालयात आणि बाईंच्या मनातही माझा भाव अधिकच वधारला होता.

बाईंचं मन तसं मला काही कळू शकत नव्हतं. किंबहुना माझ्या स्वत:च्या सुरक्षिततेसाठी खानदानी कुलात जन्म पावलेल्या, संस्थानी तेज अंगोपांगावर पांघरणाऱ्या, मंत्रीमंडळात व राजकारणात काही विशेष स्थान प्राप्त झालेल्या प्रभाबाईंच्या मनात मला खरोखरीच जागा नको होती. आपली पायरी आपण ओळखलीच पाहिजे असा माझा दंडक होता. माझ्या भवितव्यतेच्या आड एखाद्या स्त्रीने-विशेषत: प्रभाबाईंसारख्या स्त्रीनं यावं ही गोष्टही माझ्या कोष्टकात बसत नव्हती. त्यांनी दाखविलेल्या आपुलकीची अखेर दोघांच्याही सर्वनाशात होणार हे भविष्य वर्तविण्यासाठी विशेष बुद्धिमत्तेची गरज नव्हती. माझं मन मी सावध ठेवलं होतं. मी तरुण होतो. मला आयुष्यातील सारे मोह खुणा करून बोलवीत होते. प्रभाबाईंच्यासारखी रसिक, ज्ञानवेडी, देखणी आणि सत्तासंपन्न स्त्री माझ्या आयुष्यात अकारण ढवळाढवळ करू पाहात होती.

स्त्रीपुरुष संबंधातही हीच गमंत आहे की, आपलं ओढाळ मन नको त्या दिशेनेच नेहमी वावरत राहातं. प्रभाबाईंच्या निकट आणि दाहक सहवासात माझं मन अनेकदा पेटून उठे. संयमाचे सारे निर्धार हतबल होत. मी एका प्रचंड अशा आवर्ताकडे खेचला जात आहे हे कळायला मला मुळीच वेळ लागला नाही.

मराठवाड्यातल्या एका दौऱ्यात, इतक्या दूरवर मी त्यांच्या बरोबर प्रथमच जात होतो. नेहमीप्रमाणे मी, बाई, चपराशी आणि ड्रायव्हर दौऱ्यावर निघालो. गावोगावचे आमदार, खासदार त्या त्या ठिकाणी गर्दी करून सोडत. त्यांच्या

गाड्या मागेपुढे असत. डाक बंगल्यावर बारा एक वाजेपर्यंत त्यांचा राबता असे. त्यामुळे म्हणण्यासारखं काही घडलं नाही. ठरल्याप्रमाणे दौरा पार पडला. सर्वांचा निरोप घेऊन आम्ही परतीच्या प्रवासाला निघालो. बाईंचं कुलदैवत मराठवाड्यातच होतं. कुलदैवताचं दर्शन घेण्याचा मनसुबा त्यांनी व्यक्त केला. त्यातही मला वावगं काही वाटलं नाही. यथासांग पूजाअर्चा, जपजाप्य बाईंनी करवून घेतलं. उशीर खूप झालेला होता. तीन-चार मैलांवर एका मोठ्या आंबराईत निजामाच्या कारकिर्दीत बांधलेला एक डाकबंगला होता. मुक्काम करणं अपरिहार्य झाल्यामुळे आम्ही डाकबंगल्यात उतरलो. आम्ही आधी येणार अशी वर्दी कशी मिळाली होती कुणास ठाऊक? वास्तविक बाईंच्या दौऱ्यात तेथे मुक्काम अपेक्षित नव्हता. त्यामुळे तशी मी तरतूदही केलेली नव्हती. रिझर्वेशन करण्याचं काम माझ्याकडेच असल्यामुळे हे रिझर्वेशन कुणी केलं हे माझ्या लक्षात येईना. बंगला मोठा होता. त्यात दोन सूटस् होते. शिवाय नोकरांना राहण्यासाठी बंगल्याच्या मागे स्वतंत्र जागा होत्या. बंगल्यावर खानसामा होता. आम्ही गेलो तेव्हा जेवणाची सर्व तयारी करून तो वाट पाहात होता. व्ही. आय. पी सूट तर जय्यत तयार होता. बाईंनी तो व्यापला आणि मी आपल्या सूटमध्ये जाऊन विश्रांतीसाठी थांबलो. अर्ध्यातासाने टेबलावर जेवण लावल्याची वर्दी घेऊन खानसामा आला. मी चटकन कपडे बदलले आणि डायनिंग रूममध्ये आलो. मी येऊन पोचतो न पोचतो तोच प्रभाबाई आल्या. त्यांचे रूप आता अगदी पालटले होते. प्रवासाचा शीण तर त्यांच्या चेहऱ्यावर नव्हताच. उलट चांगलं स्नान केल्यामुळे त्यांच्या चेहऱ्यावर एक विलक्षण झळाळी आली होती. केस मोकळे सोडून ते एका रिबीनने त्यांनी बांधले होते. त्यामुळे का कुणास ठाऊक, त्या खूपच तरुण वाटत होत्या. अगदी पांढरेशुभ्र कपडे त्यांनी घातले होते. त्यांचा नेहमीचा दिमाख व अधिकाराची ऐट यांचा तर लवलेश नव्हता. त्यांचे हास्य अगदी सहज आणि निर्व्याज होते. त्या आल्या. खुर्चीवर बसता बसता म्हणाल्या, "जगूची आणि राघवची जेवण्याची व्यवस्था झाली आहे का बघा." खानसाम्यानं ते ऐकलं. तो म्हणाला. "आपला खाना झाला की त्यांना वाढतो." मी हसलो! मला हसताना पाहून बाई म्हणाल्या "का हसलात!"

"नाही सहज!"

"हसण्यासारखं तर काहीच घडलं नाही. तुम्ही उगीच हसणं शक्य नाही."

"आपण रागावणार नसाल तर सांगतो."

"छे छे! मुळीच रागावणार नाही."

"मला एक प्रश्न पडला आहे. आपला इथला मुक्काम काही ठरलेला नव्हता. मग बंगला रिझर्व केला कुणी? खानसाम्याला वर्दी दिली कुणी?"

बाई खदखदून हसल्या. चतुरपणाने एखादी गोष्ट आपण केली की त्याला दाद मिळावी अशी प्रत्येकाला इच्छा असते. अशा वेळेला माणसाचे हास्य निर्भर असते. त्या म्हणाल्या, "राजकारणात पडल्याशिवाय तुला ते कळायचं नाही."

'तुम्ही-आम्ही' जाऊन संभाषणात अरे तुरे केव्हा शिरले हे सहसा लक्षात येत नाही. कित्येकवेळा जवळकीचं नातं उत्पन्न करत असताना 'तुम्ही-आम्हीचा' परकेपणा असह्य होतो. माणसे सवयीने त्या दुराव्यातून बाहेरही पडू शकत नाहीत. नातं बदलायचं कित्येकवेळा अशामुळं राहूनही जातं. पण बाई चतुर होत्या. त्यांनी संभाषणाच्या पहिल्या धाग्यातच एकेरी रस्त्याने प्रवास सुरू केला. माझ्या तेही लक्षात आलं. मी ते ओळखलं हे बाईंच्याही लक्षात आलं. बाई मला एका कड्याच्या टोकावर खेचून नेणार हे आता माझ्या पुरते ध्यानात आले. प्रवासानं माझं मन थोडं हलकं झालं होतं. संयमाचे बुरूज ढासळायला आरंभ होत होता. पण मी आता त्यांना थांबवणार नव्हतो. काय व्हायचं असेल ते होईल; असं दरडावून बजावणारा माझ्यातला बेगुमान पुरुष जागा होऊ पाहात होता. बाई पुढे बोलत होत्या. मी त्यांच्या बोलण्याकडे फारसं लक्ष देत नव्हतो. बाईंनी आपल्या कुलदैवताच्या पुजाऱ्यालाच स्वत: पत्र लिहिले होते. आपल्या पूजा-अर्चेत राजकारणी लोकांचा व्यत्यय नको यासाठीच त्यांनी कोणाला कळवू नका असं बजावून सांगितलं होतं. त्यानेही आपलं काम चोख केलं होतं आणि बाईंच्याही मनासारखं झालं होतं. जेवताना बाई खुशीत होत्या. खानसामा काही नवीन पदार्थ घेऊन आला की त्या त्याचे कौतुक करत होत्या. जेवताना सारखं काहीतरी संभाषण बाई जागतं ठेवीत होत्या. इतकं हलकं फुलकं त्या बोलू शकतील हे मला कधीच खरं वाटलं नसतं, पण मनात फुलत असलेली कामना माणसाला बदलून टाकते. त्या आज षोडशवर्षी युवती बनल्या होत्या. अल्लड बनल्या होत्या. समोरच्या फुलत असलेल्या फुलाचे बदलते रंग मीही कौतुकाने न्याहाळत होतो.

जेवण संपलं. बाईंनी स्वत:च्या डबीतली सुपारी काढून दिली. बाहेरच्या लाऊंजमधल्या वेताच्या खुर्च्यांवर आम्ही येऊन बसलो. आकाशात चंद्र नव्हता. पण लाऊंजमध्ये मात्र चांदणं बरसत होतं. त्या अत्यंत शांत अशा परिसरात बेचैन असणारं एक अंत:करण बधीर करणारे आवाज करीत होतं. एकदम बाई म्हणाल्या, 'तू सिगरेट ओढतोस रमेश.'

"हो-कधी कधी !"

"मग आत्ता ओढायला काही हरकत नाही."

"पण तुमच्यासमोर सिगरेट मी कधी ओढत नाही म्हणून मी सिगरेटस् आणल्याच नाहीत."

"जरा थांब, मी आलेच." असं म्हणत बाई चटकन त्यांच्या सूटमध्ये गेल्या. आणि परत येताच त्यांनी माझ्यासमोर एक सिगरेटचं पाकीट आणि काड्यापेटी धरली. डनहिलसारखी परदेशी सिगरेट त्यांच्याजवळ पाहून मी चकितच झालो. या सिगारेटची खरेदी खास माझ्यासाठी झाली हे मला कळत होतं. मी म्हणालो,

"तुमच्याजवळ सिगरेट? आणि तीही परदेशी!"

बाई हसल्या, "तू सिगरेट ओढतोस हे मला माहीतच होतं. पण माझ्यासमोर ओढत नाहीस हेही मला माहीत होतं. आय वॉन्ट यू टू स्मोक!"

मी सिगरेटची पेटी उघडली. सिगरेट तोंडात ठेवली. तेवढ्यात बाई उठल्या. माझ्या हातातली काड्यापेटी घेऊन त्यांनी माझी सिगरेट पेटवली. तीही इतक्या सफाईने की जणू काही त्यांना वर्षांनुवर्षाचा अनुभव असावा. वाऱ्याचा झोत अडवण्यासाठी त्या माझ्या बाजूला आल्या. हाताचा तळवा त्यांनी खोल केला आणि सिगरेटचा धूर अंगावरून येईपर्यंत त्या तिथेच उभ्या राहिल्या. सिगारेटचा सुगंध त्यांच्या अंगावरून येणाऱ्या एका अनोख्या सुगंधात सफाईदारपणे विरघळला. कितीतरी वेळ आम्ही समोरासमोर बसलो होतो. एखाद दुसरा शब्द बोलत होतो. पण जवळपास नि:स्तब्ध होतो. एखाद्या दिव्य अनुभवाची जणू ती प्रतीक्षाच होती. मग त्या म्हणाल्या, 'जगूची आणि राघवची जेवणं झाली का बघून ये!' मीही न बोलता उठलो. डायनिंगरूममध्ये गेलो. तेथे कुणी नव्हतं. खानसामा मागच्या पडवीत उभा होता. त्याला मी विचारले. तो जणू माझ्या इजाजतीची वाटच पाहात होता. पहाटे पाचला त्याला येण्यासाठी बजावले आणि जगू, राघवला तो निरोप द्यायला सांगून तो जाताच मी पडवीचा दरवाजा बंद करून घेतला. येताना दिवेही मालवले. माझ्या खोलीतला दिवाही मी मालवून टाकला. मी लॉऊंजमध्ये येताक्षणीच बाईही उठल्या आणि आपल्या खोलीच्या दिशेनं चालू लागल्या. माझी पावले जड झाली. क्षणभर मी काय करावे या संभ्रमात पडलो. हीच वेळ परत फिरण्याची आहे, असं माझ्या मनात येऊन गेलं. कदाचित मी परत फिरलोही असतो. त्याच वेळेला बाईंनी मागे वळून पाहिलं. एखाद्या मांत्रिकाने भारून टाकल्याप्रमाणं आपोआपच मी त्यांच्या दिशेने वळलो.

मी खोलीत प्रवेश करताच बाईंनी दार लावून घेतलं. दारावरचे पडदे नीट केले. चटकन माझी नजर खिडक्यांकडे गेली. खिडक्यांचेही पडदे अगोदरच नीट जुळवलेले होते. बाईची माझ्याकडे नजरानजर झाली आणि सर्व प्रश्न सुटल्यासारखे झाले. बाईचा हात बटणावर होता. क्षणार्धात अंधार झाला. वस्त्रांची सळसळ तेवढी ऐकू आली आणि ज्याचा मला कधीही अनुभव नव्हता अशा एका मखमली स्पर्शात मी पार बुडून गेलो.

एका मागोमाग अनेक आवर्तन उठली. एवढी नाजूक स्त्री एवढी आक्रमक असेल असं मला वाटलं नव्हतं. पण स्त्रीचा देह रचतानाच परमेश्वराने फार मेहनत घेतली आहे. मध्येच मी तिला म्हणालो, ''मला तुला एकदा पाहायचं आहे पुरेपूर प्रकाशात-''

ती हसली-एखाद्या तंतुवाद्यासारखी. तिचा हात माझ्या खांद्यावरून मागे गेला, बटण लावले गेले आणि खोली एकदम प्रकाशमान झाली. वस्त्रांकित प्रभा आणि नैसर्गिक प्रभा यात केवढा फरक होता. समोर उघडा पडलेला हा उन्मत आवेश माझ्या डोळ्यांत शिरला आणि थंडावलेली माझी आग पुन्हा पेटली. स्त्रीचे सारे सौंदर्य तिच्या डोळ्यांत असते. तिच्या डोळ्यांत मिस्किलपणा होता-आमंत्रण होते - आणि अपार कृतज्ञताही असावी. मी तिच्या अंगाशी झटण्यापूर्वीच पुन्हा खोली अंधारली - पण माझी गात्रे मात्र उजळली.

पहाटे मला जेव्हा जाग आली तेव्हा बाई शेजारी नव्हत्या. एका धुंद आळसात मी गुरफटलो होतो. जे जे घडलं ते पुन्हा पुन्हा आठवण्याचा प्रयत्न करत होतो. पुन्हा पुन्हा अंगावर रोमांच फुलत होते. एवढ्यात दार उघडलं. त्या क्षणीच लक्षात आलं, काल रात्री ज्या कामिनीच्या स्पर्शात मी स्वत:ला हरवून गेलो होतो तिचा लवलेशही समोरच्या मूर्तीत नव्हता. सचैल स्नान करून नवी शुभ्र वस्त्रं परिधान करून माझ्यासमोर उभी असणारी ती स्त्री मला एकदम अपरिचित वाटली. ती माझ्याजवळ आली. माझ्या मस्तकावरून हात फिरवीत ती म्हणाली,

''रमेश, पहाट झाली आहे. आता उठून तुझ्या खोलीत जाऊन पड. राघव, जगू येतील एवढ्यात.''

मग मात्र मी एकदम खडबडून जागा झालो. माझ्या ध्यानात आलं की आता पुन्हा पूर्वीचे मुखवटे धारण केले पाहिजेत, जगासमोर आमचे जे नाते आहे त्यात काही बदल होणार नव्हता. मी उठून उभा राहिलो आणि माझ्या खोलीकडे जायला लागलो. तेवढ्यात ती माझ्याजवळ आली. माझ्या खांद्यावर हात ठेवीत

ती म्हणाली, "तुला मी विसरू शकणार नाही. मी स्त्री आहे याची पहिली खरी जाणीव मला तू काल करून दिलीस. मी तुझी फार फार आभारी आहे."

असं म्हणता म्हणताच तिनं मला जवळ ओढलं. माझ्या गालांवर ओठ टेकले आणि माझी मिठी घट्ट होण्याच्या आतच ती माझ्यापासून दूर झाली. मग मीही काही न बोलता माझ्या खोलीत निघून गेलो.

परतीचा प्रवास नेहमीसारखाच झाला. तिनं कुठं अवाजवी आपुलकी दाखविली नाही किंवा आपल्या अधिकाराचे अस्तित्व जाणवू दिले नाही. पण आदल्या रात्री घडलेल्या वादळाचा मागमूसही तिच्या चेहऱ्यावर कधी उमटला नाही. मुंबईला पोचल्यावर आधी मला उतरायचं असल्यामुळे मी तशी परवानगी मागितली. माझ्या घरासमोर तिने गाडी थांबवली. नेहमीसारखंच ती मोकळेपणाने हसली. ती एवढंच म्हणाली, "चार वाजेपर्यंत सचिवालयात या. महत्त्वाचं काम आहे."

मी मानेनं हो म्हणालो आणि माझ्या घरात शिरलो. दरवाजा बंद करून आरामखुर्चीत येऊन बसलो आणि शांतपणे विचार करू लागलो. माझा निर्णय पक्का होताच मी मुख्यमंत्र्यांकडे राजीनामा पाठविण्याचं ठरवलं आणि दुसरं पत्र प्रभादेवींना लिहिलं. मायना काय लिहावा हे मला सुचेना. शेवटी मी मायन्याशिवायच पत्र लिहिलं.

'काल रात्री जे घडलं, त्याच्यावरून माझ्या असं लक्षात आलं आहे की मला तुमचा मोह टाळता येणार नाही व तुम्हालाही माझा मोह टाळता येणार नाही. तुमची स्वतःची जी इभ्रत आहे, प्रतिष्ठा आहे तिचा विचार केला तर आपल्यात निर्माण झालेलं नातं धोक्याचं आहे. माझ्या स्वतःच्या दृष्टीनंही विचार केला तर तुम्हाला पाहिल्याबरोबर तुमचं माझं-नवं नातं विसरून तुमच्यासमोर वावरणं मला कठीण आहे. प्रियकर आणि नोकर या दोन्ही भूमिका एकाचवेळी पार पाडता येणार नाहीत. तुमचा मोह अनावर आहे, आणि त्या मोहापासून मला दूर राहाता येणार नाही. आत्ताच मी मुख्यमंत्र्यांकडे राजीनामा पाठविला आहे. मी काहीतरी आता खाजगी व्यवसाय करीन म्हणतो. सचिवालयात घेतलेल्या अनुभवामुळे माझ्या व्यवसायात मला लौकर स्थिर होता येईल अशी मला आशा आहे. तुमचा प्रियकर शोभेन असा दर्जा मी लौकरात लौकर प्राप्त करून घेईन आणि तसं काही करू शकलो तरच तुम्हाला भेटेन. त्यानंतरच कदाचित आपल्या गाठीभेटी होऊ शकतील. एका सामान्य दर्जाच्या नोकराशी प्रेमिकाचं नातं ठेवणं तुम्हालाही आवडणार नाही. तुमच्या संगतीत मी खूप खूप शिकलो आहे. तुम्हाला मला

बरोबरीच्या नात्यानं मिळवायची आहे. मला उमेद आहे, काही महिन्यांतच आपल्या भेटी होतील. तोपर्यंत तुम्ही माझी वाट पाहात राहा आणि मी तर अखेरपर्यंत वाट पाहीन.

माझा निर्णय आणि त्या निर्णयाची अंमलबजावणी करताना मला खूप कठोर व्हायला लागलं. पण त्याशिवाय मला पर्यायच नव्हता. प्रभा सचिवालयात येण्यापूर्वीच तिच्या टेबलावर माझं बंद पत्र मी नेऊन ठेवलं. त्या पूर्वीच मुख्यमंत्र्यांच्याकडे मी राजीनामा पाठवला. प्रभा येऊन आपल्या केबिनमध्ये जाताच मी सचिवालय सोडले आणि घरी आलो. मी येतो तो टेलिफोनची घंटा वाजतच होती, मुख्यमंत्र्यांनी फोनवरून मला भेटायला बोलावलं. मी त्यांना सवडीनं घरी भेटतो असं सांगितलं, पण राजीनामा मंजूर करण्याची विनंती केली. समक्ष भेटल्याशिवाय राजीनामा मंजूर करणार नाही असं त्यांनी सांगितलं. त्यांचा फोन मी खाली ठेवतो न ठेवतो तोच पुन्हा फोन वाजू लागला. तो फोन अर्थात अपेक्षेप्रमाणे प्रभाचा होता. तिचा आवाज त्रासिक होता.

"मी मघापासून किती वेळ फोन करतेय. फोन घेत का नव्हतास?"

"मी आत्ताच येतोय."

"पण तुझा फोन तर एंगेज होता."

"मुख्यमंत्र्यांचा फोन आला होता. त्यांनी मला भेटायला बोलावलं आहे..."

"पण तू राजीनामा का दिलास? माझ्या खात्यातून हवं तर बदली करून घ्यायची होतीस."

"तुला विसरणं शक्य नाही. सचिवालयात असतो तर पुन्हा पुन्हा भेटावंसं वाटलं असतं. शिवाय सरकारी नोकरीत राहून तुझ्याजोगता प्रियकर मी होऊ शकलो नसतो."

"अरे, पण मला न भेटता तू का गेलास?"

"तुला भेटून सांगण्याचं धारिष्ट्य मला नव्हतं. शिवाय त्या भेटीत आपण उगीच भावनाशील झालो असतो. प्रभा, गैरसमज करून घेऊ नकोस. मला तू हवी आहेस, पण बरोबरीच्या नात्यानं. थोडे दिवस थांब! मीच तुला फोन करीन."

"खरं म्हणतोस?"

"शप्पथ!"

"तुझा शपथांवर विश्वास नाही आणि शपथ घेतोस?"

"मी तुला शपथ देतोय. माझ्यावर विश्वास ठेव. ज्या क्षणी मला असं वाटेल की मी कुणीतरी आहे, त्या क्षणी मी तुला भेटल्यावाचून राहाणार नाही."

सचिवालयातील नोकरी सोडल्याला बरेच दिवस झाले. मी 'ॲडव्हर्टायझिंग-प्रिंटिंगच्या' व्यवसायात पदार्पण केलं. माझ्या ओळखीमुळं मला एक-दोन चांगले भागीदार मिळाले. मी इतके दिवस तरी सचिवालयात का अडकून पडलो, हेच मला कळेना. पण मग माझ्या लक्षात आलं की सचिवालयातल्या ऋणानुबंधामुळेच धंद्यात माझा लवकर जम बसला. मी गाडी घेतली. लिव्ह ॲन्ड लायसेन्सने मोठा फ्लॅट घेतला. सरकारने युद्धकाळात रिक्वीझिशन केलेल्या फोर्टमधल्या एका जागेत स्वत:चे ऑफिसही थाटले. अवघ्या एक वर्षाच्या अवधीत लक्षात यावं असं यश मी मिळवलं. प्रभा मला विसरलेली नव्हती. दर चार-दोन दिवसांनी ती मला फोन करायची. मी तिला थांबायला हवं असं सुचवायचो. मग ती एखाद्या अल्लड प्रेमिकेप्रमाणं फुरंगटायची. तिची समजूत काढताना मला एक अवखळ आनंद मिळायचा. ती मला विसरू शकत नाही याचा एक पुरुषी अहंकार मला सुख द्यायचा. एकदा ती फारच अस्वस्थ झाली. तेव्हा शेवटी मी तिला सचिवालयात भेटायला गेलो आणि मग दोघांनी भेटीगाठीच्या जागा व वेळा ठरवून निरोप घेतला.

वास्तविक मध्यंतरीच्या काळात मी तेवढा बावळट राहिलो नव्हतो. स्त्री ही तेवढी आता अपूर्वाईची गोष्ट राहिली नव्हती. रोगण माखलेल्या आणि भडक कपड्यांनी सजलेल्या अनेक थिल्लर स्त्रिया मला भेटल्या, पण प्रभाशी बरोबरी करू शकेल अशी त्यात कुणीच नव्हती. प्रभाचं खानदानी तेज, दृष्टीतलं लाघव, आर्जवी मार्दवपणा, आणि शांत, स्थिर स्वभाव माझ्या मनात रेंगाळत होता. प्रणयसुखासाठी वंचित होऊनसुद्धा माझ्याबरोबरच्या एकांतात ती वखवखलेली नव्हती. विसरता येण्याजोगी ती स्त्रीच नव्हती, आणि म्हणून तिच्या माझ्या गाठीभेटी होऊ लागताच मला सुखाचा एक नवा रस्ता सापडला. वजन कमी करण्याच्या खोट्या निमित्ताने ती वरळीच्या एका योगाश्रमात येऊ लागली. तिची गाडी सगळ्यांच्या परिचयांची होती. म्हणून गाडी ती स्वत:च चालवायची आणि वरळीच्या बाबूलालच्या पेट्रोल पंपावर आणून ठेवायची. बाबूलाल हा माझा दोस्त होता. सकाळी सहा वाजता तेवढी वर्दळही नसायची. पेट्रोलपंपावरून चालत ती माझ्या फ्लॅटवर यायची. तिच्या सामाजिक मानमान्येतचा विचार करता सकाळची विचित्र वेळ स्वीकारण्यावाचून आम्हाला पर्याय नव्हता. आहे त्या परिस्थितीत आमची तक्रारही नव्हती. जास्तीत जास्त वेळ आम्ही एकमेकांच्या संगतीत काढत होतो, आमच्या एकांतात व्यत्यय येण्याचीही शक्यता नव्हती. तसं खरं संपूर्ण समाधान आम्हाला मिळणं शक्य नव्हतं, कारण किती झालं तरी हे चोरटे संबंध होते. समाजात कुठे हिंडता येत नव्हतं. नाटकासिनेमाला जाता

येत नव्हतं. मित्रमैत्रिणींना आपल्या स्वामित्वाची वस्तू दाखविता येत नव्हती. आणि त्याला काही इलाजही नव्हता. पण आमच्या या भेटींगाठीत अकस्मात व्यत्यय आला. प्रभाला दिवस गेले. ही गोष्ट प्रथम तिने मला आनंदाने व अभिमानाने सांगितली. परंतु सकाळी बाहेर पडण्याचं निमित्त आता उरणार नव्हतं. मग तिच्या माझ्या भेटीला संधीही मिळणार नव्हती. अजून आम्ही भेटत होतो. आता या भेटीगाठी थोडा काळ तरी थांबणार होत्या. तिच्या नाजूक व संवेदनाक्षम अवस्थेत तिची देखभाल मला करता येणार नव्हती.

आणि खरोखरीच प्रभाला येणं जाणं कठीण होत गेलं आणि अखेरी ती यायचीच थांबली. माझ्या आयुष्यातला सारा आनंद उडून गेला. माझ्या आयुष्याचे पुढे काय होणार याचा मला अंदाज येईना. आमचे प्रेम अखेरी क्षणजीवी राहाणार होते का? एकत्र राहण्याची भाषा कधीही प्रभाच्या तोंडी नव्हती. मग घटस्फोट वगैरे घेण्याची भाषा तर दूरच. जनरीतीला धक्का देणारं काही करणं तिच्या ताकदीबाहेरचं होतं. दिवस असेच पुढे पुढे चालले होते. मी अधिकाधिक अस्वस्थ होत होतो. एक दिवस ऑफिसमध्ये येताक्षणीच फोन वाजला. मी फोन घेतला. फोनवरती अपरिचित आवाज होता.

"रमेश देशमुख आपणच ना ?"

"देशमुखच बोलतोय."

"मी नरसिंग-नरसिंग सावंत. मी लव्हनेस्टमधून बोलतोय."

माझ्या काळजाचा ठोका चुकला. नरसिंग सावंत म्हणजे प्रभाचा नवरा! मनातनं मी एकदम घाबरून गेलो. नरसिंग सावंत हा एक भडक माथ्याचा माणूस होता असं मी ऐकलं होतं. काहीतरी भयंकर घडणार आहे अशी अकारण शंका माझ्या मनात येऊन गेली. तेवढ्यात फोनवर परत आवाज आला.

"ऐकताय ना?"

"बोला ना."

"तुम्हाला एकदा भेटायची इच्छा आहे."

"भेटू या ना."

"केव्हा भेटू या?"

"केव्हाही."

"आज दुपारी वेळ आहे? लंच एकत्र घेऊ."

"काही हरकत नाही. आय ॲम फ्री."

"मग असं करा, तुम्ही एक वाजता लव्हनेस्टमधे या. मी तिथं वाट

पाहतो.'

फोन खाली ठेवला. आणि उगीचच माझ्या मनात थरथराट सुरू झाला. या नरसिंग सावंताच्या मनात काय आहे हेच मला कळेना. त्याची माझी साधी ओळखही नव्हती. मला वाटले, एकदा प्रभाला फोन करावा. सचिवालयात फोन करून पाहिलं तर प्रभा अजून आलेली नव्हती, कदाचित येणारही नव्हती. मग घरी फोन करून पाहिला तेव्हा कळलं ती डॉक्टरकडे गेली होती. काय करावं तेच मला कळेना. एक वाजेपर्यंत मी पुन्हा पुन्हा फोन करीत राहिलो; परंतु तिची गाठ पडू शकली नाही. कामात माझं मुळीच लक्ष नव्हतं. एक वाजायला आला तेव्हा मी नाईलाजानं गाडी काढली आणि लव्हनेस्टपाशी आलो. लव्हनेस्ट हे पूर्वी एक अत्यंत मामुली हॉटेल होतं. त्याचं रूपांतर आता नामांकित हॉटेलात झालं होतं. गाडी पार्क करून मी रिसेप्शनिस्टपाशी पोचण्याच्या आतच नरसिंग सावंत पुढे आला. त्याच्या चेहऱ्यावर प्रसन्न हास्य होतं. एखाद्या जुन्या दोस्ताला भेटावं असा तो मला कडकडून भेटला. त्याने माझा हात हातात धरून बारमध्ये नेलं. मला काय घेणार असं विचारलं. मी सांगितलं की सकाळी मी बिअरशिवाय काहीही घेत नाही. तो थोडा नाराज झाला. मग त्यानं स्वत:साठी व्हिस्की मागवली व माझ्यासाठी बिअर! आम्ही हळूहळू मद्य घेत गप्पा मारू लागलो. गप्पा साध्या हवापाण्याच्याच होत्या. तसा नरसिंग वाटत होता तेवढा बुद्दू नव्हता. त्याचे व्यक्तिमत्त्वही काही वाईट नव्हतं. प्रभादेवीचे आणि त्याचे का पटत नसावे हेही आता माझ्या ध्यानात आले. प्रभादेवी जेवढ्या मृदू आणि सौम्य होत्या तेवढाच नरसिंग उग्र आणि आडदांड होता. पण नरसिंगचा उग्रपणा हाही एक देखावा असावा असे मला वाटले.

नरसिंग आणि मी पुष्कळवेळ दारू पीत होतो. मला नेमके त्याचे काय काम आहे हे माहीत नव्हतं. मला त्याबाबत खरे तर बोलणे टाळायचे होते. वेळ कसा भरभर निघून गेला ते कळलेही नाही. पण तो फारसा वाईट गेला नाही हे नक्की. तीन वाजण्याचा सुमार झाला. तेव्हा मात्र मी अस्वस्थ झालो आणि म्हणालो, ''आय मस्ट बी गोईंग नाऊ! खूपच उशीर झाला.''

''थँक्स फॉर कमिंग.''

आम्ही दोघेही हॉटेलच्या बाहेर आलो. गाडीपर्यंत तो पोचवायला आला. मी गाडीत बसलो. त्याने माझा हात हातात घेतला आणि अत्यंत स्नेहमय तऱ्हेने दाबला. गाडी सुरू होत असताना तो एवढंच म्हणाला, ''मला तुमचे आभार मानायचे होते, केवळ आभार.''

मला तो काय म्हणतोय हे कळत नव्हतं. माझ्या डोळ्यांतील आश्चर्य पाहून तो हसला आणि म्हणाला, "तुम्ही मला खूप सुखी केलंत. खूप सुखी! यू हॅव टर्न्ड प्रभा इनटू ए वुमन."

गाडीने गती घेतली. मी समोरच्या आरशात पाहिले, तेव्हा धिप्पाड शरीरयष्टीचा, रूबाबदार, बलदंड माणूस कृतज्ञतेने माझ्या दिशेने पाहात होता. गाडी वळता वळता माझ्या लक्षात आलं की त्याने खिशातला हातरुमाल काढून आपले डोळे टिपले. माझ्या अल्पमतीला त्याच्या निरागस हास्याचं कारण जसं कळलं नव्हतं तसंच त्याच्या डोळ्यातल्या अश्रूंचंही कारण कळलं नव्हतं. त्याच्या डोळ्यांतले अश्रू मला विसंगत वाटत होते. पण सुखाची आणि दुःखाची कारणं शोधण्यापेक्षा समोरचं दुःख आणि सुख जसंच्या तसं स्वीकारणं हेच अधिक चांगलं नाही का?

-०-०-०-

पाच । एक पूर येऊन गेला

फोटोसाठी आम्ही सर्वजण उभे राहिलो. मग आपापल्या मानाप्रमाणे खुर्च्यांवरही बसलो. काहीजण मागे उभे राहिले. फोटोग्राफरच्या सूचनेप्रमाणे जवळ-लांब, उंच-बुटके, असे क्रमही बदलण्यात आले. फोटोग्राफरच्या चेंगटपणामुळे आणि अतिरेकी सूचनांमुळे उकाड्याचा त्रास वाढत होता. मला तर केव्हा हा तमाशा संपतोय असं झालं होतं. परंतु काही सामाजिक उपचार असे असतात की जेथे मनाविरुद्ध गोष्टी घडत असूनही हसतमुख चेहरा घेऊन वावरावं लागतं. ह्या मंडळात कथाकथनासाठी मी आलो होतो. त्या मंडळाचा कसलासा उत्सव होता आणि त्यानिमित्त हा फोटो होता हे उघड होतं. पण इतका वेळ त्यासाठी ताटकळायला लावणं आणि उघड्या हवेत-उतरत्या उन्हात का होईना-बसायला लावणं ही खरोखरीच एक शिक्षा होती. कथा-कथनासाठी म्हणून मी केलेला जामनिमा चांगलाच बिघडला होता. अंग घामेजलं होतं. त्या जुनाट फोटोग्राफरनं फोटो निघाल्याचं एकदा जाहीर केलं तेव्हा हुश्श म्हणून मी उभा राहिलो. उभा राहताच एका सुगंधाच्या दिशेनं मी पाहिलं, तो ती मागं दिसली.

तिचं तेच खऱ्या अर्थानं पहिलं दर्शन. तशी तिला मी जात-येता, सभा-संमेलनात अधूनमधून पाहिली होती, नाही असं नाही. पण इतक्या निकट एकमेकांसमोर अशी ती आमची पहिलीच भेट. तिचा बांधा लहान होता. अंगानं ती पुष्ट होती आणि वर्णानंही गव्हाळ होती. तिचे केस तोकडे होते. आणि ते तिनं एका फितीनं बांधले होते. फक्त तिच्या डोळ्यांत एक विलक्षण उदास तृष्णा होती. ती एक बऱ्यापैकी उदयोन्मुख लेखिका होती. पण गाठभेट होऊन ओळख होण्याचा योग आला नव्हता.

का कोणास ठाऊक, पण हिची आपली ओळख व्हायला हरकत नाही,

असं मला वाटून गेलं. ती काही सुंदर स्त्रियांत जमा होण्यासारखी नव्हती. परंतु कलावंताचं एक तेज तिच्या डोळ्यांतून झिरपत असायचं. आज ना उद्या ही बऱ्यापैकी लेखिका होणार हे मला कळून चुकलेलं होतं. सर्वसामान्य स्त्रियांच्या लेखनातील भाबडेपणा तिच्या लेखनात अजिबात नव्हता. कितीतरी विषयांवर तिनं निर्भयपणे लिहिलं होतं. तिच्यात आक्रमकता होती. शैली होती, निराळ्या पद्धतीनं विचार करण्याची क्षमता होती. परंतु चातुर्य मात्र नव्हतं. तिचं पुष्कळसं लिखाण मधेच कुठेतरी फसत होतं. वाटायचं, की ह्या लेखिकेने अजून थोडे परिश्रम करायला हवेत. थोडा अजून खोलवर विचार करायला हवा.

हे सारं निमिषात माझ्या मनात येऊन गेलं. आणि माझ्या चेहऱ्यावर एक 'परिचिताचं हास्य' उमटलं. तीही माझ्याशी बोलायला आतुर आहे, परंतु आपणहून काही पुढाकार घेऊन करण्याची तिची प्रवृत्ती नसावी. ही संधी साधून ती मला भेटली होती. भेटणार होती, आणि त्या भेटी-गाठीचा संकेत तिच्या डोळ्यांतून उमटला होता.

फोटोसाठी सजून बसलेल्या स्त्रिया अजून आपआपल्या नादात होत्या. काही सभागृहाकडे निघाल्या होत्या, तर काही आपली वस्त्रप्रावरणं सावरत आपलं रंगरूप पूर्ववत् करण्याचा प्रयत्न करीत होत्या. सभेला अजून थोडा अवकाश असावा. त्यामुळे संस्थेच्या कार्यालयात मला नेण्यात आलं. माझ्या मागोमाग तीही आली आणि माझ्या शेजारी येऊन बसली.

''आज कोणत्या कथा सांगणार?''

''कोणत्या कथा सांगू?''

''ते कसं मी सांगू? मला तुमच्या कथा आवडतात. तुम्ही खूप लिहिता आणि तरीही चांगलं लिहिता. कोणतीही गोष्ट फसल्यासारखी वाटत नाही. तुम्हाला हे जमतं तरी कसं?''

मी नुसताच हसलो. संस्थेचे अन्य कार्यकर्ते आमच्याकडे कुतूहलाने पाहून कुजबुजत होते. ही एकटीच मला भेटली असती तर मी काही निराळंच सांगितलं असतं. पण जमलेल्या साऱ्याच जणांना खरं ऐकण्यात इंटरेस्ट नव्हता. त्यांना काही तरी हलकं फुलकं ऐकायचं होतं आणि निरर्थक हास्यकल्लोळ हवा होता. शिवाय तिचा प्रश्न तसा पोरकटही होता. तिच्यासारख्या बुद्धिमान स्त्रीकडून असला प्रश्न अपेक्षित नव्हता. सर्वसामान्य माणसं लेखकांना असं विचारतात. 'तुम्हाला सुचतं कसं?' ते बरोबरही असतं. कारण, कथाविश्वात निर्माण झालेली पात्रं ही त्यांनीसुद्धा कुठेतरी पाहिलेली असतात. कथांतील घटना प्रत्यक्ष किंवा

अप्रत्यक्ष त्यांनी भोगलेल्या असतात. तरी त्यांच्याकडून त्या कथा निर्माण होत नाहीत. पुष्कळ गोष्टींचं असंच असतं. केवळ शेजारधर्मामुळे त्या कळत नाहीत, साहचर्यामुळे समजत नाहीत -किंवा प्रत्यक्ष भोगल्यामुळेही उलगडत नाहीत. पण मला हा प्रश्न विचारणारी इला कीर्तने ही काही अगदीच सामान्य स्त्री नव्हती. हिला, कथा कशी सुचते? कुठून सुचते? ती लिहावीशी का वाटते? ह्याचा थोडाफार अनुभव आहे. शिवाय, ही विचार करणारी लेखिका असावी असा माझा समज होता. त्या प्रश्नाने मी थोडासा दुखावलो होतो. तिच्या बुद्धीबद्दलचा माझा अंदाज चुकला की काय असं वाटू लागलं. पण माझ्यातील हा बदल तिच्या लक्षात आला असावा. तीच म्हणाली, 'कथा कशी सुचते? हा प्रश्न मी विचारला, त्याचं उत्तर इतक्या घाईगर्दीनं नि इतक्या लोकांत तुम्हाला देता यायचं नाही. कारण मला अगदी जुजबी उत्तर नकोय. तुमच्या कथांचा मी अभ्यास करत आहे. त्या जरी मला आवडलेल्या असल्या तरी मला नेहमी असं वाटत आलंय की हलक्याफुलक्या पद्धतीनं लिहून त्या कथावस्तूंवर तुम्ही अन्याय केला आहे. सर्वसामान्य श्रोत्यांना आणि वाचकांना तुमच्या कथा आवडतात. कारण त्या खोल, भेदक नसतात. पण मला नेहमी वाटतं की लोकांना त्या आवडाव्यात म्हणून तुम्ही हेतुपुरस्सर त्या हलक्याफुलक्या करता. तुमची कथावस्तू मोठी असते. तुम्ही तिला न्याय देत नाही.'

मी एकदम सावरून बसलो. समोर बसणारी माझी चाहती ही इतर चाहत्यांप्रमाणे नुसती कौतुकाचं, गोड बोलणारी स्तुतिपाठक नव्हती तर ! माझ्या तोंडावर पहिल्याच भेटीत माझ्या कथा हलक्याफुलक्या असतात असंच जवळपास ती म्हणत होती. मी स्वतःला सावरून घेतलं. तिला झिडकारून टाकणं मला सहज शक्य होतं, किंवा भोवताली बसलेल्या वाचकांत तिची फजिती करणं हे तर त्याहूनही सुलभ होतं. परंतु तसं करणं मला बरं वाटलं नाही. एक तर तिच्या डोळ्यात प्रामाणिकपणा होता. दुसरं, तिला तिचं म्हणणं समजून सांगता येत नसलं तरी तिला काही तरी गंभीरपणे म्हणायचं होतं. तिच्याकडे पाहताच माझ्या लक्षात आलं की भोवतालच्या साऱ्या तरुण स्त्रियांच्या मानानं ती वेगळी आहे-रूपात आणि व्यक्तिमत्त्वात. तिच्या डोळ्यात एक निखळ प्रांजळपणा होता, आणि नीट निरखून पाहताच लक्षात आली ती तिची तेज:पुंज काया. गौरवर्ण नसतानाही ती चमकदार दिसत होती आणि तिनं कसलंही सौंदर्यप्रसाधन केलेलं नव्हतं. तिची वस्त्रंसुद्धा साधीच होती आणि त्यात कोणतीही फॅशन नसून नीटनेटकेपणा आणि रंगसंगती तेवढी जरूर होती. तिनं गव्हाळ रंगाचाच बिनबाह्यांचा

ब्लाऊज पेहेरला होता. त्यामुळे तो तिच्या त्वचेत इतका मिसळून गेला होता की क्षणभर तिनं अंगात काही घातलं आहे असं वाटेना. तिनं बसल्यापासून एकदाही पदराची चाळवाचाळव केली नाही आणि डोळ्याला डोळा लावून पाहताना दृष्टीही कधी फिरविली नाही.

सुंदर नसतानाही सुंदर वाटणारी ही एक चमत्कारिक मुलगी आता माझ्या ध्यानात आली. स्त्रियांना मी बुजणारा नव्हतो. तशा स्त्रिया मला अपरिचितही नव्हत्या. पण ह्या तरुण मुलीला पाहिल्यावर कोठेतरी सावधगिरीचा इशारा वाजतोय असं मला वाटलं. एखाद्या पिवळ्याधमक नागिणीच्या सळसळत्या, थरथरत्या रूपावर मोहित होऊन भय आणि आकर्षण ह्या दोहोंमुळं आपण जसं खिळून बसावं तसा मी खिळल्यासारखा झालो. तिच्यापासून दूर पळावं असंही वाटेना किंवा तिला अधिक जवळ येऊ द्यावं असेही वाटेना.

कथा-कथाथनाच्या कार्यक्रमाला सुरुवात झाली. एरवी कथा-कथन मला मजेचा खेळ वाटतो. पण आज मात्र हा खेळ उरला नाही. एक आव्हान बनलं. कोणत्या कथा सांगायच्या हे मी ठरवून आलो होतो, पण त्यात मी आयत्यावेळी बदल करायचं ठरविलं. अगदी हलक्याफुलक्या कथा मी बाद केल्या. एवढंच नव्हे तर ज्या कथा अशा सामान्य प्रेक्षकांसाठी मी सांगत नाही त्या थोड्या गंभीर, करुण कथा सांगायचं मी ठरवून टाकलं नि सुरुवात केली. आजचं कथा-कथन जणू ह्या समोरच्या प्रेक्षकांसाठी नव्हतं, ते होतं केवळ इलासाठी. कथा शब्दाशब्दानं, कणाकणानं फुलू लागली. मूळ लिहिलेल्या कथेपेक्षा वाकड्या रस्त्याने कथा वळणं घेऊ लागली. आज माझ्या शब्दांना काही वेगळीच धार आलेली होती. ह्या समोर बसलेल्या स्त्रीसमुदायाने मला हसविण्यासाठी बोलाविलं होतं, पण मी मात्र असा निर्धार केला की मी ह्यांच्या डोळ्यांतून अश्रू काढीन, की जे त्यांच्या इवल्याशा रूमालाने त्यांना थोपविता येणार नाहीत. शब्दांची एक एक वळणं घेत घेत मी थोडा वाहत निघालो. मग कथेची अखेर आली. मला माहीत होतं, ह्या ठिकाणी माझी सारी शक्ती गोळा करूनच मला वापरली पाहिजे. कथेच्या दु:खात मीच हरवून जाता कामा नये. मी अलगदपणे कथा संपविली आणि एकदम खुर्चीवर बसलो. कथेचा परिणाम साऱ्या सभागृहावर दिसत होता. मी अपेक्षिलेलं सारं काही घडलं होतं. सारा अलिप्तपणा सोडायला लावून मी साऱ्यांना माझ्याबरोबर खेचत, हव्या त्या ठिकाणी सोडून दिलं होते. आयुष्याचा करुणगंभीर अर्थ समजण्याची ही स्थिती नवीन असल्यामुळे सारेजण बावचळले होते. कुणी पाहत नाहीत असं पाहून पर्समधून चिमुकले रूमाल बाहेर पडत होते.

कथा संपली तेव्हा टाळ्या वाजविण्याचं भान कुणाला राहिलं नाही.

अशीच एकदोन मिनिटं गेल्यावर मी पुन्हा उभा राहिलो. माईक हातात घेण्यापूर्वी इलाकडे मी पाहिले. तिच्याही डोळ्यातून पाणी वाहत होतं. मी बोलू लागलो.

"खरं तर असल्या करुणगंभीर गोष्टी मी कथा-कथनात सांगत नाही आणि लिहितही नाही. पण मला त्या लिहिता येत नाहीत असं नाही. दु:खाचा शोध घेणं हा साहित्याचा धर्म असेल. नव्हे, आहेच. मला असं वाटतं की प्रत्येक लेखकानं दु:खाचा शोध घेतला पाहिजे असं तरी का असावं? आपण सारेजण आयुष्यात दु:ख भोगतो. नव्हे, ते भोगावंच लागतं. ते भोगण्यासाठी माणसाला सामर्थ्य देणं हाही साहित्याचा धर्म असायला काय हरकत आहे?

"मला कुणी श्रेष्ठ कथाकार व्हायचं नाही. आयुष्यातील दु:ख, विकृती आणि दैन्य ह्यांचा मला व्यापार करायचा नाही. मला वाटतं, प्रत्येकाला जगण्यासाठी काही कारण हवं असतं. चार घटका हसवावं, रिझवावं, दु:खांचा विसर पडावा एवढाच माझ्यापुरता माझ्या कथालेखनाचा मी आवाका योजलेला होता. पण कुणीतरी मला म्हणालं की मी हलक्या फुलक्या गोष्टी लिहितो. केवळ म्हणून मी आपल्यापुढे आताची गोष्ट पेश केली. पहिल्याच क्षणी तुमच्या अश्रूंची भेट झाली ह्याबद्दल मी दिलगीर आहे. तुमच्या डोळ्यांत क्षणापूर्वी जमा झालेलं पाणी माझ्या पुढच्या गोष्टीनं पळून जाईल अशी मला आशा आहे. पुढच्या गोष्टीचं नाव आहे- 'शहाजहांनची बायको!'

ह्या माझ्या उद्गाराबरोबर सभेत टाळ्यांचा कडकडाट झाला. कारण ही कथा माझी एक हुकमी कथा होती. आधुनिक शहाजहान आणि आधुनिक मुमताज ह्यांच्या प्रेमाचं ते एक विडंबन होतं. गोष्ट सुरू करण्यापूर्वी इलाकडे मी पुन्हा एकदा पाहिलं आणि तिच्या हसण्यात मला योग्य ती पावती मिळाली. आणि मी कथेला आरंभ केला.

कथा-कथन संपलं. आभारप्रदर्शन झालं. टॅक्सी आणवली गेली आणि मी टॅक्सीत बसायला लागलो. टॅक्सी अगदी सुरू होणार इतक्यात इला पुढं झाली नि म्हणाली, "कार्यक्रम फार चांगला झाला-फारच."

"थँक्स !"

"मला तुम्हाला एकदा भेटायचंय."

"मग भेटू या नं."

"तसं नुसतं तोंडदेखलं आश्वासन नको, केव्हा भेटणार ते सांगा. का

असं करता, उद्या दुपारी माझ्याकडे ..."

"तुमच्याकडे...?"

"का? आश्चर्य का वाटलं?"

"आश्चर्य नाही."

"मग दुपारी तीन वाजता माझ्याकडे या. हा माझा पत्ता. शिवाय पत्ता शोधण्यात अडचण आली तर ह्या फोन नंबरवर फोन करा. आमच्या शेजारचा आहे तो."

"येईन."

"नक्की? प्रॉमिस?"

मग तिनं आपला हात पुढं केला. इतक्या सहजपणे की तो घेतल्यावाचून चालण्यासारखं नव्हतं. मग माझ्या लक्षात आलं की तिनं पुढे केलेला केवळ हात नव्हता तर ती तिची आतुरता होती. आपल्या स्पर्शानं मला जिंकण्याची त्यात कुठेतरी सूक्ष्म जाणीव होती. तिच्या हाताची पकडही घट्ट होती. तिचा हात सुटला आणि टॅक्सी चालू झाली तरी तो ऊबदार स्पर्श मला विसरता येत नव्हता. क्षणभर मला वाटलं की जणू काही एखाद्या मंत्रानं तिनं मला भारून टाकलं आहे. टॅक्सी घरी पोहोचली. नेहमीसारखंच बायकोनं उत्साहानं स्वागत केलं. आमचं लग्न होऊन चांगली बारा-पंधरा वर्षं होऊन गेलेली होती. परंतु 'जाई' ची आतुरता, उत्सुकता, स्वागताची तत्परता कुठेही उणी पडलेली नाही. कथाकथनाचे इतके कार्यक्रम झाले तरी प्रत्येक कार्यक्रमात काय काय घडलं ते तिला सविस्तर सांगावं लागतं. जणू काही माझ्या कथाकथनाचा तो पहिलाच कार्यक्रम आहे. मी सगळं काही तिला सांगत होतो, पण का कुणास ठाऊक, आज त्या सांगण्यात जीव नव्हता. मी तिला 'इला' कशी भेटली, ती काय म्हणाली, मग मी पहिली कथा कोणती सांगितली, सारं काही विस्तारानं सांगितलं. फक्त तिचं उद्याचं निमंत्रण सांगू शकलो नाही. तिचा स्पर्श सांगू शकलो नाही. तिचं खरं रूप मला वर्णन करता आलं नाही. तिच्या लक्षात आली ती इला एक फाजील उत्साही, बडबडी आणि अगोचर नवोदित लेखिका होती आणि मला भेटलेली इला मात्र अगदीच वेगळी होती. अगदी सहजगत्या मी तिच्याबद्दल तुच्छतेने बोलत होतो आणि मनात कुठेतरी स्वतःलाच दुबळा समजत होतो. मी हे असं का केलं ते मला सांगता येत नाही.

तेवढ्यात मुलंही आली नि घरातील नित्याची वर्दळ सुरू झाली. त्यामुळे तिला माझ्यातील बदल कळणं शक्य झालं नाही. पण माझ्या लक्षात आलं, ही

लपवाछपव आपल्याला झेपण्यासारखी नाही. गुप्ततेचा हा आपला पहिलाच अनुभव आहे. माझ्यात सर्वस्व ओतलेल्या माझ्या पत्नीला माझा थांग लागला नाही, किंबहुना लागू द्यायचा नाही असंच मी ठरविलं. सकाळ झाली. दिनक्रम रोजच्याप्रमाणेच पार पडले. तरी सारखी मला इलाची आठवण होत होती. इलानं दिलेली तिच्या पत्त्याची चिठ्ठी मी अगदी सुरक्षितपणानं खोलवर लपवून टाकली, परंतु ती मला सारखी टोचत होती. एकदा वाटायचं, हे सारं जाईला सांगावं. म्हणजे हा नसता शीण होणार नाही; पण एका अनावर कुतूहलानं हे सांगणं जमेना, आणि मग कामावर जायची वेळ झाली नि ते सांगायचं राहूनही गेलं.

मनात दहादा तरी असा विचार येऊन गेला की फोनवर 'आपण येऊ शकत नाही' म्हणून कळवून टाकावं. पण का कुणास ठाऊक, ते हातून मात्र घडलं नाही. कदाचित असंही असेल की जरी आपण भेटायला गेलो तरी काही वावगं घडणार नाही. घरी दुसरं कोणी असेल अशीही मी माझ्या मनाची समजूत करून घेतली असेल. परंतु मनुष्यस्वभावाचा जो काही थोडासा अनुभव होता, त्यावरून आजची ही गाठभेट कुणी तरी योजलेली आहे असंही मन बजावीत होतं.

"लवकर जायचंय" असं सांगून मी लंच अवरमध्येच माझं कार्यालय सोडलं. तीन वाजता तिच्याकडे पोहोचायचं म्हणजे किती वेळ लागेल ह्याचा अंदाज घेतला. सायनच्या नवीन वसाहतीत कुठेतरी ती राहत होती. पत्ता शेधायला फारसा त्रास पडणार नव्हता. एरवीची काटकसरीची योजना दूर करून मी चक्क टॅक्सी पकडली आणि तिच्या दारासमोर जाऊन उभा राहिलो आणि घंटीवर बोट ठेवलं. भीती, उत्सुकता अशा संमिश्र भावनांनी माझ्या मनात एकदम कल्लोळ केला. हा प्रसंग टाळावा, अजूनही टाळता येईल असं मनाला वाटत होतं. पण ते वाटणं खोटं होतं, असं दुसरं मन बजावत होतं. बटणावर आपोआपच दाब दिला गेला, घंटा वाजली आणि दरवाजा उघडला गेला. मी तिला पाहिलं आणि आश्चर्यचकित झालो. काल पाहिलेली इला आणि आजची इला ह्यात जमीन-अस्मानाचं अंतर होतं. आज ती अत्यंत घरगुती पोशाखात होती, एवढंच नव्हे तर तिने केसही अगदी मोकळे सोडले होते, काही विचित्र असा नाईटगाऊन घातला होता. मग माझ्या लक्षात आलं की तो जपानी पद्धतीचा किमोनो असावा. मी आत येताच तिनं दार बंद केलं आणि मला सोफासेटवर बसायला खुणावलं आणि तीही समोरच्या खुर्चीवर बसली.

"तुम्ही येता की नाही ह्याची मला शंकाच होती."

"ती का बुवा?"

"तुम्ही काही मनापासून माझं आमंत्रण स्वीकारलं नव्हतं."

"छे छे! असं काही नाही हो."

"अहो, तेव्हा खरं बोलायला हरकत नाही. माझ्यासारख्या सामान्य रूपाच्या, सामान्य बुद्धीच्या, थोड्या परिचयाच्या स्त्रीचं आमंत्रण इतक्या आतुरतेनं स्वीकारावंच असं काय आहे त्यात मोठंसं? शिवाय, काल मी सहज म्हणाले की तुमच्या कथा हलक्याफुलक्या असतात, तर तुम्ही ठरवून माझी जिरवायची म्हणून काल दुसरी कथा सांगितलीत."

"नाही नाही. असं मुळीच नाही."

"असंच आहे. बहुधा तुम्ही विचार केला असावा की वाद करण्यात काही फायदा नाही. कृतीनंच आपण उत्तर द्यावं. पण तुम्ही काल जी कथा सांगितलीत तशी तुम्ही लिहिलेली मात्र नाही."

"बरोबर आहे. पण तशीही कथा लिहिता-येते म्हणजे मला लिहिता येते. प्रश्न इतकाच आहे की साहित्याकडे पाहण्याची लेखकाची दृष्टी काय आहे? प्रत्येकाची काही निरनिराळी दृष्टी असू शकते आणि तीही बरोबर असू शकते. पण आपल्या साहित्यात असहिष्णुता फार आहे. त्यामुळे अमुक एका प्रकारचं साहित्य हे उच्च आणि अमुक एका प्रकारचं साहित्य ते वाईट असे आपण पक्के सिद्धान्त ठरवून टाकलेले आहेत. त्यामुळे समीक्षक माझ्यासारख्या लेखकाला विचारात घ्यायलाच तयार नाहीत. मी म्हणतो, आम्हाला एकवेळा वाईट म्हटलं तरी चालेल, परंतु त्यासाठी तरी आमचा उल्लेख करून टाका. पण समीक्षा ही एक दुर्दैवानं मिरासदारी झाली आहे. काय करणार?"

"पण तुमच्या कथा लोकप्रिय तर आहेत ना? करायचीय काय समीक्षकांची मान्यता?"

"तुमचं ठीक आहे. पण माझे दहा-पंधरा कथासंग्रह छापले जाऊन त्यावर चार दोन-परीक्षणंसुद्धा कधी आलेली नाहीत. आतापर्यंत माझे थोडं-थोडके नाहीत, दीडदोनशे कथा-कथनांचे कार्यक्रम झालेत. मराठीच्या सगळ्या नियतकालिकांतून माझ्या कथा आलेल्या आहेत. हे समीक्षकच जेव्हा संपादक बनतात तेव्हा तर माझ्या कथा आवर्जून मागतात, परंतु माझ्या कथेबाबत बरंवाईट म्हण्याबाबत मात्र त्यांची मुळीच तयारी नाही. हा धडधडीत अन्याय आहे. नाही म्हणायला माझे वाचक आणि प्रेक्षक मला दाद देतात. खूप प्रेम

करतात माझ्यावर.''

इला हसली. निखळपणे खदखदून हसली. हसताना ती किंचित ओणवली आणि तिच्या त्या हर्षभरित चेहऱ्याकडे पाहताना माझ्या लक्षात आलं की ही वाटत होती त्याहीपेक्षा आकर्षक स्त्री आहे. काही फुलांचा गंध ती फुलं चोळल्याशिवाय मिळत नाही, तसंच जवळीक झाल्याशिवाय हिचाही गंध समजणार नाही. मग खूप संभाषणं- नेमक्या संभाषणांची मला याद नाही. चहा घेण्यासाठी ती मला स्वयंपाकघरात घेऊन गेली. स्वयंपाकघरात लवलव करताना तिच्या स्थूलतेला विसंगत अशी ती चपळही भासली. तिच्या सौंदर्याचे एक एक पदर उलगडत होते. तिचा लागटपणा, सलगी वाढत होती. पण तरीही पुढाकार घेऊन काही करावं असं मला वाटलं नाही. एक तर ह्या साऱ्याच गोष्टींना मी अत्यंत नवीन. थोडा बावरलोही होतो. पापपुण्याच्या कल्पनेमुळे थोडा धास्तावलो होतो. माझ्या मनात त्यावेळी नेमकं काय चाललं होतं हे शब्दांकित करणं सर्वथा कठीण आहे. परंतु तिचे मिश्किल डोळे हे सारं टिपत असावेत. वास्तविक अनुकंपा करावी असं माझ्या आयुष्यात काहीच नव्हतं. पण माझ्यासारख्या लेखकाला-बुद्धिवान माणसाला समजदार जोडीदार असावा, हे ती हळुवारपणे सुचवीत होती. नसलेल्या जखमांना ती फुंकर घालीत होती. नि मलाही मग उगीचच वाटायला लागलं की ती म्हणतेय त्यात थोडं तथ्य आहे. सहज बोलता बोलता आपल्याही आयुष्यातील काही गोष्टी तिनं संगितल्या. अगदी लहानपणी-फारसं कळतही नव्हतं तेव्हा आपल्याहून पंधरा-सोळा वर्ष मोठं असलेल्या माणसाशी आपलं प्रेम-लग्न कसं झालं, त्यामुळे जोडीदार म्हणजे काय हे कधी समजलंच नाही. तिचा नवरा चांगला होता. पगारदार होता. तिला वाटेल ते करण्याचं स्वातंत्र्य त्यानं दिलं होतं. कारण एकेकाळच्या त्याच्या स्वैराचारी आयुष्यक्रमात तिच्यामुळेच बदल घडला होता. पण त्याच्या खाणाखुणा मात्र त्याच्याजवळ शिल्लक होत्या. लग्न होऊनही दहा-बारा वर्षं त्यांना मूलबाळ झालेलं नव्हतं. आणि होण्याचीही शक्यता नव्हती. तिचं हे सारं सांगणं इतकं सहज नि निर्हेतुक होतं की त्यातून तिला काहीच सुचवायचं नसावं. तिच्या आयुष्यात कदाचित पोकळी असेल, पण बाह्य उपायांनी पोकळी भरून काढण्याचा प्रयत्न तिला करायचा नव्हता. पण एक गोष्ट कळत नकळत घडून गेली. तिच्याबद्दल कुठेतरी जवळीक निर्माण झाली.

आम्ही खूप वेळ गप्पा मारीत बसलो. पण त्यातल्या बऱ्याचशा गप्पा निरर्थक, आवडी-निवडी, राग-लोभ इतक्या सहजगत्या एकमेकाला समजत

होत्या की आमच्या लक्षात आलं, दोघात एक विलक्षण साम्य आहे. खरं तर कुणालाच तिथून उठावंसं वाटत नव्हतं. संभाषणांनी खोली भारून गेली होती. पण मला ऑफिसची वेळ सांभाळून घरी परतणं भाग होतं. घड्याळाकडे माझं लक्ष गेलं तेव्हा ती विषण्ण हसली. तिच्या डोळ्यात नवी जखम निर्माण झाली.

"तुमच्या बायकोवर तुमचं प्रेम आहे?"

"हो."

"तिचं तुमच्यावर प्रेम आहे?"

"खूपच."

"तुमची मुलंसुद्धा छान असतील नाही?"

"माझ्या मुलांबद्दल कौतुकानं मीच बोलणं बरं नव्हे, पण दृष्ट लागावीत अशी मुलं आहेत."

"भाग्यवान आहात!"

"का? एवढं अवघडून बोलण्याचं कारण नाही. तुझं सुद्धा वय झालेलं नाही. तुला सुद्धा मुलं होतील."

तिनं नुसता एक दीर्घ सुस्कारा सोडला.

"का? इतकं हताश होण्यासारखं काय आहे त्यात? वैद्यकशास्त्र खूप पुढं गेलंय."

"वैद्यकशास्त्राचा काही उपयोग नाही त्यात. मुलं नाहीत म्हणून मी दु:खी आहे असं नाही. पण मुलं असती तर कदाचित ह्या निरर्थक आयुष्याला काही कारण सापडलं असतं. आपल्यात काही उणीव आहे, ही कल्पनासुद्धा माणसाला खच्ची करीत जाते. आपण कितीही बाहेर हिंडलो फिरलो तरी जेव्हा परत घरात येतो, तेव्हा त्या घराबद्दल तिरस्कार वाटता कामा नये. मी जास्तीत जास्त वेळ भटकते. मित्र-मैत्रिणीत जाते. सभासंमेलनं अटेंड करते. पण कधी कधी हे सारं आयुष्य मला इतकं पोरकट वाटतं. पण जाऊ दे! ह्या असल्या अगतिक आयुष्याची चिकित्सा करायला आपण थोडेच जमलो आहोत? अगदी मचूळ, बिनचवीचं गिळगिळीत आयुष्य जगायला लागलं म्हणजे एखादे दिवशी असाच स्फोट होतो, एवढंच."

आणि एकदम तिच्या डोळ्यांत पाणी तरारलं. अनुकंपेतून व्यभिचाराला पाय फुटतात हे मला माहीत नव्हतं. कुणाचं तरी दु:ख दूर करण्याची कल्पनाच इतकी रोमांचकारी असते की जीवनाचा बरावाईट अर्थ फेकून देऊन बेमुर्वतखोरपणे वाटेल ते करण्याचं सामर्थ्य मनाला प्राप्त होतं. कुठून तरी माझ्यात अवसान

आलं. मी एकदम तिच्या जवळ गेलो. तिच्या खांद्यावर हात ठेवले आणि तिला बिलगून जवळ घेतलं. आसुसलेला तिचा देह आपोआप माझ्या मिठीत आला. पिसासारखा हलकाफुलका होऊन माझ्यात एकरूप झाला. मग काही कुणी कुणाला शिकवावं लागलं नाही. अतृप्त गात्रांनी तृप्तीच्या दिशेनं आपल्याला झोकून दिलं आणि संयमाचे सारे बंध कुचकामी ठरले.

तो एक निराळाच अनुभव होता. संसारात मी तृप्त होतो. माझी पत्नी जशी सुग्रण होती तशी रतिसुखातही चतुर होती. नि मला कोणत्याही सुखाची कमतरता ठेवली नव्हती. भोवतालच्या नटमोगऱ्या जगाचा लोभ वाटावा असे मोह तिने उरूच दिले नव्हते. पण ती अखेरी स्त्री होती. देण्याचं आणि घेण्याचं भान तिनं कधी हरवलं नव्हतं. स्थळ-काळ ह्यांचा कधी तिला विसर पडला नव्हता. परंतु आता जो अनुभव होता तो केवळ बेहिशेबी धुंदीचा. अधाशी वासनांचा. आपल्याला हवं ते मिळविल्याच्या उन्मत्त आनंदाचा. ह्या आनंदाला सत्त्वाची कड नव्हती. पण अपराधीपणाची जाणीव फेकून देऊन पापाचं तत्त्वज्ञान करण्याची शक्ती मात्र होती.

ह्या आनंदामुळे माझी सारी मूल्येच बदलली गेली. ह्यात केवळ नावीन्याचा कैफ नव्हता, तर कैफातील नावीन्य होतं. ह्या सुखाच्या पुन:प्रत्ययासाठी झपाटलेल्या माझ्या मनाला कोणतीही गोष्ट क्षम्य वाटणारी होती आणि तसंच घडत गेलं. इलाच्या आणि माझ्या पहिल्या भेटीनंतर परत भेटण्याची मिळणारी संधी आम्ही मिळवू लागलो. ती मिळविताना काही चुकतं आहे, दुसऱ्या कोणाच्या लक्षात येतं आहे ह्याचंही भान विसरलं जाऊ लागलं. इला तर सर्वार्थानं बदलली होती. तिच्या डोळ्यांतील कारुण्य जाऊन तिथे आता उन्मत्त धुंदी आली होती. आपल्याजवळ असेल नसेल ते सारे माझ्यासाठी कुर्बान करण्याची तिची प्रतिदिनी तयारी होऊ लागली. असं एकही हॉटेल नव्हतं की जेथे आम्ही गेलो नाही. एकमेकांची गाठभेट झाली नाही तर जीवन निरर्थक वाटत होतं. अशा सैरभैर अवस्थेत आम्ही वावरत होतो. कुणाचंही आमच्याकडे लक्ष नाही अशी आम्ही आपली समजूत करून घेतलेली होती. एकमेकांवाचून आपलं निभणार नाही, अशा अतिरेकी निर्णयापर्यंत आमचा प्रवास घडत आला.

इलाचं रंग-रूपही आता खूप बदललं होतं. सुंदर दिसण्याची ती खटपट करू लागली. आपली स्थूलता कमी व्हावी म्हणून ती डायटिंग करू लागली. माझ्याबरोबर कथा-कथनाच्या वेळेस तिचा येण्याचा प्रयत्न असे, पण तो हट्ट मात्र मला पुरविता येणं शक्य नव्हतं. परगावी मात्र मी तिला एकदोनदा घेऊन

गेलो होतो. मला जाईपासून हे लपविताना खूप खोटं बोलावं लागत असे. पण इला आपल्या नवऱ्यापासून हे कसं लपविते हा मला नेहमी प्रश्न पडत असे. खोटं बोलणं किंवा अस्पष्ट बोलणं ह्यात मी बघता बघता प्रवीण झालो. जाईला आमच्या स्नेहसंबंधाची काही वार्ता कळली तर तिची प्रतिक्रिया काय होईल ह्या भयाने माझी घाबरगुंडी वळे. इला कितीही चांगली असली, तिच्या संगतीत कितीही आनंद वाटत असला तरी मला माझं घर मोडायचं नव्हतं, मुलांना सोडायचं नव्हतं. मग हे असं किती काळ चालणार हा प्रश्न माझ्यापुढे होता. पण अगदी कळत न कळत एक गोष्ट माझ्या ध्यानात आली. ती म्हणजे मनुष्य हा सवयीचाच गुलाम असतो. जाईची, मुलांची आणि घराची मला इतकी सवय होती की त्या सवयीपोटीच मी त्यांचा गुलाम होतो. त्या गोष्टीतील त्याच त्याच पणाला कंटाळून तर मी इलाच्या मोहात सापडलो नाही? फक्त हे कबूल करायला मला शरम वाटत असावी. इलासुद्धा तिच्या घरातील थंड जीवनक्रमाला कंटाळली होती. एक गंमत म्हणून तिने माझ्यावर जान कुर्बान केली नसेल? पण आम्ही दोघांनीही त्याच त्याचपणाच्या आयुष्याला कंटाळून नवीन जीवनक्रम स्वीकारला. त्यातही पुन्हा तोच तोपणा नाही का? ह्याचाही कंटाळा येणार नाही का?

ह्या विदारक सत्याच्या शोधाने मी एकदम बावचळलो. ते सत्य मानायला मन तयार होत नव्हतं, पण माझ्या लक्षात आलं की पाहिल्या काही नावीन्याच्या क्षणांनंतर प्रत्येक अनुभव तेच तेच असतात. तेही आपण ओढीनं करीत राहतो. इमानाचा देखावा करतो. सर्वस्व दिल्याची प्रतारणा करतो. अहंकारी माणसाला आपल्या पापी आयुष्याचं रक्षण करण्याचीसुद्धा मोठी नशा वाटते. ह्या नशेत तर मी आता होरपळत नसेन? खरी नशा कोणती? खरं प्रेम कोणतं? खरा जिव्हाळा कोणता? का खरं काही नसतंच ? का तेवढ्यापुरतं सारं खरं असतं? कल्हई केलेलं भांडं चार दिवस नवं कोरं वाटतं, खऱ्या नव्या भांड्यापेक्षा नवं, चकचकीत वाटतं, आणि कल्हई उडाली की एकदम जुनं-पुराणं वाटतं. खरं काय नि खोटं काय?

इलाबरोबर अजूनही मी संध्याकाळ बाहेर घालवीत होतो. अजूनही नव्या उमाळ्याने कामज्वरात पेटत होतो. परस्परांना अनुरूप असण्याच्या होशात सारं जग तुच्छ मानीत होतो. असूयेनं पाहाणाऱ्या जगाकडे तुच्छतेनं नजर टाकीत होतो. पण कुठंतरी मात्र जाणवत होतं, हेही नाटक संपत आलेले आहे. हीही उसळी ओसरलेली आहे.

आता नकळत इलाबरोबरच्या भेटीगाठी मी टाळत होतो. इला कधी रागावल्याचा देखावा करी, तर कधी भांडण उकरून काढी. कधी बेईमानपणाचा आरोपसुद्धा करी. पण तेसुद्धा आता मला नवा उन्माद आणणारं उत्तेजक अवसान वाटे. जगाकडून छी:थू करून घेण्याइतकं हे साहस मोठं नाही, आणि घराला धोका देण्याइतकं हे सुख मौल्यवान नाही अशा जाणीवेनं माझा सहकार कोमट होऊ लागला होता. मला वाटतं, इलाचाही सहकार कोमट झाला होता. पण ती ते जाणवू मात्र देत नव्हती. माझ्याकडे कमीपणा देऊन तिला हे संबंध टिकवायचे होते. ससाण्याच्या उड्डाणात मजा असते. सरपटण्यात अर्थ नसतो.

पण कळत नकळत आमच्या गाठीभेटी कमी होत होत्या. संभाषणातील फुलोरे कमी होत होते. माझ्या घरात माझं राहणं वाढलं होतं. जाई पूर्वीसारखी हसतमुख होती. तिच्या चेहऱ्यावर चुकूनही अप्रसन्नता आली नाही किंवा तिनं कधीही वाद घालण्याचा प्रयत्न केला नाही. तिला माझे आणि इलाचे संबंध अजिबात समजले नसतील असं समजणं म्हणजे तिच्या बुद्धीबद्दल अनादर करण्यासारखं होतं.पण तिनंही तो विषय काढला नाही, आणि मी तर तो विषय काढणंही शक्य नव्हतं. तिच्या वागण्या-बोलण्यात तसूभरही फरक पडल्याचं दिसत नव्हतं. त्यामुळे माझ्या अपराधीपणाची जाणीव आणखीनच वाढली. आम्ही जेव्हा कधी एकांतात असू तेव्हा ती अंग चोरते आहे असं मला उगीचच वाटत होतं. पण पूर्वीपेक्षा अधिक आक्रमकतेनं आणि आपुलकीनं मी तिला सुखविण्याचा यत्न करीत होतो. इलाच्या-माझ्या गाठीभेटी कमी होऊ लागल्या तसतशी ती अधिक प्रसन्न दिसू लागली-कदाचित माझा तसा समज असावा.

खरं तर जे काही घडत होतं, त्याचं पुरेसं विश्लेषण करायचं सामर्थ्य मला उरलेलं नव्हतं. माझा उत्साह ओसरला होता. तसाच इलाचाही उत्साह ओसरला होता की काय हा प्रश्न मी मनाला करत होतो. पूर्वी एकांत मिळाला की अनावर ओढ असे ती एकमेकांच्या देहाची. एकमेकांला कुरवाळण्याची. वेगळेपणाची भावना घालवून टाकण्याची. पण आता त्या एकांतातील सारी रंगत कोण कोणाला फसवीत आहे ह्या चर्चेनं सारखी बेचव होत होती-बिघडत होती. धुमसत ठेवलेला राग एकत्र भिडताच प्रगट होई. त्यामुळे आमच्या गाठीभेटी हे एक दु:खाचं कारण होऊन बसलं. अर्थात दोघांच्या एकत्र येण्यात सुख अजिबात नव्हतं असं नाही. तिच्याजवळ एक धसमुसळं, रांगडं आकर्षण होतं. पण तृप्तीच्या उंच कड्यावर चढून जात असताना ती भांडणं, ते आरोप-प्रत्यारोप हा आनंद नकोसा करीत. वाटे की, सुखासाठी आम्ही एकत्र आलो, एकमेकांवर

लुब्ध होऊन एकत्र आलो. मग हा नवाच विखार पैदा का झाला, कुठून झाला?

लखकन् वीज चमकावी तसं मला त्याचं कारण सापडलं. आपआपला बरा वाईट संसार सांभाळून दोघांनाही एकमेकांवरचं स्वामित्व हवं होतं. हे मुळातच थोडं विचित्र होतं. आयुष्यात कसलीही अशांतता निर्माण होऊ न देता आम्हाला दोघांनाही उन्मत्त आनंद हवा होता. माझ्या संसारात मी दु:खी नव्हतो असं मी अनेकदा तिला पूर्वी सांगितलं होतं, पण तिनं शोधून काढलेल्या माझ्या संसारातील उणिवा कबूल करण्याचा मी वेडेपणा दाखवला होता. पण ती तर आपल्या संसारातील एकटेपणा आणि सहचरित्वाचा अभाव ह्यासाठी व्याकुळलेली होती. म्हणजे निदान तिनं मला तसं सांगितलेलं होतं. मीही ते खरं मानलेलं होतं. खरंच ती दु:खी होती का? का ती दु:खाचं नाटक करीत होती? तिच्या घरी मी अनेकदा गेलो होतो आणि तिच्या घरातील नेटकेपणा, रूचिरता पाहिल्यावर एक अतृप्त स्त्री हे घर नटविण्यासाठी आणि सजविण्यासाठी एवढी धडपड करीत असेल हे खरंच वाटत नव्हतं. घरातील कितीतरी बारीक बारीक गोष्टी मोठ्या साक्षेपानं तिनं आकर्षित केलेल्या होत्या. घराच्या कानाकोपऱ्यात भरून राहिलं होतं ते एका सुगृहिणीचं तृप्त कौशल्य. मग तिच्या डोळ्यातून डोकावत असे तो एकाकीपणा फसवा तर नव्हता? का तोही खरा होता आणि तिच्या घरातील कुलस्त्रीचं वर्तनही खरं होतं? नवऱ्याचे आणि तिचे संबंध फारसे चांगले नसावेत असं तिच्या बोलण्यातून वाटे, पण त्यांचे शारीरिक संबंधच नसावेत हे काही पटण्यासारखं नव्हतं.

एकदा एका चित्रपटाला मुलांबरोबर आणि जाईबरोबर मी गेलो होतो. एक-दोन रांगांपलीकडे इला आणि तिचा नवरा येऊन बसलेला मला दिसला. नवऱ्याशी ती ज्या तऱ्हेने बोलत होती त्यावरून त्या दोघांत काही बेबनाव असेल अशी शंकासुद्धा आली नसती. मध्यंतरात त्या दोघांची आमच्याकडे नजर गेली अन् मग तिच्या नवऱ्यानं आग्रहानं आम्हाला चहा पिण्यासाठी म्हणून चहाच्या स्टॉलवर नेलं.

"इला सारखं तुमच्याबद्दल बोलत असते. तुमची एकदा भेट व्हायलाच हवी होती." मग मी माझ्या पत्नीची व मुलांची ओळख करून दिली. माझ्या बायकोनं हसत हसत इलाचे हात हातात घेतले अन् त्या दोघी काहीतरी बोलू लागल्या. त्या काय बोलतात इकडे माझं लक्ष असलं तरी इलाच्या नवऱ्याशीही बोलण्याचं नाटक मी करीत होतो. मला वाटलं त्याहून इलाचा नवरा अगदी वेगळा निघाला. तो तिच्याहून बराच मोठा आहे असं इला म्हणाली होती-

कदाचित खरंही असेल ते! पण जोडपं तर अगदी अनुरूप होतं. त्याच्या बोलण्यात छानदार सफाई होती. आत्मविश्वास होता. आजपर्यंत माझ्या मनात त्याच्याबद्दल जमा झालेला तुसडेपणा आणि राग आता सांभाळणं कठीण जात होतं. मध्यंतराच्या त्या छोट्या अवधीत त्यानं दोनचार गमतीशीर किस्से सुनावले आणि सर्वांना हसवून टाकलं. इलासुद्धा खदखदून हसत होती. ती कुठे अवघडल्यासारखी दिसली नाही. अपराधीपणाच्या जाणीवेनं मीच मात्र थोडा बुजल्यासारखा झालो होतो. इलाची-जाईची ही गाठभेट अगदी सहज घडल्यासारखी वाटत होती.

पण ह्या प्रसंगानंतर इलाची-माझी गाठभेट बरेच दिवस झालीच नाही आणि मग मी चांगला बेदम आजारी पडलो. त्यामुळे ती गाठभेट होण्याचा संबंधच उरला नाही. दोन-तीन आठवडे अंथरुणात काढल्यानंतर मला अगदी कंटाळल्यासारखं झालं होतं. इलाची आठवण यायला लागली होती. अंधाऱ्या रात्री जेव्हा झोपेतून जाग येई तेव्हा तर आव्हान देणारा इलाचा अनावृत्त पुष्ट देह माझ्यापुढे नाचू लागला. जाई तेवढ्यात जागी झाली आणि म्हणाली,

"किती चळवळ करताय. शांतपणे झोपा पाहू."

मी हसलो. माझ्या मनात काय चाललं होतं हे सांगणं मला शक्य नव्हतं. तेवढ्यात ती हसली आणि म्हणाली,

"इलाची आठवण येतेय का?"

मी चमकून उठून बसलो आणि म्हणालो, "इलाची?"

मग ती निरागसपणे हसली आणि म्हणाली, "इला फार चांगली मुलगी आहे, नाही? मी गप्पच बसलो. ती म्हणाली, बोला ना. तुम्ही बोललात म्हणजे मला बरं वाटतं आणि तुम्हालाही बरं वाटेल."

"इलाची आणि माझी इतकी ओळख आहे हे तुला माहीत आहे?"

"तुम्हाला काय वाटतं? तुम्ही शब्दानं सांगितलं नाहीत. पण म्हणून मला काहीच कळलं नसेल?"

"आणि ते कळून तुला माझ्यावर रागवावंसं वाटलं नाही?"

"वाटलं ना! का नाही वाटणार? दुसऱ्या एका स्त्रीशी तुमचे चोरटे संबंध असणं ही काय अभिमानाची गोष्ट आहे?"

"मग तू रागावली का नाहीस?"

"रागावले ना, खूप रागावले. पण स्वत:वरच. कोणत्याही अर्थानं पाहिलं तर इलापेक्षा मी देखणी आहे. चांगली आहे. असं असताना इलासारख्या

मुलीबरोबर तुम्ही भरकटत जावं ह्याचा अर्थ काय आहे? मला वाटतं, संसारातील जबाबदाऱ्यांमुळं माझं तुमच्यावर असायला हवं तेवढं लक्ष उरलं नाही. मी गृहीतच धरून चालले की तुम्ही माझ्याशी प्रतारणा करणं शक्य नाही. पण तुम्ही एक गुणी कलावंत-लोकांच्यात मिसळता-चार दिवस गंमत करू पाहणाऱ्या कुठल्याही स्त्रीच्या मोहाचा विषय होऊ शकता! ''

''म्हणजे! इलाबरोबरचे माझे संबंध केवळ गंमत आहेत?''

''मग, नाहीतर काय आहे? इला काय तुमच्याबरोबर लग्न करणार आहे? ती आपल्या नवऱ्याला सोडायला तयार आहे? तसं असेल तर मी माझं मन मारून तुम्हाला मुक्त करायला तयार आहे.''

''नाही, नाही. असलं काही माझ्या मनात नाही.''

''मग इलाच्या तरी आहे?''

''नव्हतं-नसावं. निदान मला तरी काही कल्पना नाही.''

''नव्हतंच. आणि असणारही नाही. गोड खाल्ल्यानं तोंडाला मिठी बसते, म्हणून ती मिठी घालविण्यासाठी एखादा चमचमीत तेलकट पदार्थ खावा तशी ती तुम्हाला खात होती-तुम्हीही तेच करता आहात.''

''नाही जाई, असं नाही.''

''नाही कसं? असंच आहे. नाही तर तुमच्या वागण्याचा अर्थ काय? कसलीही जबाबदारी न घेता किंवा धोका न पत्करता अशी सुखं ओरबाडून घेणाऱ्यांना काय म्हणतात? तुम्ही तरी काय हो विचार केला होतात? तुमचे आणि इलाचे संबंध असेच किती काळ राहणार होते? बोला ना. खरं सांगायचं तर तुम्हा दोघांनाही एकमेकांचा कंटाळा आला आहे. पण खोट्या अभिनिवेशानं तुम्ही दोघंही ते मान्य करणार नाही. प्रेम ही इतकी सोपी गोष्ट असती तर माणसाचं आयुष्य किती सरळ झालं असतं. एखादी गोष्ट आपल्याला जिवापाड आवडते तेव्हा त्या व्यक्तीचा चोळामोळा होऊ द्यायचा नसतो, त्याची फरपट होऊ द्यायची नसते. मी तुमची फरपट होऊ देणार नव्हते. माझ्या जेव्हा लक्षात आलं की तुम्ही अन्यत्र कुठे गुंतला आहात तेव्हा माझी पहिली प्रतिक्रिया अशी झाली की तुमचा दोघांचा रस्ता मोकळा करून द्यावा.''

''जाई, असं काही तू बोलू नकोस.''

''मला काय वाटलं ते तुम्हाला सांगितलं. पण मी तसं काही केलं नाही हे तुम्ही समजायला हवं. तुमचं नि माझं आयुष्य एकमेकात इतकं गुतंलेलं आहे की, आपण एक छोटंसं घर उभारलंय, आपली मुलं आहेत, बरी-वाईट थोडी

प्रतिष्ठा आहे. तुम्हाला शिक्षाच करायची असती तर मी केव्हाच करू शकले असते. मघाशी मी म्हटलं ना की प्रेम सोपं नाही. ती क्षणदोन क्षणांची गंमतही नाही. ती एकमेकांच्या आयुष्याची गुंतागुंत आहे. म्हणून मी माझं मन आवरलं. मला माहीत आहे हे असे प्रसंग पुन्हा पुन्हा येतील.''

''नाही. आय् प्रॉमिस!''

''अहो, अशी प्रॉमिसेस तुम्ही मला पुष्कळवेळा दिली आहेत. लग्नाच्या वेळेस तर दिलीतच पण लग्नानंतर जेव्हा जेव्हा आपण एकत्र येत असू तेव्हा तेव्हा माझ्यावरच्या निष्ठांचे कबुलीजबाब तुम्ही अनेकदा दिलेत. सहजगत्या एखाद्या स्त्रीचं निमंत्रण जो कोणी स्वीकारतो त्या पुरुषाच्या निष्ठांना काही अर्थ आहे काय?''

''जाई, नेमकं काय झालंय ते तुला सांगू का? मी माझं समर्थनही करीत नाही. कारण करण्यासारखं त्यात काही नाही. पण तृप्ती हा मला शाप आहे. काहीतरी दु:ख ठसठसत असावं, कसल्यातरी वेदना, विरह जाळत असावेत, नवंनवं मिळविण्याचा हव्यास मला थोडातरी मिळावा असं मनाला सारखं वाटतं. पुन्हा सांगतो, मी समर्थन करीत नाही. तुझा मी खूप अपराध केलेला आहे. गेल्या तीन चार वर्षांत जे काही मी लिहिलं ते एकदम निराळं उतरलंय. कुठेतरी सळसळणारे शब्द माझ्या कानात पिंगा घालतात. अस्वस्थ आणि करुण डोळे मला निमंत्रण करतात. माझ्या साऱ्या लिखाणालाच एक निराळं परिमाण आल्यासारखं वाटतंय.''

''कलावंताच्या खोट्या समर्थनाचा तुम्ही आश्रय घ्यायला लागला आहात.''

''नाही. नाही. त्यासाठी तुला मी सांगितलं नाही. माझ्या सांगण्याचा हेतू अगदी निराळा आहे. माझ्या चुकांकडे तू उदार दृष्टीने पाहावंस म्हणून मी तुला सांगितलेलं नाही.''

''समजलं, समजलं. ह्याचा अर्थ इतका तर नव्हे की एका जबाबदार कुलस्त्रीची जबाबदारी मी स्वीकारली पाहिजे आणि एका अतृप्त प्रेयसीची जबाबदारीही मी स्वीकारली पाहिजे. तुम्ही स्वत:ला लेखक म्हणवता-म्हणजे आहातच. मनुष्यस्वभावाचं तुम्हाला ज्ञान असायला हवं. वेगवेळ्या सुखदु:खांचे नमुने पाहण्यासाठी जगभर सैरावैरा हिंडावं लागतं ही निरीक्षणाची फार पोरकट पद्धत आहे. पण एक गोष्ट मात्र सांगते. वरवर दाखविलेल्या सुखदु:खाच्या नाटकाने तुमच्यासारखे लेखकसुद्धा फसतात; ह्याचं मात्र हसू येतं.''

''म्हणजे?''

"कुणालाही जिंकायचं असलं की आपण दुःखी आहोत ह्याचं नाटक केल्यानं काम भागतं. काही दिवस असं नाटक केलं की ते नाटक नसून खरं आहे असं वाटायला लागतं. तुमच्यावर अन्याय झाला आहे असं म्हटलं की माणूस सुखावतो आणि अधिक जवळ यायला लागतो. मला सांगा, इला तुम्हाला म्हणाली की नाही, की तुमची बायको थंड आहे. तुमच्यासारख्या आक्रमक पुरुषाला दाद देण्याची तिची क्षमता नाही.''

"नाही...''

"अहो, असे चाचरू नका. असं तिनं म्हणणं भाग आहे. क्षणभर तुम्हाला ते खरंही वाटलं असेल. कारण भावविवश पुरुषांच्या विचारशक्ती बधिर करण्याची शक्ती वासनेत असते. अनुकंपा व कीव हे माणसं जवळ आणण्याचे पूल आहेत. तुम्ही त्या पुलावरून बघता बघता चालून गेलात. तुम्हाला असं वाटलंसुद्धा नाही की इला जे काही म्हणते त्याला सत्याचा काही आधार आहे काय? तुम्ही तिला असं का सांगितलं नाहीत, की माझी बायको थंड नाही. ती माझ्या सर्व आव्हानांना प्रतिजबाब देऊ शकते. तिच्याबद्दल माझी काही तक्रार नाही, तरीसुद्धा तूही मला हवी आहेस, एक बदल म्हणून. गंमत म्हणून. पण मग ती तुम्हाला मिळालीच नसती. तुम्ही मला फसवलंत, ह्याही पेक्षा माझ्यावरती तिनं जे आरोप केले असतील त्याला तुम्ही अबोल राहून मान्यता दिलीत, हा तुमचा गुन्हा मोठा आहे. कदाचित तिच्या बोलण्यात तुम्ही भरही घातली असेल. हा तर जास्त गुन्हा आहे. ह्यात मनाचा हलकेपणा दिसतो. मर्दपणानं तू जर सांगितलं असतंस की मला आणखी एक स्त्री मिळविण्याचा हक्क आहे. तरी ते बोलणं मूर्खपणाचं असूनही क्षम्य होतं. समज, माझा नवरा दुसऱ्या स्त्रीच्या नादी लागलेला आहे, तो माझ्याकडे दुर्लक्ष करतोय म्हणून मी एखाद्या पुरुषाच्या गळ्यात पडले असते, तर ते मला मुळीच कठीण नव्हतं. चोरटेपणानं इला तुझ्याशी संबंध ठेवू शकते, मग मला तरी त्यात काय कठीण होतं? पण मी तसं केलं नाही. का ते सांग बरं.''

मी अवाक् झालो. ह्या प्रश्नाला उत्तर देणं माझ्या ताकदीबाहेर होतं.

"त्याचं एकच कारण की, तुम्ही काहीही केलंत, आणि कोठेही असलात तरी मला विसरण्याचं सामर्थ्य तुमच्यात नाही हे मला माहीत होतं आणि दुसरी गोष्ट, क्षणाक्षणाला ठिकठिकाणी मन जडविण्याची आणि त्यातच सुख शोधण्याची प्रवृत्ती स्त्रीजवळ नसते. पुरुषाकडे ती केवळ नर म्हणून पाहत नसते. कदाचित असंही असेल की दुसऱ्याला सारं काही देऊन टाकण्यात जो एक उन्मत्त आनंद

आहे, त्याचा शोध तुम्हा मूर्ख पुरुषांना कधी लागलेलाच नाही.''

ह्या तिच्या उद्‍गारासरशी सांदीकोपऱ्यात पसरून राहिलेली तिच्याबद्दलची माया, ममता, जिव्हाळा एकदम सारी माझ्या मनात जमा झाली. केवळ अनुतापाच्याच जाणीवेनं नव्हे, तर तिच्या नीटस, उत्कट मूर्तीकडे मी पाहू लागलो. ती मला हवीशी वाटू लागली. मी तिला घट्ट कवेत आवळली. चुंबनांनी तिला गुदमरून टाकली. नित्यपरिचित अशा हालचालींनी मी तिला फुलवू लागलो. तिनं मला मध्येच थांबवलं. नि ती म्हणाली, ''अजून नाही. तुम्ही आजारी आहात.''

''छे, छे! मी आता चांगला बरा झालो आहे.''

''असं तुला वाटतंय. मला तुम्हाला आयुष्यभर पुरवून खायचंय. महिना-दोन महिन्यात संपवयाचं नाही-''

मग तिनं मला आपल्या कुशीत घेतलं आणि ती मला थोपटू लागली. हळूहळू तिच्या स्निग्ध स्पर्शात माझी वासना विरघळून गेली आणि मला झोपही लागली.

नंतर बरेच दिवस गेले. मी परत कामावरही जाऊ लागलो. नंतर असाच एक कथा-कथनाचा कार्यक्रम होता. तेथे मी नेहमीप्रमाणे गेलो. फोटो, चहापान वगैरे सगळे यथासांग झाले. कथा-कथनही समाधानकारक झाले. टॅक्सीत मी बसणार तोच एक सडसडीत बांध्याची, गौरवर्णीय स्त्री माझ्याशेजारी येऊन उभी राहिली. एक अनोखा सुगंध तिच्याबरोबरच माझ्या अंगावर धावत आला. ती म्हणाली, ''तुमच्या कथा फारच चांगल्या असतात. मी नेहमी वाचते. पण आज मी प्रथमच तुमच्या तोंडून ऐकल्या. माझे तुम्ही आवडते लेखक आहात. तुम्हाला मला एकदा निवांतपणे भेटायचं आहे. आपण केव्हा भेटू या ?''

मी म्हणालो, ''भेटू ना. केव्हाही.''

''केव्हाही नको. नक्की सांगा. का असं करता? उद्या आमच्या घरी येता-याल?''

''येईन की.''

''संध्याकाळी पाच वाजता या-मी वाट पाहते.''

मग तिनं आपला पत्ता असलेला कागदाचा चिठोरा माझ्या हातात दिला आणि निरोपादाखल माझा हात हातात घेतला. इतका नितळ, मुलायम, मृदू हात मी कधीच हातात घेतला नव्हता. मी तिच्याकडे निरखून पाहिलं. तिच्या डोळ्यात एक मिस्किल हास्य होतं. मी तिला 'येईन' असं सांगितलं. टॅक्सी सुरू झाली आणि टॅक्सी वळणावर वळताच तिनं दिलेली पत्याची चिठ्ठी मी उगाचच

उलगडून पुन्हा पुन्हा पाहिली- मग अखेरी ती चुरगाळून खिडकीबाहेर फेकली, आणि मिळालेला पुष्पगुच्छ हुंगून, तो जाईला देण्यासाठी घराच्या दिशेने उत्सुकतेने निघालो.

- ०ー ०ー ०ー

सहा । आणि जेव्हा सूर्य, चंद्र झाला

मोटारच्या दीर्घ प्रवासामुळे हरिणीचे केस विस्कटले होते. पोलक्यात उमलते यौवन मावत नव्हते. शहरी आणि आश्रमातल्या प्रमाणबद्ध राहाणीमुळे, उफाड्याने वाढणारे तिचे अवयव बुभुक्षित केशवरावाच्या अधाशी डोळ्यात घुसत होते. अनाथाश्रमाच्या अधिकाऱ्यांनी, 'आपण तिला मोटारीत बसवून दिलें असून उतरवून घेण्याची व्यवस्था करावी' या पाठवलेल्या पत्रावर बायकोनें केलेला कोलाहल केशवरावाच्या अजून कानांत होता.

स्टँडवर हरिणी दिसली आणि त्याला एवढे कष्ट घेतल्याचे सार्थक झाल्यासारखे वाटले. ती चिमणी राहिली नव्हती. ती मैना झालेली त्याला दिसली. १५ वर्षांच्या सीमेवरचे वय, भिरभिरते, बावरे डोळे, गोबरे गाल, मऊ लुसलुशीत गोळा होत चालेले मांस. केशवरावाला एखाद्या सणासुदीसाठी राखून ठेवलेल्या कोंबडीची आठवण झाली.

हरिणी बावरली होती. आईचा अपघाती मृत्यू झाल्यानंतर तिची जबाबदारी घेण्याचा कुणीच यत्न करीना आणि म्हणून शेजाऱ्यांनी तिला आश्रमात पोहोचवली. पण आश्रमाचे नियम आड आले. गेल्या महिन्यात तिला नहाण आले नि मग तिला नातेवाइकाकडे पाठवणे भागच झाले.

आपल्या इच्छेविरुद्ध, आपल्या बहिणीच्या इच्छेविरुद्ध तिला या आडगावात मेव्हण्याच्या घरी यावे लागले.

मन दाटून येऊन रडता येत नव्हते. उद्याचे काय याविषयी भीती होती. अशा वेळेस स्टँडवर केशवराव तिच्या दृष्टीस पडला.

केशवरावाचा आडमाप उग्र देह आणि वाघाची नजर पाहून ती बाबरून गेली. पण लगोलग त्याच्या घोगऱ्या स्निग्ध आवाजाने तिला बरे वाटले.

त्याने तिच्या पाठीवरून हात फिरवला. त्यातल्या स्पर्शसुखाने तिला स्टँडवरच गदगदून आले. फार दिवसांनी तिला रडू आले. आजवर केवळ उपाहास नि कटुता तिच्या कानी येई नि आज प्रथमच लाडक्या गोड आवाजात काही शब्द ऐकू आले. आपण आपल्या मेव्हण्याबद्दल करून घेतलेली समजूत चूक ठरली याबद्दल तिला आनंदच झाला. रडे थांबवता येईना. सुख लपवता येईना. ती केशवरावला बिलगून उभी राहिली. नि केशवराव लोभसपणे तिच्या कोवळ्या अंगावरून हात फिरवीत राहिला.

तिच्या फुलत्या तारुण्याच्या दर्शनाने त्याची वासना चवताळली गेली होती. क्षयी बायकोकडून सतत अतृप्तीत राहून तो चिडका बनला होता आणि आज हरिणीच्या दर्शनाने त्याच्या वासनेला फुले फुलली.

तिच्या पाठीवरून, गालांवरून, बाहूंवरून हात फिरवता फिरवता अगदी सहज त्याचा हात तिच्या वक्षांवर आला. हरिणीला त्यात वावगे काही वाटले नाही. उलट ती अधिकच केशवरावाच्या देहाशी घुसळली. कधी न पाहिलेल्या, अनुभवलेल्या वात्सल्याने, जवळिकेने, सहानुभूतीने.

तिच्या वक्षभागांचा स्पर्श-केशवरावाच्या साऱ्या देहात फिरला. अगदी त्याच क्षणी त्याने निश्चय केला की या फुलाला फुलवायला हवे. त्याशिवाय हे दरवळणार नाही.

सारा रस्ताभर तो तिच्याशी बोलत राहिला. तिला हसवत राहिला. फुलवत राहिला. तिच्या वयाचा अंदाज घेऊन तिच्या मनाचे कोपरे न् कोपरे मोकळे करू लागला.

हरिणी हे सारे निर्मळ भावनेने स्वीकारीत होती. कारण वडील माणसे कशी वागतात हे तिला फारसे माहीतच नव्हते.

घर आले. घरात बहिणीच्या तिरस्काराची नजर हरिणीने झेलली. पोरांनी मात्र 'माछी, माछी' असा गिल्ला केला. हरिणीची थोरली बहीण तारी म्हणाली, "हे बघ, इथे आमच्या डोमलावर येऊन कोलमडलीस खरी. पण फुकट गिळायला मिळायचे नाही. सारी कामे करायला हवीत. मला आता फारसे काही होत नाही. समजलीस-"

"हो," खालच्या मानेने ती म्हणाली, नि परकर खोचून कामाला लागली. हलक्या आवाजात नवरा-बायकोचे बोलणे चालणे होते. ते ऐकणे असभ्यपणाचे असे तिला नागरी रीती सांगत होती. आपल्या आईबद्दल काहीतरी वाईट बोलणे चालले आहे हे तिच्या ध्यानी आले. तिला आईची आठवण होती, ती काही

फारशी चांगली नव्हती. केशवराव सांगत होते. "म्हणून मी तुला तुझ्या आईच्या घरी पाय ठेवू दिला नाही. पण आता त्याचे काय? तुझ्या या तब्येतीला तुला मदत करायला मोल न देता मनुष्य मिळाले. उगाच कावकाव काय करतेस?"

"तेही खरेच-" आणि मग एक खोकल्याची उबळ. केशवरावाचा सुस्कारा. न राहवून हरिणी आत गेली- तारीजवळ गेली नि पाणी पुढे करून म्हणाली, "ताई, पाणी पी."

हाताने तिच्या हातातले पाण्याचे भांडे उडवून देऊन तारी खेकसली, "मोठी आलीय प्रेम करायला. आईला मारलीस. आम्हांला मारायला आलीय, कशाला आलीस इकडे माझ्या खोलीत?"

निजानीज झाली तरीही तारीचे ते उद्गार हरिणीच्या अंत:करणातून जाईनात. वाटले की सरळ आत्महत्या करावी. पण त्या थंडगार रात्री विहिरीतल्या काळ्याभोर पाण्याकडे पाहून तिच्या अंगावर शहारेच आले. ती खाली वाकून पाहात होती नि खालच्या गोड्या पाण्यात खारे पाणी मिसळत होते. परसाचे दार वाजले नि तिला केशवराव येताना दिसला.

"काय करतेस गं?"

"काही नाही-"

"येवढ्या रात्री विहिरीशेजारी काय करतेस-?"

"काही नाही, सहज पाहात होते."

"हरिणी, असं खोटं नाही बोलायचं. तू रडते आहेस. काय झाले तुला?" असे म्हणत तो तिच्याजवळ पोहोचलाही होता.

खरे म्हणजे, नीरव रात्रीच्या दोन प्रहरी, अनावर थंडीत नि चांदण्यात हळव्या मनाची तिची व्यथा समजावून घेण्यासारखी होती. पण केशवरावाचा सराईत पुरुषीपणा तिच्या कलानेच घेत होता. फूल अगदीच कोवळे होते- नवखे होते– बुजण्याची शक्यता होती. पण या घडीला वेळ साधली होती. बायको घोरत होती. कोप रिकामी होती. दु:खाने भरलेली हरिणी सहानुभूतीच्या स्पर्शासाठी भारलेली होती.

केशवराव पुढे झाला आणि त्याने हरिणीला मिठीत घेतली. आणि हरिणीही मिठीत शिरली. केशवराच्या लेखी ती एक स्त्रीच होती. थोडी लहान असली तरी अखेर स्त्रीच होती. नराने मादीला हाताळावे अशा तऱ्हेनेचे तो तिला हाताळीत होता. पण हरिणीला मुळी नराची जाणीवच नव्हती. सहानुभूतीचा स्पर्श एवढीच तिची अपेक्षा होती.

हरिणीचा देह त्याने किंचित उचलला. त्याला वाटले त्यापेक्षा ती अधिक पोसलेली नि जड होती. त्या भारामुळे तो अधिकच सुखावला आणि लहान मुलांना उंच करावे तसेच त्याने चक्क उचलून घेतले.

सारेच हरिणीला नवे होते. तिला आठवत होते ते बालपण तिला गवसले. तीही मोकळेपणाने हसू खेळू लागली.

आणि वर उंच केलेल्या स्थितीतच परसातली गवत साठवायची कोप आली. त्या खोपीतही अधून मधून चंद्रप्रकाश होता. गवतावर एकदम केशवरावांने ती नाजूक पालवी टाकून दिली.

अकस्मात पडल्यामुळे हरिणी घाबरली नि म्हणाली, ''किती घाबरले मी.''

''घाबरायचे कशाला, मी आहे की-''

''हो-''

''मग का रडत होतीस?''

''नाही हो-''

''खोटे का– ताई बोलली म्हणून''

''हं--''

''तिच्याकडे लक्षच देऊ नकोस.''

''असे कसे? घर तिचे आहे.''

''आणि माझे--''

''तुमचेसुद्धा-''

''मग झालं तर. वेडी कुठली. हे बघ, इथे आनंदात रहायचे. मी आहे. मला सारे सांगायचे हं-''

हे बोलत बोलत केशवराव तिच्या शेजारी कलंडला होता. मऊ मऊ गवतावर निवांतपणे पाय पसरत हरिणीच्या अंगावरून त्यांनी हात टाकला. हरिणीने नकळत हालचाल केली.

''पुन्हा म्हणून या डोळ्यांत पाणी दिसता नये. या गालांवरून ते कोसळता नये. नि या चेहऱ्यावर दुःख दिसता नये. हे घे चॉकलेट पाहू.''

तिच्या कोवळ्या मुखावरून केशवरावाने हात फिरविला.

केशवरावाने हळूहळू तिला कबजात घेतले. मऊ भाषा नि मृदू स्पर्श यामुळे ती अगदी सुखात राहिली. त्याचा स्पर्श सरकत होता. थोपटण्याच्या मिषाने चुचकारीत होता. सवयी जडवीत होता. बलदंड देहाला नशा चढत होती.

आणि जेव्हा सूर्य, चंद्र झाला / ९९

कधी हलकेसे चुंबन घडत होतं.

हरिणीला मात्र काय घडत आहे याची जाणीवच नव्हती. तिला एका समर्थ सहानुभूतीचा आधार लाभला होता. नि त्या सुखात तिची सारी जाण सरली होती. शुद्ध हरपत होती. कसल्यातरी अनाहूत शक्तीने.

काय घडले ते हरिणीला कळलेच नव्हते. ती जागी झाली तेव्हा कोंबडा आरवला होता. तिचे अंग दुखत होते. तिची वस्त्रे वेडीवाकडी झाली होती. केस फिस्कारले होते. तिला एवढेच आठवले की आपण रडत होतो तेव्हा केशवराव आले होते. त्याने तिला कुशीत घेतले होते आणि त्याच्या हळुवार स्पर्शाने केव्हा झोप लागली नि काय झाले? काहीतरी विपरीत घडलं हेच खरं.

ती उठली नि घरात आली. अजून सारे सामसूम होते.

तारी लोळत उभ्याची आडवी झाली होती. मुलेही चारी दिशांना लोळत होती.

तिने केशवरावाच्या खोलीत पाहिले. केशवराव घोरत होता. त्याचे मांड्यांपर्यंत केसाळ पाय उघडे पडले होते. क्षणभर त्या देहाकडे पाहून घृणा आली.

मग तिच्या मनात एकदम विचार आला, की केशवरावाने रात्री काय केलं. आपण एवढ्या एकदम झोपी कशी गेलो. त्यांने अंगावरून हात फिरविला हे समजले. म्हणजे!

तिने स्त्रीपुरुष संबंधांच्या ज्या थोड्याफार गोष्टी ऐकल्या होत्या त्यात नि कालच्या रात्रीच्या प्रकारात तिला बरेच साम्य दिसले.

पण काहीही असो, त्यात केशवरावाची माया होती खरे.

दुसरा सबंध दिवस ती अबोल होती. अंगभर कष्ट उपसत होती. खालच्या मानेने ती सारे उरकत होती. मधेच पाणी शेंदताना केशवराव तिच्या पाठीवरून हात फिरवून गेला. तेव्हा तिचे अंग उगाचच चोरले गेले. त्याच्या डोळ्यात काहीतरी निराळेच पाणी दिसले.

या गावातले हे नवे आयुष्य आता पत्करायचे आहे. कसाही असला तरी केशवराव आपल्या बाजूचा आहे हे तिला पुरे समजले होते.

रात्र झाली. ती कामाने थकली होती. आणि तिला केव्हा एकदा झोपते असे झाले होते. जेवताना रोखून बघणाऱ्या केशवरावाच्या डोळ्याला डोळा देताना ती हसत होती नि केशवराव उगाचच पेटत होता. पाखरू तयार होत होतं. एकूण चव लागली– रंग फुलला आणि गंध सुटला. आता किती खाऊ नि कसे खाऊ असे त्याच्या वासनेच्या भुंग्याला झाले होते. त्याने खूण केली. पण तिच्या

चेहऱ्यावर काही साद दिसली नाही. त्यामुळे तो थोडा नाखूश झाला.

हरिणीचे जेवण चालले होते, तेव्हा केशवराव नाना मिषाने स्वयंपाकघरात फेऱ्या घालत होता. सहजगत्या पडाव्यात अशा थापा नि स्पर्श घडत होते. सारी झाकापाक करीपर्यंत सारे घरदार झोपी गेले होते. सोप्याचे दार लावून घेऊन ती जिन्याखालच्च्या जागेत मुटकुळी करून झोपली.

तिच्या मनातल्या चिमण्या घरी येत होत्या. पाने मिटत होती. झाडे स्तब्ध झाली होती, पण केशवरावाच्या मनात मात्र माध्यान्ह होती. सूर्य रखरखला होता. आगीचा लोळ वाफारीत येत होता.

केव्हा एकदा खोपीत जातो असे त्याला झाले होते. तो कुशी सारखी बदलत होता. निजानीज झाल्याची खात्री होते तेवढ्यात दार लावल्याचा आवाज कानी आला. जिन्याखाली हरिणीचा पदरव ऐकला नि केशवरावातला लांडगा भक्ष्यासाठी उभा राहिला.

हरिणी पाठमोरी होती. त्याला वाटले खोपेत तरी कशाला जायचे, पण त्याने जरा अवसर घेतला आणि तिच्या पाठीवरून हात फिरवला. अर्धवट झोपलेल्या हरिणीने पाठ वळवली, 'तुम्ही-अप्पा-'

"झोपली होतीस?"

"हं, दमलेय अगदी-"

"फार काम पडलं-?"

"हं-"

"गुणाची माझी बाई" असे म्हणत त्याने तिच्या अंगावरून हात फिरवला. तिची झोप चाळवल्यामुळे ती जरा नाखूश होती ती या स्पर्शाने सुखावली.

"खोपीत जाऊ या-"

"नको, आता झोप आलीय"

"चल न-"

अप्पाचा अजिजीचा आवाज का आला ते काही तिला कळले नाही. पण आपल्या एकुलत्या एक आधाराला नाही म्हणायचे नाही, दुखवायचे नाही म्हणून ती म्हणाली, "चला-"

तिला झोप अगदी अंगावर आली होती नि चाल मंदावली होती. उलट केशवरावाची झोप अगदी उडाली होती नि चाल धावती होती.

काल चॉकोलेटमधून गुंगीचे औषध दिले. पण आज मात्र हा मध फुलत्या फुलातून घ्यायचा असा केशवरावाचा डाव हाता. आणि म्हणून एक नवे अवसान

त्याच्या वासनेला आले होते.

खोप येताच त्याने तिला जवळ घेतले नि मिशाळ मुखाने तिचे घट्ट चुंबन घेतले.

हरिणीचा श्वास कोंडला. "हे काय अप्पा, केवढा हो हा पापा-"

"तुला नाही आवडत-?"

"शी-"

"खरंच नाही आवडत?"

"अं-हं-"

"मी वाईट आहे?"

"तसे नाही."

"मग मिशा टोचतात-?"

"हं-"

"उद्यां काढून टाकीन, मग आवडेल?"

काहीतरी बोलायचे म्हणून म्हणाली, "चालेल-"

केशवराव फुशारला. आणि तिला घट्ट ओढीत म्हणाला, "मी आवडतो तुला?"

"हं-"

वासनेच्या आणखी एका वलयासरशी केशवराव कापरासारखा पेटला. तिच्या पोलक्याच्या बटनावर त्याची बोटं पडताच ती एकदम शरमून बाजूला झाली, "हे काय अप्पा-"

"ह्या: जणू काही ठाऊकच नाही."

"काय?-"

"काल रात्री काय केले ते-"

"काय केले?-"

"तुला ठाऊक नाही?"

"नाही-"

"ये तर सांगतो" असे म्हणत आपल्या बलदंड हातांनी केशवरावाने हरिणीला आपल्या अंगावर खेचून घेतली. नि विरोध किंवा तक्रार करावयास अवसरही न देता तिला पकडली.

तिच्या ध्यानात तो स्पर्श आला. तिच्या डोळ्यांना केशवरावाच्या डोळ्यांतली वासना कळली. त्याच्या राक्षसी केसाळ देहाची किळस तिच्या सर्वांगातून निघून

गेली. स्त्रीसुलभ साऱ्या शक्ती नि सामर्थ्यें जागी झाली. पण ती पोर त्या राक्षसी सामर्थ्यापुढे हतप्रभ होती. काहीतरी किळसवाण्या प्राप्तीसाठी, तो देह झगडताना पाहून तिला जो त्वेष आला त्यामुळे ती केशवरावाच्या हाताला कडकडून चावली.

केशवराव वासनेची लय साधत होता. झाली ही वेदना असह्य होती, पण ज्या फुलाचा ताजा मधु तो चाखत होता तो अनुभव न्यारा होता. नि त्या सुखाची नशा इतकी गारठवून गेली होती की वेदना त्याला कळलीच नाही. हरिणीच्या विरोधाने नि त्वेषाने उलट त्याला नव्या सुखाची जाणीव झाली.

हरिणी मुसमुसत होती. ते मन आक्रंदत होते "पुरुष इतके निर्दयी, दुष्ट नि घाणेरडे असू शकतात! या इसमाला मी माझा आधार समजले होते. अजून मी कोण आहे याची मला कल्पना नाही तोवर, मी स्त्री आहे हे या काळपुरुषाला समजले, आणि हावरेपणाने, लोभटपणाने याने ते ओरबाडून घेतले. आरशात बघून स्वत:चे कौतुक करावे असे हे रूप आता केवळ चेष्टेचा नि घृणेचा विषय बनले."

दुर्दैवाचा तो प्रहार चिमण्या हरिणीला सोसवण्याच्या पलीकडचा होता. हे दु:ख कोणाला सांगण्यासारखेही नव्हते. शारीरिक वेदनेपेक्षा आपल्या अपवित्र शरीराच्या ओझ्याच्या वेदना तिला असह्य झाल्या होत्या. काल चॉकलेटमधून गुंगीचे औषध देऊन त्याने हेच कर्म केले असले पाहिजे, पण काल निदान हळुवार स्पर्श होता, अनुनय होता, संयम होता, जाणीव होती, कालची शिकार फासेपारध्याची होती. आज मात्र समोरासमोर क्षणाचीही उसंत न मिळता, श्वास न घेता येता अकस्मात भक्ष्यावर झडप आली.

ठणकणारे अंग, ठिबकणारे हृदय घेऊन ती कपडे सावरीत दगडामातीतून ठेचाळत त्या अमंगल घरापासून दूर जायच्या निश्चयाने खोपीतून उठली, नि तशीच त्या चांदण्याने न्हालेल्या रस्त्यावरून चालू लागली. त्या चिमण्या डोक्यात साऱ्या अंगातल्या वेदना, तिरस्कार भरलेला होता. त्यांना चांदणे निपटू शकत नव्हते, एकांत हलवू शकत नव्हता. सारी दुनिया निवांत झोपली होती. कुत्री केकाटत होती. वाघुळें आवाजात होती.

ती तशीच चालत नदीपर्यंत आली. नदीच्या पात्रात जागोजाग पाणी साकळले होते. त्यातून हजारो चंद्र परावर्तित होत होते. लहान मुलांनी फुटक्या आरशांतून अनेक प्रतिबिंबे पाहावीत तद्वत् चंद्राच्या चमकत्या प्रतिबिंबानी तिला वेडावून दाखविले.

“मरायला काय सुंदर जागा आहे-”

मरायचा हा विचार तिच्या डोक्यात आला तोच तिचा दंड एका जबरदस्त हाताने धरला नि विचारले,

“कोण ग तू?”

“?”

“कोण तू-”

“?.”

“बोलता येत नाही की काय तुला-?”

“येते-”

“मग कोण तू-”

“मी हरिणी-”

“केश्या म्हसकराची मेव्हणी की काय-?”

“हं-”

“मग या मध्यरात्री इथे कुठे?-”

हरिणीने विचारणाऱ्या इसमाकडे रोखून पाहिले. नुकत्या मिशा फुटलेला विशीतला एक पोरगा विचारत होता. तिने सारे आघात सावरले होते. ती म्हणाली, “मला झोपेत चालायची सवय आहे.”

“म्हणजे रोज येणार की काय या रस्त्याने? अगं, अशी रात्री बेरात्री तुझ्यासारखी तरणीताठी पोर हिंडायला लागली म्हणजे आटोपलंच. आता कसं करतेस-?”

“मी जाईन परत-”

“गप्प-म्हणे मी जाईन परत. सापा किरडाची भीती असते. बैस इथे. आता थोड्या वेळाने मी निघतोच. झालंच आहे. मी सोडतो तुला घरी.”

ज्याचे नाव ठाऊक नाही पण त्याचे हे आगळे वागणे पाहून मात्र ती चकित झाली. खरे पाहता या अपरात्री, कुणी आसमंतात नसताना, तरणीसाठी मुलगी हाती चालून आली तरी या तरुण मुलाच्या मनात भुंगे शिरत नाहीत त्याच्या पतंगाची वावडी भिरभिरत नाही आणि जणू काही घडलेच नाही. इतक्या शांतपणे तो आपल्याशी वागतो आहे, हे पाहून ती स्तंभित झाली होती. आपल्या मेव्हण्याचे ते वागणे आणि या तरुण मुलाचे हे वागणे तिला दोन्ही धक्का देणारीच होती.

रात्र थंड होती. बराच वेळ चांदणे झिरपल्यामुळे भूमी अधिकच थंडगार

झाली होती. एका अद्‌भुत वातावरणाने ते सारे गाव, गावाबाहेरचा नदीकाठ, नदीकाठावरची या तरुणाची बाग, आणि या बागेत अपरात्रीपर्यंत काम करणारा हा तरुण, सारी दुनिया शानदार होती. मघाचा तो आघात विसरला जाऊ लागला, मघाचा अत्याचार आता पुसट व्हायला लागला.

मघा जे घडले त्याने ती स्त्री झाली होती आणि स्त्रीत्वाचा अनुभव येता येताच तिला नरही दिसला होता. अगदी चमत्कार घडावा असा. एका गालाला विस्तवाचा चटका नि दुसऱ्याला बर्फखड्याचा थंडावा मिळावा असे काहीसे घडले होते. एकाच वेळेला सूर्याचा जाळ नि चंद्राची सावली मिळावी असे काहीसे घडले होते. ज्या सुंदर घाटदार देहाची मघा किळस आली त्याच देहाच्या सौंदर्याची काळजी घ्यावी व ते कुणासाठी तरी राखावे आणि रोखावे असे वाटू लागले.

चौदा-पंधरा वर्षांच्या या कोवळ्या मुलीला फुलोरा आला. जमिनीने जाळून घेतल्यावर नवे कोंब फुलावे तसेच झाले. वासनेच्या त्या भडकत्या दिव्याला त्या शांत पणतीने आकर्षित केले.

''माझं जेवण व्हायचंय-तू खाणार-?''

''नको-''

''का? लाजतेस कशाला?-''

समोर एका गाठोड्यातला स्टेनलेस स्टीलचा डबा उघडला गेला नि खमंग पिठल्याचा गंध दरवळला आणि हरिणीच्या अर्धपोटी जिवाची रसना रसरसली. त्याने तिला भाकर-पिठले काढून दिले नि तोही खाऊ लागला.

तो काहीतरी बोलत होता, नि ती उत्तरं देत होती. स्त्री आणि पुरुष यांचा जन्म होत होता. बाळपण हरपत होते. चांदणे डोक्यातून गरगरत होते. तारुण्य संभाषणात फुलत होते.

काळ रेंगाळत चालला होता, जेवण रंगात होते. पण ते संपले. पावले उचलली नि गावाकडे निघाली. खरं पाहता त्या निरर्थक जिण्यात परत जायला देह दुखावला होता. पण इलाज नव्हता. कोंबड्याची बांग तुरळकपणे कानावर येत होती. वळणाचा कोपरा आला. हरिणीला यमपुरीतल्या त्या घराची भिंतांडे दिसू लागली. शब्द अबोल झाले. पावले मंद झाली. बोलायचे होते-हसायचे होते. पण सारी दुनिया स्तब्ध झाली.

''रात्री-अपरात्री बाहेर पडू नकोस.''

''पण आता तुम्ही असल्यावर भय कुणाचे?''

"पण मी रोज भेटेनच याचा भरवसा काय?"

"भेटालच-"

तो तरुण हसला. एखाद्या निर्झराप्रमाणे खळाळत.

त्याची हसायची सवय तिच्या आता ध्यानात आली होती.

"भेटाल नं!"

"हं-"

आणि त्या अर्थाचा अंदाज घेत ती घराच्या दिशेने निघून गेली.

दिवस उजाडला तो सोने उधळीत. काळ्या रात्रीला सोनेरी निघून करीत. अमृताला सत्य करीत. सारे मळभ गळून गेले. सारी शल्ये विसरून गेली.

दिवस कलला आणि रात्र आली. हरिणी मुकाट बहिणीच्या खोलीत जाऊन झोपली. घरदार झोपते केव्हा आणि आपण नदीकाठाच्या मळ्याकडे जातो केव्हा असे तिला झाले होते. साऱ्या दिवसभर तिच्या मेव्हण्याच्या दृष्टीतला विखार तिला जाळीत होता. पण नव्या जागृत सामर्थ्याने तिने त्याकडे दुर्लक्ष केले. आता अंथरुणावर पडल्या पडल्या तिला आपल्या मेव्हण्याच्या पलंगाची कुरकुर ऐकू येत होती. कुशी बदलणे चालू होते. ताई निजली तेव्हा घोगरी हाक ऐकू आली. "हरिणी, बाळ पाणी आण-"

हरिणी थरारली. कालच्या प्रसंगाची तिला आठवण झाली. परवाच्या प्रसंगाची तिला आठवण झाली. सारी दुनिया दावेदार झाल्यासारखी तिला वाटली. पण काय करायचे ते सुचेना.

पाणी आणण्यासाठी ती खोलीबाहेर पडली.

तेवढ्यात हलक्या पावलांचा ध्वनी आला. बळकट हातांची पक्कड आली, आणि हरिणी एकदम हवेत गेली. केशवच्या आडमाप देहाच्या चालीच्या हेलकाव्यात चीत्कार तोंडातून उमटेना. वाटत होते ताई जागी व्हावी, आपण ओरडावे, काहीतरी अज्ञात घडावे, की ज्यामुळे या अजगराच्या तडाख्यातून सुटका व्हावी.

"आता यायला हवा तो उमदा तरुण राजीव. कालच्या रात्री एकान्ताने त्याची शालीनता विसरली गेली नाही, चांदण्याने तो झपाटला नाही, तारुण्याने तो धुंदावला नाही, तो साधा सरळ तगडा तरुण येईल, सोडवील मला- मला घेऊन जाईल. माझ्या मनावर फुंकर घालील. या सर्पविळख्यातून तो मला नेईल-नेईल."

पण तिच्या देहाचा चोळामेळा झाला होता. वस्त्रे विस्कटली होती, देहाची

शुद्ध गेली होती. आणि यातनांच्या महापुरातून तिच्या अर्धवट शुद्धीचा लाकडी ठोकळा वाहात चालला होता.

चांदण्यांना धरून तिच्या मनात त्या तरुणाने प्रवेश केला. एका क्षणापूर्वीच आपल्या अंगावर अग्नी कोसळत होता ते तिला विसरवू शकणारा तो श्रीहरी तिच्या अंत:करणात बासरी वाजवू लागला. तिच्या चुरगळलेल्या देहात जीव आला. कोलमडलेल्या गुडघ्यात जोर आला आणि एखाद्या झपाटलेल्या वासराप्रमाणे ती नदीकडे निघाली.

नदीच्या काठावर तिला ती परिचित सावली दिसली आणि काही शब्द तोडून यायच्या ऐवजी तिला ओक्साबोक्शी रडू येऊ लागले.

प्रणयाची पहिली चाहूल लागलेल्या दोन तरुण जिवांना रात्र अपुरी पडली. आणि तरीही हरिणीचे दु:ख मात्र तिच्या हृदयातच राहिले. आपल्या दु:खाला शब्दरूप देणे तिला अपमानाचे, दु:खाचे वाटले. पण प्रेमाची वाटचाल सुरू झाली. घडले ते अखेर तिला सांगायचे जमले नाही.

हरिणीच्या सुदैवाने केशवराव नोकरीच्या कामानिमित्त दुसऱ्या दिवशी परगावी गेला आणि हरिणी प्रणयाच्या वाटेवरून चौखूर धावत निघाली.

आयुष्य इतके मोहक आहे हे तिला समजले. अनवाणी पायाला हिरवी मखमल का सुखावते ते समजले. विहिरीत डुंबताना अंग उघडे पडावे, असे का वाटते तेही ध्यानात आले. आपल्या शरीरसौष्ठवावरून नजरेचा मध, कोसळला तर त्या सुगंधात धुंदी कशी येते तेही समजले.

आपला देह डागाळलेला आहे, विटाळलेला आहे याची जाणीव तिच्या मनात येई नि भयाने ती थरकापू लागे. या अमंगल देहाला राजीवसारख्या फुलाचा स्पर्श घडू द्यावा या कल्पनेने तिचे साधेभोळे मन कळवळत होते. अंग चोरले जाई, त्यामुळे तिच्या विनयावर, अज्ञानावर, मुग्धपणावर राजीव अधिकच फिदा होत होता.

केशवरावाच्या अनुपस्थितीचा चांगला उपयोग झाला. सावळ्या रात्रीतले भय संपले. एकांतातला अवजडपणा संपला. शिशिर ऋतूतल्याप्रमाणे रात्री लहान वाटू लागल्या.

आणि ज्या वाटेने आजवर अनेक प्रेमिक चालत गेले त्याच वाटेवरून ती दोघे चालत गेली. चांदण्यानी भारलेल्या, मोहरांनी गंधिलेल्या, उष:प्रभेने तापवलेल्या अशा त्या सुबक नेटक्या पदपथावरूनची ती चाल दोघांना मानवली. वासनेच्या एका महापुराने हरिणीला आपले स्त्रीपण जाणवले. पण प्रीतीच्या एका फुंकरीने

आणि जेव्हा सूर्य, चंद्र झाला / १०७

हरिणीला तारुण्य गवसले नि श्रमलेल्या गात्रांना अवसान आले. आधाराला मिळालेल्या वृक्षावर वेल चढू लागली.

भविष्याचे संकेत घडत चालले. आवडीनिवडी आखुडल्या गेल्या नि हवी तशी सोबत घेतली जाऊ लागली. आपल्याला हेच आवडते असे मन आक्रंदू लागले. काल जे हवे वाटत होते ते अज्ञानाने, चुकीने.

परस्परांसाठी परस्परांचा जन्म झाला असला पाहिजे याविषयी खात्री पटली.

अशाच पंधरा दिवसांच्या चांदण्या रात्रीतून अमावस्या जवळ येत चालली होती. पण अंधाराचे भय उरले होते कुणाला? अंतर सरत होते, दुरावा दुरावत होता.

अशाच एका रात्री राजीव तिच्या कानात गुणगुणला, ''माझ्याशी लग्न करशील?''

''काय? पुन्हा बोल.''

''माझ्याशी लग्न करशील?''

''आणखी एकदा विचार--''

''लग्न- लग्नाबद्दल विचारले मी तुला-''

''पण मला खरे वाटत नाही - एवढी मी भाग्यवान आहे, राजीव?''

''वेडी आहेस हरिणी. भाग्यवान तू नाहीस, मी आहे.''

''असे वाटते हा तुझा मोठेपणा. माझे आयुष्य दुःखांनी, संकटांनी भरलेले आहे. मी एक दुर्दैवी मुलगी आहे. माझ्याशी तू लग्न करतोस?''

''तू होय म्हण. मग तुला कळेल की आपण केवढी सुखाची दुनिया उभी करू.''

''आणखी बोल-''

''गावात राहायच्याऐवजी आपण इथे या मळ्यातल्या खोपीत राहू. कुणी पाहायला नको, कुणी निंदायला नको. या निसर्गाच्या पवित्र उगवत्या जगात तू अन् मी खूप कष्ट करू आणि परस्परांच्या संगतीत त्या कष्टावर उतारा घेऊ. खरे सांगू? या शहरांनी, गावांनी, समाजाने माणसाचे सुखी आयुष्य दुःखी केले आहे. तुला नाही वाटत?''

हरिणी नुसती विस्मित होऊन बघत होती.

राजीव म्हणाला, ''बोल ना; काहीतरी बोल-''

''नको, ते ऐकण्यासाठी पुन्हा पुन्हा मरण पत्करावे असे तुझे सुखद

बोलणे, ऐकणे जास्त भाग्याचे. तू नुसता बोलत राहा-''

राजीव पुढे सरकला. आजवर त्याने कधीच तिच्या स्पर्शाची लालसा बाळगली नव्हती. पण आता सारे बदलले होते. त्याचा उष्ण श्वास हरिणीला जाणवला. त्याच्या दिलाची धडपड, त्याची हालचाल हरिणीला समजत होती. त्या साध्याभोळ्या फुलाला केवळ स्पर्श, केवळ स्त्रीस्पर्श हीसुद्धा केवढी अजब गोष्ट वाटत होती, तेवढीच पवित्र.

''आणि मी -''हरिणीचे मन तिला विचारू लागले. त्या पवित्र पुरुषाने आपल्या स्पर्शासाठी अधीर व्हावे एवढ्या आपण पवित्र आहोत काय?

आणि या विचारसरशी त्या साऱ्या संभाषणातली गंमतच गेल्यासारखी झाली. कारंज्यातून एकदम पाणी उडेनासे व्हावे तसे झाले. सारी शोभा संपली. सारी मनोराज्ये कोळपली. तिचा नकार तिच्या मुद्रेवर दिसताच राजीवला मात्र राहावले नाही. ''हरिणी, मी आवडत नाही तुला?''

''कसे सांगू?''

''मग बोलत का नाहीस? मी आवडत नाही, असे तर नाही ना-?,

''वेडा रे वेडा. तू न आवडायला काय कुरूप आहेस, का म्हातारा आहेस, का निरुद्योगी आहेस? या क्षणी मला सर्वांत आवडणारी वस्तू कोणती विचारशील तर मी सांगेन-''

''कोणती-?''

''तूच- तूच- सर्वांत सुंदर, सर्वांत आवडणारी, सर्वांत प्रिय आणि म्हणूनच माझ्यासारख्या दुर्दैवी मुलीपासून दूर रहायला हवी अशी व्यक्ती.''

''काय बोलतेस हे वेड्यासारखे-''

''सत्य तेच बोलते आहे. तू अन्य एकाद्या भाग्यवान मुलीशी लग्न कर. मला जे संगतीचे सुख नशिबाने मिळाले त्यावर मी संतुष्ट आहे.''

''मी नाही. मला तू हवी आहेस, मी तुला सोडणार नाही.'' आणि त्याच क्षणी अनावर होऊन तिचे हात त्याने ताब्यात घेतले नि घट्ट दाबले.

त्या स्पर्शाने ते जीव एवढे सुखावले की शब्दांतून जे बोलायचे ते सारे समजून आले.

रसरशीत फुलत्या यौवनाची धग गात्रागात्रांत चढत चालली आणि राजीवच्या घट्ट पकडीत हरिणी गेली. त्या पकडीतून सुटण्याचा यत्न करण्याऐवजी तीही अधिकच त्याला बिलगली. तिच्या नाजूक गालांवर खडी काढली गेली, तिच्या कोरडलेल्या ओठांवर किनार निघाली आणि कपड्यांना इस्त्रीनंतर बसावी अशी

आणि जेव्हा सूर्य, चंद्र झाला / १०९

एक सफाईदार मिठी तिच्या देहाला बसली.

साऱ्या देहाला हवेतल्या पिसाप्रमाणे वाटत होते - उडावे, हसावे, खिदळावे.

या मिठीतून सुटावे असे कुणाला वाटेल? पण राजीव सावध होता. जीवनातल्या सर्वोच्च आनंदाच्या प्रसंगीही त्याला मर्यादा ठाऊक होती. तो म्हणाला, "हा भाग्याचा ठेवा मी लग्नानंतर माझा करीन, तोपर्यंत इथेच थांबायला हवे. थांबशील ना?-"

"इश्श!-"

"घाई झाली!-"

"तुलाच झाली असेल."

"झालीय - फार झालीय - पण थांबायला हवे. जे आपले होणार आहे ते ओरबाडून खाण्यात काय अर्थ आहे? हरिणी, वाट पाहाण्यातसुद्धा केवढे सुख आहे. आपलं लग्न केव्हा बरे करू या!-"

"केव्हा?"

"दिवाळीनंतर!"

"दिवाळीनंतर?"

"फार लांब होतंय!"

"हं-"

"उतावळे होऊ नये माणसाने. तुझ्या घरची परवानगी दिवसगत होणारच. त्यासाठी नाही. मी थांबेन हो, पण - पण मी घरात बोलणे काढतो– तूही काढ"

"मी? मेलेच मग मी. घरचे काम करणारी विनामोल मोलकरीण कोण सोडणार, ताई तर सोडणार नाहीच पण केशवरावसुद्धा माझे लग्न होऊ देणार नाहीत-"

"मग गं?"

"त्यांनी विरोध केला तरी मला पळवून नेऊन करशील ना लग्न, का स्वत:च पळ काढशील?-"

"नाही, तसे म्हणत नाही. पण सगळ्यांची संमती असावी. गावाला बोलवावे, सगळ्यांचा आशीर्वाद घ्यावा, लग्न सगळ्यांनी गाजवावे नि मग-"

"तुमच्या मनासारखे होवो. मग झाले?"

"पण तेवढे दिवस थांबशील?"

"म्हणशील तेवढा काळ- अनंत काळ-"

''चल तर.''

तिच्या हातात हात तसाच होता. पावलांबरोबर पाऊल उचलत होते. श्वासाबरोबर श्वास हुंकारत होता आणि त्या सावळ्या रात्रीतला उन्माद दोन्ही अंगांना झेपावत होता. अगदी नकळत गुलाब पुष्पापेक्षा सुगंधित अशा मृदू गुलाबाचा स्पर्श घडत होता.

गावच्या शिवेवरच्या मंदिरासमोरी येताच हरिणी क्षणभर थांबली. तिने डोळे मिटले नि जोडले. त्यानेही तिचे अनुकरण केले. डोळे उघडत तो म्हणाला, ''काय मागितलेस देवाजवळ?''

''काय मागणार! धैर्य मागितले. या घटकेपासून मी तुझी झाले. या देहावर नि मनावर तुझीच सत्ता असावी असे देवाजवळ मागितले. तुझ्या नि माझ्या मध्ये येणाऱ्या सर्व शक्तींचा संहार करण्याचे सामर्थ्य मागितले, पण तू काय मागितलेस?''

''तुला मागितले, मनाने जरी आपण आज एक झालो, तरी जगाच्या दृष्टीने खूप मजल गाठायचीय, देवाजवळ आशीर्वाद मागितला.''

''माझे मन आज अगदी पवित्र नि सुंदर झाले आहे. राजीव, पुरुषार्थाचा नवा आदर्श तू दिलास. कोणी थांबणार नाही अशा क्षणी तू माझ्या हितासाठी थांबला आहेस.''

''चल, उशीर झाला फार; कोणी पाहील.''

नेहमीप्रमाणे कोपऱ्यापर्यंत येताच ती दूर झाली. पुन्हा पुन्हा मागे पाहात तिने हलक्या हाताने परसाच्या बाजूचा दरवाजा लोटला; आवाज येऊ नये म्हणून हळू हळू.

समोर दिसणाऱ्या दृश्याने तिचा थरकाप झाला.

कंदिलाच्या अर्ध्यामुर्ध्या प्रकाशात केशवराव भिंतीला टेकून बसला होता. त्याने ती आत येण्यापूर्वीच विचारले, ''कुठे गेली होतीस?''

''झोप येईना म्हणून जरा बाहेर हवेवर उभी होते-''

''खोटारडी, मला ठाऊक आहे सारे- खबरदार आत आलीस तर-''

असे हे म्हणत, तो तिच्यापर्यंत पोहोचला होता. तिचा हात पिळवटून त्याने हाती घेतला नि ओढत तिचा विरोध, चीत्कार यांचा विचार न करता त्याने तिला खेचून खोपीकडे चालवली.

''नको केशवराव, नको-आज नको. झाले ते झाले. कुणाला सांगणार नाही. पण आता नको - नको हो-''

ते शब्द, आक्रोश, अश्रू, बळ सारे फुकट गेले. तिचा देह माराने नि मारापेक्षा भोगाने तुडवला गेला. तो कपडे आवरीत एवढेच म्हणाला, "खबरदार, माझ्यापासून सुटका नाही तुझी. बघू या, कोण मायेचा पूत तुला सोडवतोय तो- तो चिरमुटला पोर राजीव नाही काय? लक्षात ठेव, त्याचे तुकडे तुकडे करीन."

आता सारे संपलेच होते. निदान या मंगल वेळेला हा भोग आपल्या नशिबी का यावा? भविष्याच्या सुंदर विश्वाची नुकती कोठे स्वप्ने दिसली ते सारे मंदिर उद्ध्वस्त झाले. वृक्ष किडीने भारून गेला. आपल्या देहाच्या पावित्र्याची प्रतिष्ठा कोणत्या क्षणी केली नि हे काय घडले.

घडले ते घडले पण पुन्हा हरिणीने मान वर उचलली नाही. हसणे तर दूरच, पण नुसती प्रसन्नता सुद्धा तिच्या मुद्रेवर दिसली नाही. तिच्या बहिणीला काहीतरी बिघडलेले दिसले पण त्याचा अर्थबोध झाला नाही. तिच्या त्या बदलत्या स्वरूपाकडे पाहून केशवही थोडा भयचकित झाला होता. बायकोला ते समजावे अशी त्याला इच्छा नव्हती. त्याला ती कोवळी काकडी खायला हवी होती- पण बागवानाला चुकवून. त्याचा अंदाज होता की या नव्या पाखराला त्या सुखाची चव लागली की मग केवळ ते गुलाम होऊन राहील. पण त्याचा तो पुरुषी, स्वार्थी अंदाज चुकला.

हरिणी घरातली कामे बिनबोभाट करीत होती. शक्यतर ती परसदारी जायचे सुद्धा टाळीत होती. राजीवच्या डोळ्याला डोळा देण्याचे महापापसुद्धा तिच्याने होण्याजोगे नव्हते. तिची भाचरे तिच्या अवतीभवती होती. ती बिचारी प्रेम लावत होती पण या प्रेमाच्या दुनियेपासून हरिणी सहस्त्र योजने दूर होती.

रात्री-दिवसा तिला राजीवचा आवाज ऐकू येई. त्यात भास कोणता नि सत्य कोणते तेच तिला कळत नव्हते. मध्यरात्री भिरभिरत येणाऱ्या त्याच्या शिळेने ती कळवळून जाई; पण जागची हलतसुद्धा नव्हती.

हा अमंगळ, अपवित्र घाणीने बरबटलेला देह त्या साध्या भोळ्या तरुणाला द्यायला काळीज फत्तराचेच हवे.

दिवस चालले होते आणि ते नकळत दुर्दैव वाढवीत होते.

एक दिवस सकाळी सडा रांगोळी करता करता हरिणीला गदगदून आले नि तिचा जीव घाबरा झाला. मुले गोळा झाली. ओकारी थांबेना, तेव्हा त्यांची आई पुढे झाली.

एका क्षणार्धात, नजरेला नजर भिडताच, त्या ओकाऱ्यांचा अर्थ त्या सूज्ञ स्त्रीच्या ध्यानात आला. आणि मग-?

मग न भूतो न भविष्यति अशा शिव्या, मारहाण झाली, हरिणी झोडपली जाऊन मारहाणीने लोळागोळा झाली होती, नि केशवराव घोरत पडला होता. त्याला धसधसा उठवीत हे अक्रीत समजावण्यात आले आणि मग पुन्हा एकदा मारहाण-कुळाचा उद्धार. जेव्हा सहन होईनासे झाले तेव्हा न राहवून तिने एक गदगदून हुंदका दिला. आणि ती स्फूंदून स्फुंदून रडू लागली.

"या चांडाळणीने घराला काळोखी फासलीन" केशवराव वैतागल्यासारखा म्हणाला, "कोणाची करणी देव जाणे! एवढीशी कारटी पण महाइब्लिस. कोणा जाराची ही करणी? मला वाटतं तो देसायांचा राजीवच असावा. रात्री अपरात्री त्याच्याबरोबर हिला पुष्कळांनी पाहिल्याचे समजलंय मला."

"आणि मला आता सांगताय. न्हाती-धुती पोर म्हणजे आगीचा गोळा म्हणून मला नको होती ती यायला या घरात. लोकांचे राहू द्या, पण घरचं भय काय कमी होते?"

केशवने दृष्टी फिरवली. यातला अर्थ न समजल्यासारखे करून ताबडतोब तो घराबाहेर पडला.

काय घडतंय, काय बोललं जातंय याची शुद्ध हरिणीला नव्हती. चारदोन वेळा प्रकाश आला नि गेला. तिला अर्धवट धुंदीत एक दिवस तो प्रिय स्वर ऐकू आला. 'राजीवचा'-शक्य नाही "या घरात शक्य नाही. तो का आला. राजीव, कशाला आलास या नरकात. अरे सारी दुःखे सोशीन. पण तुझ्या तिरस्काराचा दृष्टिक्षेप कसा सोसवेल मला? मृत्यूशिवाय मी कोणाचेच स्वागत करणार नाही. माझ्या आयुष्यात तू आलास कशाला? राजीव-"

होय, तोच समोर होता. डोळे उघडून तिने पाहिले तो राजीव, एक म्हातारी- राजीवची आजी असावी- केशवराव व तारा उभी होती. केशवराव ओरडून विचारत होता, "सांग, या पोरीबरोबर तू रात्री-दिवसा हिंडला फिरलास का नाही-"

"हो हिंडलो-नाही कुठे म्हणतोय-"

"शरम नाही वाटत? ही न्हाती-धुती पोर, तिला नासवलीस- बघ तिची अवस्था-"

"नासवली - नासवली म्हणजे काय- मी लग्नच करणार आहे तिच्याशी"

"मग हरकत नाही. नाहीतर या अवस्थेत सोडून दिलेस तर काय करायचे! चैन करताना पुढे नि आता पळायचास."

"चैन-चैन काय केली मी. ती मला आवडली, आम्ही हसलो बोललो -

आणि जेव्हा सूर्य, चंद्र झाला / ११३

पण तुम्ही एवढ्या चमत्कारिकपणे का बघता आहात सारी जणं-आणि तू हरिणी-तू अशी पडून का राहिलीस? तू का नाही सांगितलेस की राजीव मला फसवणार नाही. तो लग्न करणार आहे.''

हरिणीला बोलायचे होते की तू साधाभोळा आहेस. दुसऱ्याने केलेल्या पापाला तू नकळत जबाबदार होतो आहेस! तिला ते बोलवेना.

तेवढ्यात समजावणीच्या स्वरात तारा आजीला सांगू लागली, ''तुम्हीच सांगा, पोरीनं सांगावे का नाही राजीवचे नाव, अशा पोटुशा अवस्थेत सुद्धा मख्ख-''

''काय-काय म्हणालात ताराक्का?''

''होय ना, दिवस गेलेत हे तुम्हांला सुद्धा सागितले नाही नं-''

''काय-काय म्हणालात? हरिणीला दिवस गेलेत- काय म्हणता काय? हरिणी, काय मी ऐकतोय-''

''करून सवरून-''

''काय करून सवरून? खबरदार, असले काही घाणेरडे बोलाल तर. हरिणीवर मी प्रेम केले आहे पण असले घाणेरडे मी काही केलेले नाही- विचारा तिला-''

''तिला काय विचारा! म्हणे तिला विचार- ती काय बोलणार? तिला दिवस गेलेत. तूच कबूल करतो आहेस की तिचे तुझे संघटन होते म्हणून-''

''नाही, मी काही तसले केलेले नाही. शप्पथ नाही. मी - मी कसे करीन हो असे? या फुलासारख्या मुलीबरोबर? हरिणी तूच सांग. मी काही केले नाही ना तसले-''

''मग सांग ती पोटुशी राहिली ती कुणापासून-?''

''शक्यच नाही, ती पोटुशी नाही. तुम्ही सारे खोटे सांगताय. त्या चांगल्या मुलीला तुम्ही उगाच बोल लावताय. तसले घाणेरडे ती करणारच नाही--''

''गप्प बस, तूच हे सारे केले आहेस. तुलाच ते निस्तरले पाहिजे. तुझे पोर तिच्या पोटात आहे. लग्नावाचून आता उपाय नाही.''

''तसे असेल तर मी मुळीच लग्न करणार नाही तिच्याशी. ते मूल माझे नाही.''

त्या एकट्यावर इतका वेळ प्रश्नोत्तरे झडत होती त्यात आळीपाळीने केशवराव नि तारा भाग घेत होती.

आजीचा आवाज ऐकू आला, ''राजीव, असे म्हणून कसे चालेल!

तुझ्याबरोबरच हिंडत फिरत होती ना ती! तूच नाही का कबूल केलेस? मग आता उगाच नाही म्हणण्यात काय अर्थ आहे?''

''आजी, आजवर मी कधी खोटे बोललो नाही. तसे कारणही नाही. मी म्हटले असते तर हिच्याबरोबर मला लग्न करायला कोणी बंदी केली नसती. गेल्या महिन्या-दीड महिन्यात माझी हिची गाठसुद्धा पडली नाही. आम्ही परस्परांच्या प्रेमाची शपथ घेतली. त्या दिवसापासून काय घडलंय कुणास ठाऊक, ही मुळी घरातून बाहेर पडली नाही. मग मला भेटणार केव्हा? खरोखरीच मी केले नाही. मी याला जबाबदार नाही.''

''मग हरिणीची ही अवस्था कशी झाली?''

''ते मी कसे सांगू? तिलाच विचार-''

ते कोमेजणारे फूल मान कलवून पडले होते. ऐकू येत होते त्याचा पुरा अर्थ अंतर्यामांत भिरभिरत होता. पण मेंदूत शिरत नव्हता. तारा जेव्हा पुन्हा पुन्हा तिला विचारीत होती, ''चांडाळणी सांग, सांग तुझ्या जाराचे नावं सांग-'' तेव्हा ती थंड होती.

केशवराव म्हणाला, ''तिला काय विचारता? हाच तो हरामखोर.'' आणि हे म्हणता म्हणता त्याने राजीवच्या थोबाडात लगावली.

राजीवच्या डोळ्यांत अंगार दिसला. प्रतिकारार्थ हातांची हालचाल होऊ लागली- आणि पुढं काय वाढून ठेवलंय ते सर्वांच्या ध्यानात आले.

एक क्षणभर ते तेज डोळ्यांत दिसले न दिसले आणि मग ते ओसरले. जणू काही घडलेच नाही एवढ्या शांतपणे राजीव म्हणाला, ''किती झाले तरी तुम्ही वयाने माझ्याहून मोठे आहात आणि त्याहूनही मूर्ख असलात तरी हरिणीचे पालक आहात. तुमच्या आताच्या आततायी मार्गाबद्दल मी तुम्हांला क्षमा करतो.''

''मोठा आलाय क्षमा करायला.''

''होय, क्षमाच करतो. माझ्यावर तुम्ही हात टाकायचे कारणच नव्हते. मी पुन्हा सांगतो ते ऐका. मी तुमच्या मेव्हणीवर प्रेम जरूर केले आहे. तिच्याशी लग्न करण्याचा माझा इरादा जरूर होता. पण तुम्ही सांगता त्या परिस्थितीला मी मुळीच जबाबदार नाही आणि म्हणूनच मी तिच्याशी लग्न करणार नाही.''

''काय टाप लागलीय? तू लाख म्हणशील, हे माझे कर्म नव्हे. मग कोण तो हरामखोर?''

हा संवाद चालला होता. वातावरण तापले होते आणि सुटका होत नव्हती. अशा वेळेला हरिणीला केशवरावाचा तो निर्लज्ज प्रश्न ऐकू आला.

बराच वेळ मनात घुटमळणारा निश्चय बाहेर पडण्यासाठी जीव टाकू लागला. शब्द जमा होऊ लागले. भीती, शरम लोपत चालली. तरीपण त्या उत्तरासाठी जीभ तयार नव्हती. त्या साहसासाठी गात्रे खूश नव्हती.

कोण तो हरामखोर? खरेच कोण तो हरामखोर? मुलीसारख्या असणाऱ्या, वासनेचा स्पर्श न झालेल्या साध्या मुग्ध कळीला आगीत करपवू पाहाणारा, कोण तो नराधम? ज्या खांद्यावर वत्सल स्पर्शासाठी मान विसावली, तिथल्या वासनेच्या धगीने आग लावणारा पाषाणहृदयी कोण तो हरामखोर? दर्शन होताच वखवखलेल्या नजरेने कोवळी कोवळी कळी हुंगणारा नि ती काबीज करण्यासाठी कावेबाज पावले टाकणारा कोण तो नराधम-?

आणि उलट रात्रीचा एकात, चांदणी थंडावा, तरुण मुलीची संगत असताना गोड शब्दांची बरसात करणारा कोण तो पुरुष? जिथे वासना विरघळून प्रीती बनली. प्रीती विरघळी नि सहानुभूती स्फुरली. साऱ्या देहाचे गोकुळ झाले, बासरी वाजू लागली व त्या पहिल्या रात्रीच्या स्मरणाने तिच्या अंगावर रोमांच आले. राजीवच्या वर्तनातला संयम, तिच्यावरील प्रीतीचे उदात्त स्वरूप आणि तिला त्याने दाखविलेली गाढ सहानुभूती, ही सारी राजीवच्या रूपाने समोर साकार होती आणि ज्या वेळेस कोण तो हरामखोर हा निर्लज्ज, उर्मट प्रश्न केशवरावाच्या तोंडून आला तेव्हा आपोआप मान वर होऊन त्वेषाने केशवरावाकडे बोट दाखवीत हरिणी ओरडली,

''हा हा हाच तो नराधम...'' आणि ती ओक्साबोक्शी रडू लागली. एवढ्या मोठ्याने की तो आवाज, त्यातली चीड साऱ्या घरात फिरून परत आली आणि तिच्या त्या शब्दांतला अर्थ ग्रहण करण्यासाठी सर्वांनाच थोडा वेळ लागला.

गुन्हेगार माणसाचा चेहराच गुन्हा बोलतो. या तिच्या अनपेक्षित धैर्याने जसा केशवराव स्तंभित झाला तसाच त्यातल्या सत्याने तो लाचार झाला. त्याचा चेहरा काळवंडला.

''तुम्ही? तुम्ही या गरीब पोरीवर हात टाकलात? अहो, स्वत:च्या पोरीलाच नासवलीत? काहीतरी शरम काहीतरी विचारशक्ती-शी:! देव तुम्हांला काय करायचे ते करील. पण मी-मी...'' कोपऱ्यात ठेवलेली कोयती तारीने उचलली नि ती केशवरावाच्या दिशेने फेकली. केशवला ती चुकवता आली नाही आणि एक भंयकर किंचाळी फोडून तो बेशुद्ध झाला.

पुढे घडायचे ते घडले आणि त्या कोलाहलातून हरिणीला बहिणीचे प्रेम

गवसले आपल्या कोवळ्या बहिणीच्या आयुष्याचे वाटोळे करणाऱ्या आपल्या खुद्द नवऱ्याचा मुलाहिजा तारीने ठेवला नाही.

पण हे सारे ठीक झाले तरी हरिणीचे काय होणार होते? तिची या अवस्थेतून सुटका कशी होणार होती? वात्सल्याने तिच्या दु:खी मनाला निवारा गवसला. पण तिच्या शरीरधर्माला आवर कसा पडणार?

उद्ध्वस्त आयुष्याला पुन्हा आकार येणार कसा?

गाजावाजा झालेल्या या प्रकरणानंतर हरिणीशी कोण लग्न करणार!

पण जग कोणासाठी थांबत नव्हते. अनेकाच्या मध्यस्थीचा उपयोग न होता बलात्काराच्या आरोपावर केशव तुरुगांत गेला. त्याला तारिणी जबाबदार ठरली. तिने कडवेपणाने साक्ष दिली. आकाश चोहोकडून फाटत होते. पण तारिणीला कधी नव्हे ते अवसान आले होते. चिमण्या हरिणीला पोटाशी घेऊन ती एवढेच म्हणाली, ''मी तुझ्या पाठीशी आहे.'' पण सर्व दु:खांत एक दु:ख असे होते की त्यात भागीदार होणे फक्त दुसऱ्या एकाच, आणि त्याच व्यक्तीला शक्य होते. जी अवस्था हरिणीला प्राप्त झाली होती, त्यातले दु:ख तिला एकटीलाच सहन करावे लागणार होते.

दिवसांमागून दिवस सरकले आणि हरिणीचे दिवस भरत आले. नाना तऱ्हेच्या जंगली गावठी औषधाने तिची सुटका झाली नव्हती, पण त्यांच्या भयानक परिणामाने तिचे बाळंतपण मात्र कष्टाचे गेले. एवढेच घडले की, जन्मत:च ते मूल दगावले.

हॉस्पिटलच्या बिछान्यावर विकल अवस्थेत हरिणी दिवस काढीत होती. दिवसा तारिणी तिच्याजवळ असे तेव्हा तिला थोडातरी आधार वाटे, पण रात्री ती एकटी असे तेव्हा सारे जग तिला खायला उठे. शरीरकष्ट नि दु:ख असह्य होतेच पण मानसिक प्रहारही फार खोलवर होता.

गेले अनेक दिवस तिने बाहेरचे जग पाहिलेच नव्हते. केशवने केलेल्या अत्याचारानंतर तिला बाहेरची हवा पारखी झाली होती. मन कुढून गेले होते. तारिणी व तिची भाचरे याव्यतिरिक्त कोणी भेटायलही आले नव्हते. कशासाठी जगायचे हाच तिला प्रश्न पडला होता.

कुठल्या स्वप्नात आपण होतो नि काय आयुष्य आपल्या नशिबी आले! तो नदीकाठ-ते चांदणे-त्या रात्री अपरात्रीच्या मुलाखती-ते संकेत ती रंगत-ती लाघट भाषा नि संयमी वागणे-सारी आबाद दुनिया दूर झाली. उद्ध्वस्त झाली.

उरली फक्त घाण. अमंगल, लांच्छित जीवन-निर्माल्य. चंद्र निघून गेला

नि माध्यान्हीचा सूर्य आयुष्यात कायमचा आला. आता प्रवास रखरखीतून तळवे भाजत, जननिंदेची आग ओसंडत असताना चालायची उरलेली वाट-

खरेच आपण आत्महत्या केली असती तर आपले दु:ख संपले असते आणि तारिणीचे उदभवले नसते. सूर्य सूर्यच राहिला असता, चंद्र चंद्रच राहिला असता. जे संपवायला हवे होते ते राखण्याच्या कामात ही गल्लत झाली-

आणि हॉस्पिटलमधून जाण्याचा दिवस आला. हरिणीने कपडे आवरले. डॉक्टरांच्या सूचना घेतल्या. तारिणीचा हात हातात घेऊन तिने हॉस्पिटलचा दरवाजा सोडला. सावली सोडून ती उन्हात निघाली.

आणि तिने बाहेरची हवा हुंगण्यासाठी उंच मानेने वर पाहिले आणि समोर रखरखत्या सूर्याला थंड करणारी राजीवची स्निग्ध नजर तिच्यावर खिळली होती. क्षणार्धात तो पुढे झाला. आश्चर्याने भांबावलेल्या अतीव सुखाने विद्ध झालेल्या हरिणीच्या देहाचे ओझे त्याने सावरले.

"बरी आहेस नं"

"ही अशी आहे"

"बरं वाटतंय नं-"

"आता वाटेल. तू आलास, आता बरं वाटेल."

"मी येईन असे वाटले नव्हते नं?"

"कसे वाटावे-?"

"मी चुकलो. क्षमा कर मला."

"मी? मी तुला क्षमा करू? मी पापाची खाण-मला तू दिसलास-स्पर्श केलास यातच सर्व काही आले. मी तुला कशी क्षमा करू आणि तू अपराध तरी कसला केला आहेस! खरोखरीच, एखाद्या धीरोदात्त नायकासारखाच तू वागलास. मोहाला बळी पडला नाहीस. धमकीला भ्याला नाहीस. तुला कसली क्षमा करू मी?-"

"हेच, की नायकासारखे वागलो, माणसासारखे वागलो नाही. एका चिमुरड्या मुलीवर जगावेगळा प्रसंग कोसळला असताना अलिप्त राहिलो. कारण मी काय करायला हवे होते ते मला कळलेच नाही."

हरिणीच्या डोळ्यांतून अश्रू वाहत होते आणि तारिणी हे सारे विस्मयाने पाहात होती.

"तुझ्यावर जी आपत्ती कोसळली तिच्याशी तू एकट्याने लढाई दिलीस. अगदी घडू नये अशा संकटात सापडलीस. त्या वेळेस जर मी म्हणालो की होय-

मीच या मुलाचा बाप आहे तर-तर खऱ्या मर्द माणसासारखा वागलो असे म्हटले असते. तू मला हवी होतीस. तू चांगली आहेस आणि तशीच सदैव होतीस पण मी चारचौघांसारखा भित्रा पापभीरू-सामान्य होतो. पण गेल्या नऊ महिन्यात मीसुद्धा अनेक मानसिक छळांतून गेलो. माझे प्रेम श्रेष्ठ की लोक काय म्हणतील ते श्रेष्ठ? जे लोक तुझ्यावर अत्याचार करीत होते तेव्हा दार लावून सुखात घोरत होते. त्यांच्या म्हणण्यासाठी तुला एकटी टाकायची का काय? तुला हात द्यायचा. धीर, खरंच धीर होत नव्हता पण...''

''पण काय झाले?''

''हे बघ- त्या झाडाखाली कोण कोण आहे ते बघ. तो नाना बामण, तो दादा पारसनीस, वामन कुलकर्णी, आबा मास्तर सारी गांवगन्ना तुला घरी न्यायला आली आहेत. तुला पुन्हा शीतल सावलीत न्यायला आली आहेत.

''त्यांनी माझ्या डोळ्यांत अंजन घातले. त्या जुन्या विचारांच्या म्हाताऱ्या खोडांनी मला हे नवे शहाणपण शिकवले. चल, त्यांना नमस्कार कर-चल.''

हरिणीला काही समजत नव्हते. तिला काही तरी सुखद घडतंय एवढेच कळले. सूर्य चंद्र झाला होता, एवढेच कळले आणि खालच्या मानेने ती परत मानाच्या दुनियेत पावले टाकू लागली.

-०-०-०-

सात । कोण कोणाते सांभाळी

कॅफे 'ए वन' मध्ये दिवाकरपंत गर्गे जाऊन बसले होते. ते अगदीच खचले होते. मध्यंतरीच्या मानसिक अस्वास्थ्याने. पण आज एकदाचे ते संपले, हा एक दिलासा त्यांच्या थकलेल्या मनाला पुरेसा होता.

दिवाकरपंत हा सरळसोट माणूस होता. घडले होते तेही त्यांना घडायला नको होते. चर्चा, वादविवाद, कोर्टे, मुद्दे, हरकती वगैरे सर्व गोष्टींचा त्यांना कंटाळा होता, पण ते सर्व त्यांना करावे लागले. जमुनाला डायव्होर्स देण्यापायी त्यांना वकिलाकडे खेट्या घालाव्या लागल्या; कोर्टात तासन्‌तास थांबावे लागले; गंभीर चेहऱ्याच्या जज्जच्या सहनशीलतेचे दृश्य पाहावे लागले.

अखेर त्यांच्या बायकोला हवी ती मुक्तता त्यांनी दिली. तिचा चेहरा उजळलेला पाहिला आणि रागाऐवजी सुहास्य वदनाने त्यांनी कोर्ट सोडले.

कोर्टातून बाहेर पडताच घडले ते चांगले, की वाईट हेच त्यांना कळेना.

चार वर्षांपूर्वी जमुनेची व त्यांची गाठ पडली, ती एका बँकेच्या कचेरीत. या ना त्या निमित्ताने परस्परांना दोघेही माहीत होती. पुण्यासारख्या छोट्या गावात जमुनेचे व्यक्तिमत्त्व जसे लपणे शक्य नव्हते तसेच दिवाकरपंतांचे कर्तृत्वही. दिवाकरपंत बँकेत कर्जाच्या मागणीसाठी गेले हाते; आणि काय होते याची चिंतातुर मुद्रेने वाट पाहात होते. चकचकीत पॉलिश केलेल्या फर्निचरवरून परावर्तित झालेला प्रकाश त्यांच्या चिंतातुर मुद्रेवर एखाद्या कलात्मक चित्राच्या बॅकग्राऊंडचे कार्य करीत होता. त्यांचे मूळचे सौंदर्य, आरोग्य त्यांच्या या चिंतातुरतेमुळेच तर अधिक खुलून दिसत होते.

त्याच वेळेस जमुना त्या व्हिजिटर्स रूममध्ये आली नि खोली उजळून

निघाली. तिचे व्यक्तिमत्त्व भारून टाकणारे होते. ती असली की सर्व चराचर वस्तू फिक्या वाटत. ती खोलीत आली. डौलाने खिडकीतून एखादा राजहंस येऊन खांद्यावर बसावा त्याच थाटाने ती सोफ्यावर टेकली, बसली नाही. क्षण-दोन क्षणांपेक्षा अधिक थांबावे लागू नये ही तिची अपेक्षा होती. ती खरीही असावी. कारण तिची चिठ्ठी आत जाताच खुद्द मॅनेजिंग डायरेक्टर पारखी बाहेर आले. दोन्ही हात उंच करून त्यांनी नमस्कार केला. नजर लाचार केली; ''यावे मिसेस गुणे'' मिसेस गुण्यांनी आत जावे एवढ्यासाठी त्यांनी पार्टिशनचे दार धडून धरले.

पटकन मिसेस गुणे उठल्या. वाटले की, खोलीतले तेज जाणार. पण त्या लगेच थबकल्या, वळल्या नि दिवाकरपंतांना म्हणाल्या, ''आपण माझ्या आधी आला आहात, आपण आधी जा.''

पारखींचा चेहरा साफ उतरला. त्यांचे स्त्रीदाक्षिण्य फुकट गेले. त्यांची सफाई, चातुरी व्यर्थ गेली. नि वरकरणी हसून ते म्हणाले, ''या, गर्गे, या. तुमचे कागद तयार आहेत, पण जादा सिक्युरिटीज तुम्ही आणल्या आहेत काय?''

दिवाकरपंतांना खासगी संभाषण हवे होते. आपल्याला बाहेरच्या बाहेर परस्त्रीसमोर इथेच कटवायचा पारख्यांचा विचार त्यांनी ओळखला आणि ते म्हणाले, ''मी थांबतो, ह्यांचंच काम होऊं द्या, आपल्याला वेळ लागेल.''

''नो, नो.'' मोठ्या लाडिक आवाजात जमुना म्हणाली, ''फर्स्ट कम फर्स्ट सर्व्हड्! ते काही नाही पारखी, तुम्हाला यांचंच काम करायला हवं आधी. किती झालं तरी मोठे कारखानदार आहेत ते!''

पारखी आत गेले. दिवाकरपंत आत गेले, आणि दिवाकरपंतांनी अपेक्षिल्याप्रमाणेच त्यांच्या अर्जाचे झाले. शिवाय पारखी काही ऐकून घ्यायच्या मन:स्थितीतही नव्हते. दुर्मुखलेल्या चेहऱ्याने ते केबिनबाहेरे पडले.

बाहेर पडताच जमुनेच्या हास्याने त्यांना प्रसन्न वाटले.

''काम झालं-?''

''नाही-''

''म्हणजे-?''

''तुम्ही आलात-तुमचं काहीतरी मोठं काम असावं. आमचं काम ऐकूनही घ्यायच्या मन:स्थितीत नाही दिसत पारखीसाहेब. पुन्हा केव्हातरी येईन...''

''काम तरी काय होतं--?''

पुन्हा एकदा दिवाकरपंत हसले, केविलवाणेपणे. ''वर्कशॉपची फॉरेनहून

मागवलेली मशिनरी अनपेक्षितपणे लवकर आलीय. पैशाची व्यवस्था व्हायची होती ती जमली नाही. बँकेकडून घ्यायच्या रकमा घेऊन झाल्याहेत. तेव्हा झाली तर केवळ मेहेरबानीनंच व्यवस्था होणार आहे. आताच्या परिस्थितीत काम होणं शक्य नाही. चालायचंच.''

''केवढी रक्कम हवी होती?''

''दहा-पंधरा हजार.''

''बस्स?-''

''बस्स काय! अहो, आमचं नावं जरी मोठं असलं तरी रोकड पैसा आमच्याजवळ थोडा, बँकेचा पैसा आमची बुद्धी नि कामगारांचे श्रम यांवर आमचा कारखाना उभा-''

''वा! पण 'गर्गे मेटल वर्क्स' या संस्थेचा लौकिक केवढा आहे! पत आहे! कोणतीही बँक पैसे देईल.''

''असे सारखे सावकार बदलायला आम्ही काही सिंधी, पंजाबी कारखानदार नाही. आमची रीत जुनी पुराणी. आम्हाला जशी बँक हवी तसेच बँकेला आम्ही हवे. पण ही नवी माणसं. त्यांची बँकेच्या कारभारासंबधी कल्पना निराळी-''

''हे पाहा, आज माझ्यामुळं तुमचं काम झालं नाही, होय नं-''

''असं मुळीच नाही. माझी खात्री आहे. एक दोन दिवसात तेच फोन करून कळवतील रकमेची व्यवस्था करतो म्हणून-''

''पण चार-दोन दिवसात कशाला? मीच व्यवस्था करते तुमची, चला.''

वास्तविक जमुनाबद्दल दिवाकरपंतांनी बरेच ऐकले होते. तिच्या नवऱ्याची-देवदत्तराव गुणे यांची तर एक-दोनदा गाठही पडली होती. जमुना तरुण होती. देवदत्तराव बरेच वयस्क होते. जोडी विशोभित होती आणि म्हणून जमुनाबद्दल अनेक जिभा वळवळत होत्या. तिच्या सौंदर्याबद्दलच्या अभिलाषेतून अनेक वदंतांना जन्म मिळत होता. अशा वदंता असलेल्या जमुनेच्या या पहिल्यावहिल्या गाठीभेटीने नि प्रस्तावाने दिवाकरपंत खळबळून गेले.

दिवाकरपंत पुढे होऊन सायकलचे कुलूप काढू लागले, तेव्हा जमुना म्हणाली, ''सायकल इथंच राहू द्या. माझ्या गाडीतून चला. मी इथं परत आणून सोडीन.''

पुढे बोलण्यासारखे काहीच नव्हते म्हणून दिवाकरपंत तिच्या मागोमाग गेले.

एका बाईबरोबर आपण चाललो आहोत, आणि तेही जमुनासारख्या

लौकिकवान स्त्रीबरोबर, ही जाणीव त्यांच्या अजागळ चालण्यातून कोणीही हुडकून काढली असती.

गाडीपाशी पोहोचताच तिची दार उघडण्याची सफाई, पदर सावरण्याचा लाडकावा यांनी ते अधिकच बावरले. पांढऱ्याशुभ्र कपड्याची झळाळी जास्त की तिच्या बेबंद नजरेची झळाळी जास्त हा वादाचाच प्रश्न होता.

ती ड्रायव्हर सीटवर बसली. क्लच, गिअर्स, हॉर्न यांपैकी कसलाही कचकचाट ऐकू न येता एका स्त्रीने गाडी सुरू करावी याचे त्यांना अतीव आश्चर्य वाटले. गर्दीतून सफाईने चाललेल्या तिच्या सारथ्यकर्माकडे विस्मयचकित होऊन दिवाकरपंत बघत होते.

दिवाकरपंत स्त्रीच्या एवढ्या जवळ कधी बसलेच नव्हते असे नाही, पण असल्या आगीशेजारी कधीच बसले नव्हते, आणि ती आग सुद्धा धुमसणारी. कुणीही वितळावे अशा या धगीशेजारी बसून सोवळे बावळे दिवाकरपंतसुद्धा विरघळले होते.

गाडी थांबली. मुलायम गतीने. हे काही गुण्यांचे घर नसावे. इकडे कँपात-मेनरोडवर? हा प्रश्न मनात गुणगुणत असतानाच त्यांना ऐकू आले. ''उतरता ना?''

''हं.''

''थोडी कॉफी घेऊ या नि मग घरी जाऊ. चालेल ना?''

घड्याळाकडे त्यांची नकळत नजर गेली-त्याबरोबर तिचा आवाज आला. ''उशीर होईल काय?''

''तसं नाही-''

''मग?''

''फोन करतो-उशीर होईल म्हणून.''

''फोन कुठं? कारखान्यात?''

''नाही, घरी. मी जेवायला जातो. बरोबर १२ वाजता. वाट पाहातील मंडळी घरी. फोन केलेला बरा.''

तिच्या नितळ चेहऱ्याच्या प्रसन्नतेत संतापाची एक छटा अगदी अकस्मात दिसली. पण ती दिसायच्या आतच पुनश्च तो हसरा, उमदा चेहरा बोलत राहिला-

''अगदी वेळेवर जाता नेहमी?''

''अगदी-''

''उशीर झाला तर काय होईल?''

म्हातारी वाट पाहील-''

''म्हातारी?''

दिवाकरपंत हंसले, ''आई हो. माझ्याशिवाय जेवत नाही-''

''आई होय!'' कसलासा दीर्घ सुटकेचा सुस्कारा आला, मागाहून एक प्रसन्न निर्मळ स्मितहास्य दिसले. ''मला वाटलं-मला वाटलं तुमची बायको.''

''ती नाही वाट पाहात माझी.''

''म्हणजे?''

''मीच सांगितले तसं. ती जेऊन घेते.''

''कशी आहे ती?''

दिवाकरपंत चमकले. बायको तशी बरं आहे आपली! खरेच नीट पाहून ठेवायला हवी. नाहीतर गर्दीत चुकली तर ओळखता नाही यायची.

दिवाकरपंत विचार करू लागले. आपण बायकोला खरे म्हणजे नीट पाहिले आहे का? तसे काही सांगता येत नाही. पण तशी एक सामान्य स्त्री. त्या अश्राप स्त्रीवर आपण निष्कारण राग धरला आहे. ती वेंधळी आहे. सौंदर्याची तिला समजच नाही, आणि मुख्य म्हणजे ती अगदी अपुरी आहे. अपुरी या शब्दासरशी दिवाकरपंतांनी जमुनेकडे पाहिले.

जमुनेचे लक्ष रस्त्याकडे होते. तिचा पदर घरंगळला होता. आणि केवळ नजर फिरवताच त्यांची नजर तिच्या भरदार शरीरयष्टीवरून तिच्या उरोभागाकडे वळली आणि कधीच झाली नाही, एवढी प्रचंड कामतृष्णा त्यांच्या अंत:करणांत कोलाहलत उठली. उंचनिच, भरदार-उबदार अशा आक्रमक स्त्रीच्या देहाने त्यांचे निजलेले मन खडबडून जागे झाले. जमुनाची आव्हान देणारी, पुढारलेली नजर नि उंचावलेला भरदार उरोभाग त्यांच्या अंत:करणात आग ओकत गेला आणि संयम, चारित्र्य या साऱ्यांना त्यांनी फेलकाटत लावले.

कॉफी हाउसमध्येच दिवाकरपंत जमुनेच्या पाशांत सर्वस्व गुंतवून बसले होते. जमुनेला आपली एवढी समग्र माहिती कशी याचा ते अंदाज घेत होते. जमुना दिवाकरपंतांच्या गृहच्छिद्राचा, अतृप्त वासनांचा नि मोहाचा अंदाज घेत होती. तिने दिवसाकरपंतांना बरेच दिवस पाहून ठेवले होते. गावच्या रानात मोकाट फिरणाऱ्या लांडग्याच्या मागावर जसा शिकारी असतो तसाच तिने दिवाकरपंतांच्या क्षुब्ध वासनेचा माग पाहून ठेवला होता.

परतीर दिसत होते. पोहायची खुशी असणाऱ्यांना ते गाठणे सोपे नव्हते. ते झपाटलेले प्रवासी वासनेच्या अज्ञात गिरिशिखरावरून दऱ्याखोऱ्यांतून नि

प्रीतीच्या रानोमाळावर तुफान दौडू लागले.

अंधारलेले कुंज, उपाहारगृहे, हॉटेल, रेल्वेचे फर्स्ट क्लासचे कूपे हे आता अपुरे पडू लागले. कधी खोटे बोलायची सवय नसलेल्या दिवाकरपंतांना नाना सबबी सांगताना चाचरावे लागू लागले. मिस्टर देवदत्तराव गुण्यांची जमुनेला भीती नव्हती. पण दिवाकरपंतांना होती. शिवाय आईची भीती होती. जगाची होती. जमुनेच्या बेबंद तेजाळ डोळ्यांची भीती तर फार मोठी होती.

वासनेच्या आवर्तनाने जमुना तृप्त व्हावी, एवढी ती अजाण नव्हती. समवयस्क देखणा, कर्तबगार असा सोबती तिला हवा होता. तिला तो सापडला होता. तो तिचाच व्हायला तिला हवा होता, आणि संथपणाने ती किल्ल्यामागोमाग किल्ले जिंकत दिवाकरपंतांच्या स्वास्थ्याचे, शांततेचे साम्राज्य जिंकीत चालली होती. आपल्या पत्नीचे सामान्यपण नि क्षुद्रपण तिने हळूहळू दिवाकरपंतांच्या मनी ठसवले आणि दिवाकरपंतांना गिळंकृत केले. मग तिने वेंधळी बायको हा सहानुभूतीचा विषय बनविला. नव्या सुसंस्कृत, सुंदर आयुष्याची चित्रे त्यांच्या बेंगरूळ वैवाहिक आयुष्यासमोर मांडली. वासनेच्या नर्तनाने वेडावलेल्या दिवाकरपंतांचे सर्वस्व कणाकणाने तिच्या हातात जात होते, आणि एक दिवस तिने त्यांच्याकडून लग्नाचे वचन घेतले.

दिवाकरपंत आता ज्या हॉटेलच्या खुर्चीवर बसले होते, तसेच मिस्टर गुणे त्या वेळेस बसले होते. डायव्होर्स मिळाल्याचा आनंदात जमुना होती. सिगारेटचे पाकीट घेण्यासाठी गाडी थांबवून दिवाकरपंत हॉटेलात आले. सहज लक्ष जाताच त्यानी पाहिले, तो मिस्टर गुणे बशीत चहा ओतून पीत होते. त्यांचा हात थरथरत होता. ते क्षीणतेने हसले. त्या हसण्याने रक्ताळलेले अंत:करण अधिकच उघडे झाले.

गुण्यांची व्यथा दिवाकरपंतांना कळली नाही, असे नाही. पण सुखाने सर्दावलेल्या त्यांच्या मनाला ती धग जाणवली नाही. ते नजर वाकडी करीत परत फिरले नि वाट पाहात असणाऱ्या जमुनेच्या शेजारी गाडीत बसले.

त्या डायव्होर्सच्या वेळेस जमुनेची नजर जशी तेजाळलेली होती तशीच ती मघा कोर्टातून बाहेर पडली तेव्हाही होती हे दिवाकरपंतांच्या ध्यानी आले. 'मनात आणीन ते पुरे करीन' हा जगाआगळा उद्दाम अहंकार तिच्या नजरेत पुरेपूर दिसे आणि तिचे आजवर खरे झाले होते, होत होते. मग तो अहंकार तरी

कसा म्हणावा!

जमुनाचा पहिला घटस्फोट नि दुसरा घटस्फोट यांत जमीन-अस्मानाचे अंतर होते. पहिला घटस्फोट अपरिहार्य होता. दुसरा का घडला यासंबंधी कुणालाच काय ते ठाऊक नव्हते. वादळात सापडलेल्या जहाजाप्रमाणे दिवाकरपंत जमुनेच्या प्रीतीच्या झपाट्यात सापडले, आणि मग वादळाचा बहर ओसरला तेव्हा आपलाच ठावठिकाण शोधायला त्यांना फुरसत मिळाली.

एकट्या जमुनाने सर्वांची मायाममता त्यांना दिली, म्हणून लग्नाची बायको, मुलेबाळे, नातेवाईक, वयस्क पितृतुल्य मित्र, यांचा एका झपाट्याने त्यांनी त्याग केला. किंबहुना जमुनेने त्यांना कोणी उरूच दिले नाही. पाण्यात रंग विरघळून जावा आणि त्याला स्वत:चे अस्तित्व केवळ पाण्याच्या आधाराने सांगता यावे असे तिने त्यांचे केले.

पण आता अकस्मात जमुना त्यांना सोडून गेली होती-जात होती. दिवाकरपंतांनी हा घाव अगदी हसतमुखाने सोसायचे ठरवले. जेव्हा घटस्फोटाची मागणी जमुनेने केली तेव्हा कसलाही विरोध न करता दिवाकरपंत त्या यातनांना तयार झाले. जमुना त्यांना हवी होती. प्रत्येक कानाकोपऱ्यांत जमुनाच जमुना दिसत होती. पण जमुनेचे मन मुक्त झाले होते. तिने आकर्षणाला फेकून दिले होते. दिवाकरपंतांना जिकणे यालाच जमुनेच्या दृष्टीने मोठे महत्त्व होते. आणि दिवाकरपंत तिचे होताच तिच्या बेहोषीतली सारी चव त्याच त्याच दिनक्रमाने खाऊन टाकली. दिवाकरपंतांच्या नावाशी आपले नाव निगडित झाले याचा अभिमान वाटणारी जमुना आपण दिवाकरपंतांना स्वीकारले तेच फार झाले असे मानू लागली.

जमुनाला दिवाकरपंतांच्या सर्वस्वावर मालकी हवी होती. संपत्तीवरच नव्हे तर कर्तृत्वावरसुद्धा. केवळ आपल्यामुळेच त्यांचे गुण, त्यांचे कर्तृत्व उदयाला आले हे जगाने म्हणायला हवे होते. ती सदैव दिवाकरपंतांच्या बरोबर असे. कारखान्यात, क्लबवर, बँकेत. दिवाकरपंतांना तिने स्वत:चे असे काही आयुष्य, आवडी, छंद, नाद ठेवूच दिले नाहीत. खाणेपिणे, कपडेलत्ते, वाचनलेखन, सारे काही जमुनेच्या देखरेखीत.

सुरुवातीला याचे शल्य न वाटता दिवाकरपंतांना अभिमान वाटला. तिच्या प्रेमाच्या दुनियेत हे सारे कौतुकाचे ठरले. पण कारखान्यात कोणत्या कामगाराला पगारवाढ द्यायची हेसुद्धा जेव्हा जमुना सुचवू लागली, तेव्हा प्रथम

खटकले. एका पॅटर्नमेकरने जमुनेच्या इच्छेप्रमाणे एक पॅटर्न ओतला नाही तेव्हा त्याला डिसमिस करण्याचा तिने घाट घातला, तेव्हा प्रकरण अंगाबाहेर गेले. घामाच्या थेंबाथेबाने उभारलेल्या कारखान्याचा लौकिक मोठा का जमुनाचा खुळा हट्ट मोठा, येथवर पोहोचताच इमानदारीने वर्षांनुवर्षं राबणाऱ्या नोकरांच्यासाठी प्रथम दिवाकरपंत बोलके झाले.

दिवाकरपंत बोलके झाले, स्वतंत्र मते सांगू लगले आणि जमुनेच्या साऱ्या संसारात दुःखाचे साम्राज्य सुरू झाले. विरोध केल्यावर कळ सोसणारा जमुनेचा स्वभाव नव्हता. उलट ती अधिकच इरेला पेटली. ज्या कर्तृत्वाच्या जोरावर जमुनेसारखी स्त्री लुब्ध झाली, त्या कर्तबगारीचा सारा पिसारा या कारखान्यात, तिथल्या कामगारांत, त्यांच्या अजोड कारागिरीत होता हेच ती विसरून गेली. कारखान्याच्या हितापुढे दिवाकरपंतांना सारे जग तुच्छ होते.

आणि मग एका मागोमाग एक मतभेद कोलमडत अंगावर कोसळले.

दिवाकरपंतांचे मन अद्यापि बायकामुलांत घरंगळते हा शोध तिने लावला. नि ते असत्य आहे हे माहीत असूनही त्यांच्या दिनक्रमावर ती अकारण पाळत ठेवू लागली. आपल्याकडे दिवाकरपंत दुर्लक्ष करतात ते कारखान्यांतील कामापायी हे केवळ थोतांड आहे हाही शोध तिने जाहीर केला. परक्याच्या देखत आपला अकारण पाणउतारा त्यांच्या हातून होतो, तोही आपली योग्यता न पटल्याने हेही ती गर्जून सांगू लागली.

दिवाकरपंतांनी जमुना आपल्या आयुष्यात येऊ दिली कारण वादळाला अडवता आले नाही म्हणूनच. आता जमुना निघून चालली तेही वादळाला अडवणे सोपे नाही या त्यांना पेटलेल्या जाणिवेनेच.

जमुना गेली! अद्याप त्यांना खरे वाटत नव्हते. जमुना जाऊ शकेल कशी? कुणा पुरुषाच्या प्राप्तीसाठी तिने विवाहविच्छेद घेतला असता तर हरकत नव्हती. पण ही एकाकी रहाणार कशी, करणार काय? ती एखादे वेळी राहीलही, पण आपण राहू शकू काय?

दिवाकरपंतांनी कपातला चहा बशीत ओतला. नि तो फुरफुरून ते पिऊ लागले. तसाच चहा प्यायला त्यांना आवडे. पण जमुनेच्यासमोर त्यांची काय टाप होती-तशा तऱ्हेने चहा प्यायची.

चहाचा शेवटचा घोट पिऊन ते बशी खाली ठेवणार तोच त्यांच्या खांद्याला कुणीतरी स्पर्श केला. म्हणून त्यांनी दचकून मागे पाहिले.

"कोण? गुणे?"

"हं, आश्चर्य वाटलं-?"

"अर्थातच. बाकी आश्चर्य कसलं. आज तुम्ही इथे असायला हवेतच."

"मी नाही समजलो दिवाकरपंत."

"आज, आजच बाकी तुम्हांला माहीत असेलच-"

"होय. म्हणूनच मी आपल्याला भेटायला आलो होतो-"

"खिजवायला?"

"छी, छी. काय बोलता हे दिवाकरपंत? तुम्हांला खिजवून मी काय मिळवणार? माझं वय काय-माझी परिस्थिती काय?"

दिवाकरपंतांनी तोपर्यंत देवदत्तरावांकडे पाहिलेच नव्हते.

या चार वर्षांत ते बरेच थकलेले होते. किंबहुना त्यांच्या डोळ्यात एक स्वप्नाळूपणा आलेला होता. टक्कल वाढलेले होते. अंग उतरलेले होते. काठीशिवाय ते आता चालत नसावेत.

"तब्येत बरी नाही का आपली-?"

"आहे, ठीक आहे. जशी असायची तशीच आहे. तब्येतीनं वयाला शोभेलंस नको का असायला? खानावळीचं अन्न मानवत नाही. पण ठीक आहे."

"देवदत्तराव, मी-मला वाईट वाटतं. माझ्यामुळंच तुम्हाला या उतारवयात एकटेपणानं दिवस काढावे लागत आहेत-"

"तसे म्हणू नका दिवाकरपंत. आमचं वैवाहिक जीवन दु:खाचंच होतं. जमुनाच्या अंत:करणात ज्या एका जोडीदाराची कल्पना हाती तसे तुम्ही भेटलात आणि ती झपाटलेली नाव तुमच्या किनाऱ्याला लागली. तुम्ही केवळ निमित्त आहात. तुमच्यावर माझा राग नाही. खरोखरीच नाही.-"

"खरं-खरंच सांगता देवदत्तराव? तुम्ही मोठ्या मनाचे आहात एवढं खरं. तुम्हाला सुखी जीवनापासून वंचित केलं मी- तुमची बेअब्रू केली मी नि तुम्ही म्हणता माझ्यावर राग नाही म्हणून-"

"खोटं सांगत नाही. जमुनेशपथ सांगतो, तुमच्यावर माझा राग नाही. अगदी पहिल्यांदा मी तुमचं अप्रिय चिंतिलं, तुमच्यावर राग धरला. पण शांत चित्ताने विचार केला तेव्हा ध्यानी आलं, पाणी आपली पातळी गाठणारच. जमुनेच्या-माझ्या वयांत फार अंतर होतं. स्वभावात तर होतंच होतं. आम्ही एक-दोन नव्हे; वीस वर्षं संसार केला-हे तरी काय थोडं झालं? अखेर तिच्या

मनासारखा जोडीदार तिला मिळाला. तिच्यावर झालेल्या अन्यायाचं परिमार्जन झालं. तिचं तुमच्यावर फार प्रेम आहे, दिवाकरपंत मी ते पाहिले आहे. एवढा वीस वर्षांचा ऐश्वर्यशाली संसार सोडून-जननिंदा पत्करून, तिनं तुम्हांला मिळविलं ते तिचं तुमच्यावर प्राणांतिक प्रेम असल्याशिवाय?''

''माझ्यावर-?''

''होय, तुमच्यावर. तुम्ही मात्र तिला सोडू नका. मला जेव्हा कळलं की तुम्ही विभक्त होताय तेव्हापासून मला झोप नाही हो.''

''पण मी- तिला- अहो, तीच मला सोडतेय. तिलाच घटस्फोट हवाय.''

''शक्य नाही. दिवाकरपंत. माझं तिच्यावर अपरंपार प्रेम आहे. मी तिला ओळखतो. तिच्या जरा कलानं घ्या. ती हट्टी आहे. जिद्दी आहे. तिनं सुखी व्हावं म्हणून तिला तुमच्या हवाली करताना मी रडलोसुद्धा नाही. कारण ती सुखी होत होती. वीस वर्षांनंतर ती खरी सुखी होत होती, हसत होती, फुलली होती. पुन्हा नवोढा झाली होती. ते सुख मला मिळालं नाही. मी दुर्दैवी! जमुनेच्या तीरावर राहून मी बासरी ऐकली नाही. पण ती सुखी होणार होती ना. ठीक; मीही सुखी व्हायचं ठरवलं-पण तुम्ही जर तिला सोडून दिलीत तर ती काय करील? कुणाकडे बघेल? दिवाकरपंत, काय वाटेल ते करा पण या म्हाताऱ्याला भीक घाला. जमुनेला एकटी टाकू नका. माझ्यासाठी तरी-''

-०-०-०-

आठ । नातं

उंबरठ्यावर माप ठेवले गेले नि ओलांडून मी माझ्या सासरी, सराफ परचुरे यांच्या घरी प्रवेश केला. आज माझ्या परम भाग्याचा दिवस असेच मला वाटत होते. अठरा विश्वे दारिद्र्यात दिवस काढलेल्या मुलीला एवढे श्रीमंत नि सुंदर स्थळ मिळाले याचा अभिमान वाटावा यात वावगे काय?

या अभिमानात आणखी एक अहंकाराचा भाग होता. आम्हा मैत्रिणीत कांता बिनीवाले मोठी गर्विष्ठ होती. ती नेहमी आमच्या गरिबीची टवाळी करायची आणि भावी वैभवाने आम्हाला दिपवायची.

कांताचे आईबाप श्रीमंत होते. तिला तसेच तोलामोलाचे स्थळ मिळणार होते. आम्हा बाकीच्यांना शिक्षक, कारकून, फारच तर ओव्हरसीअर किंवा सेल्समन नवरा मिळायचा. डॉक्टर, वकील, इंजिनियर ही केवळ श्रीमंत मुलींचीच मिरासदारी. त्यांची आम्ही केवळ स्वप्ने करायची. कांताला मात्र ते स्वप्न सहजसाध्य होते.

असे असून मला नवरा मिळाला आहे तो श्रीमंत आहे, सुंदर आहे, थोडाफार सुशिक्षित आहे. शनिवारात आमचा भला थोरला वाडा आहे. मोठी सावकरी आहे. सराफी दुकान आहे आणि त्यातूनही विशेष म्हणजे या स्थळासाठी बाबांना काही त्रासही झाला नाही. हुंडा द्यावा लागला नाही. पायपीट घडली नाही. तुळशीबागेत आईबरोबर गेले होते तेव्हा विनयादेवी परचुरेबाईंची गाठ पडली. त्यांचा रुबाब काही न्याराच होता. भारी किंमतीचे लुगडे. नाकाला अमोल नथ, गोरेपान स्वास्थ्यपूर्ण सुहास्य वदन, बरोबर तशाच दोनतीन बायका, मागे एक कुळंबीण-थाट एखाद्या राणीचा जणू, बोलणं किती मंजूळ, नाजूक, थोडे नाटकीसुद्धा. मला एकदम ती बाई आवडून गेली. मानापमानातल्या

अक्कासाहेबांप्रमाणेच वाटली ती बाई मला. मागे एकदा कॉलेजच्या गॅदरिंगमध्ये भामिनीचे काम केले होते. पण तेव्हाची अक्कासाहेब नाटकी श्रीमंती नि ऐट दाखवू शकली नव्हती. ह्या बाईंनी केवळ स्टेजवर येताच अक्कासाहेबांची भूमिका खडी केली असती.

लग्नात एवढी माणसे जमा झाली होती की, त्यांपैकी माझ्या सासरची कोणती, पाव्हणी कोणती हे मुळी मला कळलंच नाही.

या सुखसोहळ्यात मी अगदी गर्क होते. वडिलांच्या नि आईच्या डोळ्यांतले अश्रू मला दिसत नव्हते. माझ्या माहेरच्या सर्व प्रियजनांचा विरह मला दुखवत नव्हता. मी पाहात होते माझ्या प्रियकर पतीकडे. त्यांचे उमदे रूप डोळ्यात साठवत होते. त्यांच्या गौरवर्णाला सुखवस्तूपणाचे अगदी न्यारे तेज होते, आणि त्या तेजाला स्पर्श करण्याचे अप्रूप केवळ माझ्यापुरते आहे ही जाणीव अहंकाराला जन्म देणारी होती.

पुरुष या वस्तूविषयी मनात भयच होते. पण तरीही एखाद्या पतंगाप्रमाणे त्या भयानक ज्योतीकडे मी ओढ घेत होते. मीच कशाला, साऱ्याच जणी. मेला काय चमत्कार आहे! अनेकांचे मोडलेले संसार, व्यसनी नवरे, मारहाण करणारे पशुवत नवरे, हे सारे डोळ्यांसमोर घडत असतानासुद्धा पुरुषाविषयीची आसक्ती आम्ही बायका दूर करू शकत नाही.

कुणाला ठाऊक ही ओढ मुळी हेतुपूर्वक परमेश्वराने स्त्रीच्या उपजत दुबळ्या जिवात केली असेल. पतंगाप्रमाणेच स्त्रीचे आयुष्य सुंदर पण मृत्यूकडे नेणाऱ्या ज्योतीत नष्ट व्हायचे असेल.

लग्नाच्या मंगल वेळी कसले हे मरणाचे विचार. या माझ्या स्नेहाळ नवऱ्याकडून मला दुःख लाभेल हाच विचार केवढा वेड्याप्रमाणे.

लग्नाची गडबड वाढत होती. लग्न झाल्यावर कौतुक, मिरवणुकी, पाहुणे यांच्यामुळे माझ्या नवऱ्याच्या मुखाकडे न्याहाळून पाहायला सुद्धा मला सवड झाली नाही.

पण तिसरा दिवस उजाडला नि सासूबाईंनी मला बोलावून सांगितले की, आजच फळशोधनाचा विधी आहे. मी खूप ऐकले होते त्याबद्दल. स्त्रीपुरुष एकत्र यावयाला हवी कशाला ही वडील माणसांची परवानगी?

पण सारे काही आनंदात, सुखात घडत होते. रात्र आली. वडिलांच्या ऐपतीनुसार त्यांनी अहेर वगैरे केले होते. पण त्यांच्या दारिद्र्याचा उच्चार पदोपदी होत होता. माझ्यावर उपकाराची भावना अधूनमधून उमटत होती. ती बोलणारी

माणसे घरची होती की पाहुणी होती हे काही कळतच नव्हते.

पण हे सत्य मला थोड्याच वेळात कळले. ही सारी माणसे घरचीच होती. काही दीर होते, नणंदा होत्या, पुतणे-पुतण्या होत्या आणि माझ्या दारिद्र्याकडे दुर्लक्ष करून मला या घरात आणले याबद्दल सर्वांकडून मला सतत ऐकायचे होते. माझ्या नवऱ्याकडून अगदी पहिल्याच रात्री याचा उच्चार होईल अशी माझी कल्पना नव्हती. केवळ माझ्या रूपाकडे पाहून हे लग्न सर्वांचा विरोध मोडून काढून ठरविण्यात आले ही गोष्ट सांगताना माझ्यावरचे प्रेम किंवा रूपाचे कौतुक दिसले नाही, तर माझ्या परिस्थितीच्या मानाने आपण व आपले घर हे उजवे आहे याची दुःखद, अहंकारी नि अवमानित करणारी जाणीव झाली.

दारिद्र्यात माझा जन्म गेला आहे. अपमानाची थोडी सवय आहे. पण तरीही मधुचंद्राच्या रात्री आपल्या पत्नीच्या रूपगुणाचे कौतुक करावयाचे सोडून जो गृहस्थ तिला हिणवण्याच्या स्वरात आपल्याच गौरवाची कथा सांगतो त्याची किंमत माझ्या लेखी एकदम उतरून गेली.

पण तेवढ्या एका शब्दानंतर त्यांनी यौवनसुलभ सारे काही केले. थोड्याशा विरोधानंतर तो अपमान मी विसरले. एका बेहोषीत मी खोल खोल जात होते. इतकी की मी काय बोलले, कशी वागले हेसुद्धा मला आज आठवले नसते.

पण दुसऱ्या दिवशी सकाळी सर्व घरभर माझ्या नावावर अनेक संभाषणाचे तुकडे खपवले जात होते. चेष्टा होत होती. मस्करी होत होती. मला प्रथम वाटले होते की, नवोढेची चेष्टा असावी. शृंगाराच्या पहिल्यावहिल्या अनुभवाला ही चेष्टेची झिलई शोभा देत असणार. पण ती केवळ कौतुकमिश्रित चेष्टा न राहता, त्याची कुचेष्टा होत होती.

शेवटी न राहवून मी मधल्या वन्सना विचारले की, ''हे काय चालवले आहेत तुम्ही मंदावन्स-''

ती मोठे डोळे करून म्हणाली, ''आम्ही शेजारच्या खोलीत झोपलो होतो नि तुमच्या खोलीच्या दाराला आधी मुद्दामच भोके पाडून ठेवली होती.''

माझ्या रागाचा पारा चढला. ही काय माणसे! दुसऱ्याच्या शृंगारचेष्टितांना न्याहाळण्यात सुख मानणारी ही कसली माणसे? यांनी केवळ काही ऐकले हे तरी खरे कशावरून. त्यांनी पाहिलेहि असले पाहिजे. हा कसला संसार! जिथे जोडप्याच्या एकांतावरसुद्धा पहारा-शीः! मला मुळी एकदम किळसच आली-त्या ढालगज नणंदांची, त्या भल्याथोरल्या घराची, त्यात दाटीवाटीने रहाणाऱ्या पासरीभर कुटुंबीयांची, दुसऱ्याचा देहधर्म चेष्टेचा विषय बनविणाऱ्यांची. संसारात

नाते खरे एक-नवरा नि बायको. हेच खरे नाते. उरलेली नाती सोईची, संस्कृतीची. नवराबायकोचे काहीतरी विश्व असले पाहिजे की ते केवळ त्यांचेच राहिले पाहिजे. इथे तर काय सारा चव्हाटाच. तोंडातून प्रेमाचा शब्द उमटायच्या आत सर्वांच्या मनोगाभाऱ्यातून त्याचे प्रतिध्वनि यायचे. आपल्या प्रियतम माणसाच्या स्पर्शापूर्वीच इथल्या सर्वांच्या अंगावर रोमांच उठायचे. आपल्या लाडक्याच्या ओठाचा चावा घ्यायच्या आत सर्वांचे चीत्कार कानावर यायचे. हा कसला संसार-हे कसले घर. हा तर केवळ गोठा. नरमादीला एकत्र आणवायचे, त्यांना भोग घायचा-का, तर स्वतःच्या सोईसाठी, सुखासाठी, लाभासाठी. त्याचे किस्से गावभर करण्यात करमणुकीची मर्यादा मानायची, वा रे घर.

त्या घराबद्दल वाटणारी भीती, प्रेम, अभिमान, एकदमच गळून पडला. मग केवळ माझा झालेला सर्व पाणउतारा आठवला– निंदा आठवली.

पुन्हा जेव्हा ह्यांची गांठ पडली तेव्हा मी सारी मनाची तळमळ त्यांना सांगणार होते. पण तोंडातून शब्द निघेनात, का त्यांच्या स्पर्शासाठी आसुसलेला देह त्यांच्याजवळ सरकेना-

हलक्या आवाजात ते म्हणाले, ''काय झाले? ये ना रमा-''

''नको-''

''का?''

''इतक्या उघड्यावर नको-''

''उघड्यावर म्हणजे? दारंखिडक्या तर सर्व बंद केल्या आहेत!''

''दाराची भोके-''

''ती कशी बंद करणार?''

''तर मग सर्वांसमोर तुमच्याशी शृंगार करायला मला कुत्री-मांजरी समजता तुम्ही-''

''पण दिवा मालव फार तर-''

''अंधारात काय त्यांना ऐकू जात नाही-''

''मग त्याला काय करायचं?''

''चोरून परस्त्रीपुरुषांचा शृंगार ऐकणाऱ्यांचे कान तर फोडता येतील-''

''म्हणजे?''

''तुमच्या त्या बहिणी हा सारा किस्सा ऐकत, पाहात आहेत. तो बंद केलात तर माझ्या अंगाला हात लावा. नचपेक्षा मी तुमची कोणी नाही.''

त्या माझ्या मात्रेवर त्यांनी काही करावे अशी माझी अपेक्षा होती: पण

त्यांनी काही करायच्या ऐवजी पांघरूण घेतले नि चक्क पाठ फिरवून डोळे मिटून घेतले. आणि त्याच सुमारास बाहेरून अगदी अस्पष्ट असा तुच्छता दर्शक हास्याचा आवाज आला.

"हे पाहा," मी त्यांच्या अंगावरचे पांघरूण काढून टाकीत म्हणाले, "अगोदर आपल्याला चांगली बंदिस्त खोली मिळवा-"

"पण अशी खोली आहे कुठं या घरात-?"

"मग असेच चालायचे की काय जन्मभर-?"

"त्याला काय झालंय! दिवा मालवायचा नि आवाज मुळी करायचाच नाही. असंच चाललय आजवर-"

"म्हणजे या घरात केवळ कुत्रीमांजरी रहात होती आजवर! शृंगार म्हणजे काय ते कळतंय का तुम्हाला? येवढे पढलात-शिकलात. बायको म्हणजे काय पलंग वाटला तुम्हाला. तिला काही बोलायचं असेल, सांगायचं असेल, ऐकायचं असेल असं नाही वाटत? केव्हा बोलायचं हो तुमच्याशी? बाकी बायकोशी काय बोलायचंय. तिला काय विचारायचं. रात्री अपरात्री क्षण दोन क्षण आले, शिणवटा घालवला की बायकोची गरज संपली. कशाला तुम्हाला गैरसोय वाटेल या स्थितीत! उलट बायकोची खुशामत करायला नको. तेव्हा ही परिस्थिती तुम्हाला सुखावहच."

"फारच उलट बोलते आहेस बरं का तू रमा-या घराच्या रीती या अशाच आहेत. दादाचं लग्न झालं. त्यानं नाही कुठे असा आरडाओरडा केला, त्याचा काय संसार झाला नाही? दोन मुलं आहेत त्याला-"

"मुले होणे संसाराची आदर्श परिणती समजता की काय तुम्ही? थोरल्या वहिनींशी एक शब्द तरी भावोजी बोलले असतील की नाही कुणास ठाऊक. सारा मुका नि आंधळा संसार. शी:, जनावरे तरी बरी-"

त्या रात्री सारे बिघडले. एकशय्या मोडली नि संसाराची निम्मी लज्जत कमी झाली. ज्या शय्येवर शेकडा ९९ टक्के भांडणे निकालात निघतात, रुसवे समजतात, हट्ट मिटतात ती शय्या वेगळी झाली की संसाराला पहिला तडा गेलाच.

आणि संसाराला पहिला तडा गेला तो मोठाच गेला. दहापंधरा दिवस असेच गेले. आमच्या खोलीतून ना आवाज ना दृश्य दिसल्यामुळे दुखावलेल्या अनेक प्रेक्षकांचे सुस्कारे ऐकू येत होते.

पौर्णिमेचा चंद्र खिडकीच्या दाराच्या फटीतून आत डोकावत होता आणि

सारी सुखे पाठ फिरवून उभी होती.

डोळे लागून मला एक डुलकी लागली. तेवढ्यात कसल्यातरी स्पर्शाने मी जागी झाले. त्यांचा हात माझ्या अंगावरून फिरत होता. क्षणभर माझे रक्त सळसळून गेले. पण मला सारे काही आठवले नि मी तो हात झिडकारून टाकला. तो हात पुनश्च जबरदस्ती करू लागला. तोडावर तोंड घासू लागले आणि माझा श्वास गुदमरू लागला. नवरा झाला म्हणून या जबरदस्तीचा मला राग आला. माझी मागणी सामान्य होती, आणि ती पुरवायच्या ऐवजी पौरुषाच्या तृप्तीसाठी मादीला न खुलवता हा नर तिच्यावर बलात्कार करीत होता.

मी काय केले ते मला कळले नाही. पण एक किंचाळी, नंतर घरादारात एकच धावपळ, दाराची धडपड, मग दिव्याच्या प्रकाशात घरातली मोठी माणसे जमलेली दिसली. मी ह्यांच्याकडे पाहिले. त्यांचा गाल रक्ताने माखलेला दिसला. बहुश: मी चावलेली असणार-

काही दिवस धुसफुशीत गेले, चेष्टेच्या नवनव्या फेऱ्या घडल्या होत्या. उपमर्दाचे पारडे अधिक जड झाले होते. सासूबाईंना मी माझी अडचण सांगायचा यत्न केल्यावर त्या एवढ्या तुच्छतेने हसल्या नि म्हणाल्या, 'राजाराणीचा संसार करायचा, तर दुसरे घर बघा. इथे हे असेच चालायचे-''

रात्री मी स्वारी घरी येईतो जागी राहिले. कारण त्या प्रसंगापासून स्वारी दुकानातून उशिराच घरी येई. झाल्या प्रसंगाची सारवासारव त्यांनी खुबीने केली तरी आम्हा नवराबायकोचे भांडण घरभर झालेच होते. रात्री ११ च्या सुमारास जेव्हा स्वारी आली तेव्हा मी नित्याप्रमाणे गुडुप पडून न राहता दिवा ठेवून बसले होते. ते येताच मी त्यांच्याशी बोलायचे ठरविले होते.

''मला तुमच्याशी बोलायचंय.''

''काय?''

''आपण निराळे बिऱ्हाड करू या.''

''काय म्हणालीस?''

''होय, निराळे बिऱ्हाड. तुमचे माझे घर. जिथे मी तुमच्यासाठी दोन पदार्थ करीन. तुमच्या कपड्यालत्त्याची व्यवस्था बघीन. तुमची सेवाचाकरी करून तुम्हांला सुखी करीन आणि तुम्हीसुद्धा आपल्या जोडीदाराला सर्व सुखे उजळ माथ्याने देऊ शकाल. या कोंडवाड्यात, या शेपन्नास माणसांच्या गोठ्यात मला मुळी हे घर आपले वाटतच नाही, स्वयंपाक्यानी स्वयंपाक करायचा, मास्तरांनी मुलांना शिकवायचे, मग आम्ही बायकांनी काय करायचे?''

"काही केलंच पाहिजे का?"

"होय: मनुष्याच्या जन्माला आलोय तर काहीतरी अवश्य केले पाहिजे. या घरातून वेळीअवेळी बाहेर पडायचे नाही, नोकरी करायची नाही. चहाटळ म्हणून कथाकादंबऱ्या वाचायच्या नाहीत, नवऱ्याबरोबर हिंडायचं नाही. नाटकसिनेमाचे बोलूच नका. तिन्ही त्रिकाळ फक्त खायचे; परस्परांच्या कुचेष्टा करीत लोळत पडायचे. शी: शी:-"

यावर उत्तर आले नाही.

"मी तुम्हांला निक्षून सांगते, इथे मी राहणार नाही. हे घर सोडायचे आपण-"

"पण बाबांना आवडणार नाही, आजोबांना आवडणार नाही-"

"त्यांच्या आवडीचा संबंध काय? लग्न मी तुमच्याशी केलंय.-"

"पण म्हणून आईबापांची मर्जी नसताना काय म्हणून असे वागायचे?"

"बायकोसाठी-तिला सुख, स्वास्थ्य हवे म्हणून-"

"पण घर सोडून मी करू काय? घर सोडल्यावर संसार चालवायचा कसा?"

"अहो, घर सोडायला सांगते म्हणजे काही तुमच्या माणसांना सोडायला सांगत नाही. याच गावात आपण एखादी छोटी जागा पाहू. कधीमधी इथं सुद्धा येऊ आपण. तुम्ही दुकानात जात जा. तुमच्या माणसांचा अनादर मुळीच करायचा नाही मला-"

"घर सोडून त्यांची नाचक्की केल्यावर जर त्यांनी मला सांगितले की दुकानातसुद्धा यायचे नाही, तर-"

"पण काही करून पाहाल का उगाच शंका काढाल आणि शिवाय सांगितले तर तुम्ही काय आंधळेपांगळे आहात का मुकेबहिरे आहात? तुम्ही चांगले बी. ए. आहात; कुठेही नोकरी करा-"

"नोकरी? मी? सराफ परचुऱ्यांच्या मुलाने. हरे-राम-"

"नोकरी करण्यात शरमण्याचे काय कारण? या घटकेला तुम्ही करता हीसुद्धा नोकरीच नाही का? तुम्हांला जेवायला-खायला नि कपडे ल्यायला देऊन तुमच्याकडून नोकरीच घेतात म्हटले ही मंडळी-"

"स्वत:च्या व्यवसायात-"

"तुमचा जर तो व्यवसाय आहे, तर मग तुम्हाला जा म्हणून सांगणारे सोकाजीराव कोण?"

हतबुद्ध होऊन गोविंद सावध बसला. अखेरी तो एवढेच म्हणाला, ''बघू या-''

या एका ''बघू या'' शब्दसरशी माझा त्यांच्याविषयीचा राग तर कुठेच वितळून गेला नि एका अनावर ऊर्मीने ती जागा घेतली. सुखाचे चारदोन घोट घेतल्यामुळे सुखाची चव तोंडात होती. पण सुख मात्र दूर झाले होते. त्या सुखाच्या आसक्तीने अंग हलके झाले. एक नवी जाणीव गात्रांना फुटली. आपोआप हात दिव्याकडे गेले नि दिवा बंद झाला.

मला खरोखरीच माझ्या नवऱ्याला तृप्त करायचे होते. माझ्या गट्टीत घ्यायचे होते. त्याच्या माझ्या दुनियेचे स्वप्न त्याला मोहवील असे करायचे होते. माझ्या आकर्षणाचा कोट त्याच्याभोवती बांधायचा होता.

मी तर जळत होतेच. पण जळणाऱ्या त्याच्या वासनेला विझवायचे होते. या सुखात त्याला गुंतवून त्याचे मन मला या घरातून काढायचे होते.

एक शालीन घरंदाज मुलगी स्त्री-पुरुष संबंधात एवढा पुढाकार घेऊ शकते का हो? मला वाटत होते, माझे वागणे वेड्यागत आहे. पण मला हेही पटले होते की जे जे मी माझ्या स्वारीला देईन त्या त्या प्रत्येक क्षणाने त्याला मी कब्जात घेत असेन-

मी घाई करू दिली नाही. स्वत: तर अर्थातच केली नाही. यापूर्वी आम्ही जे केले ते खरे म्हणजे घडले. त्यात कर्तृत्व कुणाचेच नव्हते. या क्षणाला घडत होते, घडणार होते. त्यात दोन जीव सामील होते.

गोविंद देखणा होता असे मला दिसले होते. पण तो राजस होता हे आता अनुभवता येत होते. त्याच्या स्पर्शाला अर्थ येत होता. पुरुषांकडून लाभायचे सर्व स्पर्श अंगभर मिळत होते नि त्या स्पर्शाच्या उबेत देह विरघळत होता. अंधार होता तरी मला सारे दिसत होते. तो माझ्या वक्षावर रेलला होता तेव्हा त्याच्या अंगची लव मला हुळहुळायला लावत होती.

एकाद्या जादूच्या किमयनेने मी भारावून जात होते. विरोध लटके वाटत होते. राग फिका वाटत होता.

स्त्रीपुरुष संबंधाला केवळ शरीरसुखाचा अर्थ आणतात ते नतद्रष्टच. आपण उंच उंच जात आहोत. कदाचित या समाधीत आपण विरघळून जाऊ ही जाणीव केव्हाही भाग्याची. सुखाचे ते आवर्तन संपले. गोविंदाच्या उघड्या मिठीत मी गुदमरून सुखावत होते. मला कृतकृत्य झाल्यागत वाटले होते. माझा नवरा मी खऱ्या अर्थाने मिळवला असे वाटले-

पण सकाळच्या उजेडाने रात्रीच्या साऱ्या सुखाला मातीमोल केले. सकाळी उठताच मी गोविंदला आठवण केली,

"आजच विचारायचं हं मामंजीना."

"काय?-"

"इश्श! विसरलात वाटतं? वेगळ्या बिऱ्हाडाबद्दल-"

"इतक्या घाईने नाही जमायचे."

"का?-"

"वाटते तितके सोपे नाही. बाबांना ते आवडणार नाही. त्यांच्या कलाकलानेच घेतले पाहिजे-"

मी आवंढा गिळला. बोलू शकलेच नाही काही-

पण थोडे म्हणता आठदहा दिवस उजाडले.

पुन्हा प्रश्न निघाला तेव्हाही थोडे थांबवण्याची विनंती.

अखेर कंटाळून मी म्हणाले, 'आज मीच मामंजीना विचारते-

"काय? तू--"

"मग काय करणार? तुमच्याने होईना तर मग मी काय करणार, यापुढे मी इथे राहणार नाही-"

"असे काहीतरी करू नकोस-"

"तुम्हाला काय वाटले? असे थोडे थोडे पुढे ढकलीत गेले की काही दिवसानी मी रुळेन इथे-"

"असेच नाही काही-"

"असेच असते बायकोचे जिणे. त्या अधिकाधिक गुंतत जातात; संसाराची माझी काही बरी-वाईट कल्पना आहे. घरात माणसे असायला माझी काही हरकत नव्हती. पण माझा म्हणून काही थोडा संसार असायलाच हवा. मला दिवस-बिवस गेले म्हणजे मी अधिकाधिक गुंतेन नि मग मला एखाद्या दासीप्रमाणे तुमच्याजवळ झोपणे एवढेच काम उरेल-

गोविंद गप्प राहिला. त्याला बोलायचे होते. तो बायकोजवळ बोलू शकत नव्हता तर बापाजवळ काय बोलणार. या मेल्या अन्नाचे मृतवत् झालेले हे पोकळ सौभाग्य आता अभिमानाचे नव्हते.

मी काही न बोलता उगी राहिले नि दोन प्रहरच्या चहानंतर मामंजी जेव्हा दुकानात जायला निघत तेव्हा त्यांच्यापुढे जाऊन उभी राहिले.

मला अशी एकदम समोर समोर पाहून ते थक्कच झाले. मूळचा करडा

आवाज अधिक चढवीत नि जळजळीत दृष्टी अधिकच तापवीत ते म्हणाले, "का? का आलीस दिवाणखान्यात?"

"काही बोलायचंय-"

"माझ्याशी?"

"हो, तुमच्याशी-"

"माझ्याशी पोरासोरांनी बोलायची प्रथा नाही इथे. गोविंदच्या आईना सांगा-"

"त्यांना सांगितले-"

"मग त्यांचे उत्तर तेच माझे उत्तर-"

"ठीक आहे-" मी आवाजात जास्तीत जास्त वक्रता आणीत म्हणाले,

"ठीक काय आहे?"

"आपले उत्तर कळले. आता काय करायचे ते ठरवीन मी-"

"काय करणार आहेस?"

"स्वतंत्र बिऱ्हाड करणार आहे."

"काय?" रागाचा नि आश्चर्याचा धक्का पचवता न आल्यामुळे त्यांचा तोल जाऊन आवाज चिरकला.

"होय, स्वतंत्र बिऱ्हाड करणार आहे मी. या रामरगाड्यात मला करमत नाही. वेळ जात नाही. केवळ रात्री नव्हे; तर दिवसा प्रकाशातसुद्धा मला त्यांची पत्नी म्हणून अस्तित्व हवे आहे-"

"तू काय बोलते आहेस याची कल्पना आहे?"

"आहे."

"आणि तो गधडा सामील आहे यात?"

"नसावेत."

"मग ठीक आहे-" संतापाला काबूत ठेवीत मामंजी बोलले.

"पण मी त्यांना पटवू शकेनसे वाटते."

"शक्य नाही."

"यत्न करीन."

"आणि आला नाही तुझ्याबरोबर तर-"

"वेळ पडली तर मी एकटीच जाईन."

"एकटी? नवऱ्याला सोडून?"

"इलाज नाही."

"एवढी अगोचर केव्हा झालीस? तुला काय संसार पोरखेळ वाटतो?"

"खेळ जरूर वाटतो."

"ठीक आहे, खेळून पाहा."

"पाहाते, जाते मी."

ह्या प्रसंगानंतर तर उघडउघड मी घराची शत्रू झाले होते. आता पोरसोरे चेष्टा करायची बंद झाली खरी, पण वातावरण तंग झाले होते. गोविंदला मी पटवू शकत नव्हते. म्हणजे पटत सगळे होते पण वळत नव्हते. सुखासीन आयुष्याने त्यांना अगदी नामर्द करून टाकले होते.

मी मध्यंतरी नारायणगावच्या शाळेत नोकरीसाठी अर्ज टाकला नि आश्चर्याची गोष्ट, त्याला उत्तर आले स्वीकाराचे. मला धन्य वाटले. मी ही बातमी गोविंदला सांगितली. माहेरी जाणे हे अतिशय चर्चेचे नि वादाचे ठरले असते आणि म्हणून ही नोकरी हा सर्व तिढ्यावरचा सोपा मार्ग ठरला.

घरात सारी जण असतानाच जाणे उचित ठरले असते. एक तर त्या वेळेस पुरुषार्थ असेल तर गोविंद मला अडवेल, पटवण्याचा यत्न करील, कदाचित थोडी माघार घेईल, आईवडिलांशी भांडेल, पण मी घरातून बॅग घेऊन निघाले, तेव्हा भयानक चेहरे करण्यापलीकडे त्या समस्त बथ्थड माणसांनी एक शब्द उच्चारला असेल तर शप्पथ. मी नमस्कारासाठी वाकले तरी शब्द नाही. मी मान वळवली, डोळ्यांतून येऊ पाहणारे अश्रू आवरले. हे घर मी आपणहून सोडत होते. यात लोकदृष्टीने कसूर माझीच होती. लोकांच्या दृष्टीने आमचा संसार आदर्श होता. त्यांना माझ्या दुःखाचा उद्रेक हास्यास्पद वाटण्याचा संभव होता.

मी चुकत नव्हते याविषयी माझी खात्री होती. मी कोणीतरी आहे हेही पटवून द्यायचे होते. शिवाय मी अन्य कोणावर भार टाकणार नव्हते. या विचित्र परिस्थितीवर हा तोडगा नसेल पण निदान त्या परिस्थितीबाहेर जाऊन सिंहावलोकन करण्याची संधी तर होती.

मी नारायणगावला पोहोचले. पोहोचल्याचे पत्र पाठवले. पत्ता पाठवला. वाटले, उत्तर तरी येईल. थोडीशी बेचैनी वाटली तरी नव्या आयुष्यात मी रमू लागले. चिमण्याबागड्या मुलांत मलाही पोरपण आले. पुन्हा हसत खेळत मोकळे वागणे शक्य झाले.

एवढ्या या आनंदावर मी दिवस काढू शकले; पण दैव काही निराळेच योजते. मुलांच्या कवायती घेत असता मला घेरी आली आणि मी धाडकन

पडले.

शुद्धीवर आले तेव्हा डॉक्टर, प्रमुख शिक्षक. अन्य शिक्षिका भवती होत्या. सर्वांना बाहेर घालवून डॉक्टर म्हणाले, ''मिसेस परचुरे, May I give you some good news"

''काय?-''

''तुम्ही आई होणार आहात. मी तुमचे अभिनंदन करतो.''

अभिनंदन कसले कपाळाचे? एरवी जेव्हा ही बातमी कळली असती तेव्हा मी केवढी फुशारले असते, आनंदले असते. दोनही घरच्या माणसांना केवढे सुख दिले असते. पण आता आपणहून परित्यक्तेचे आयुष्य पत्करल्यावर या नव्या जिवाची चाहूल म्हणजे वरदान नव्हते. शापच होता.

आता माझा स्वाभिमान, स्वावलंबन हे गळून तर पडणार नाही? अखेर, माझे होणार तरी कसे? मी नोकरी करणार कशी? माझ्या या अवस्थेत मला आधार कोणाचा?

मुख्य शिक्षक दामले यांना विश्वासात घेऊन सर्व काही सांगितले आणि त्यांनी धीर दिला. नोकरी सोडण्याचे कारण नाही असे सांगितले. सांभाळून घ्यायचेही आश्वासन दिले. त्यांच्या सांगण्यावरून मी गोविंदाला पत्र पाठविले. पत्राचे उत्तर ताबडतोब आले. पत्र कौतुकपर होतं. घरी यायची विनंती केली होती. पैसे पाठवायचे आश्वासन होते आणि थोरल्या मामंजींना पणतू झाल्यामुळे सर्वजण आनंदात असल्याचा दिलासा होता. सुवर्णाची फुले त्यांच्या अंगावर उधळण्याचा मोका दिल्याचा आनंद होता. अर्थात मी ज्या कारणास्तव घर सोडले त्याचा मात्र काहीच खुलासा नव्हता. म्हणजे या सर्व आनंदाप्रीत्यर्थ मी माझा हट्ट सोडावा अशीच अप्रत्यक्ष सूचना होती.

मी त्याला सविस्तर उत्तर लिहिले. मी घरी यावयास तयार होते पण माझ्या स्वतंत्र घरी, ज्याला केवळ भिंती नव्हत्या, छप्पर नव्हते तर माया-ममतेचा गिलावा होता. आपुलकीचा आधार होता.

यावर उत्तर आले नाही. महिना गेला, दोन महिने गेले. दिवसेदिवस मला अधिकाअधिक त्रास होऊ लागला. कोणी आले नाही. निरोप नाही. बिचाऱ्या दामल्यांच्या शब्दांवर नि साहाय्यावर मी वेडी दिवसगत ढकलत होते.

काय होणार माझं? माझ्या मुलाचे-परचुऱ्यांच्या वारसाचे? कशाला तो अवेळी जन्माला येणार? पण एक दिवस सूर्याबरोबर तो तेजस्वी अंकुर जन्माला आला. मी आई झाले ही गोष्ट माझ्या अंत:करणाला अजून पटली नाही. ते नाते

मला अजून खरे वाटत नव्हते. ज्याचे बीज मी जोपासले, वाढवले, जन्माला घातले त्याचे-माझे नाते उरले नाही, तर मग त्याच्या अंकुराचे नि माझे कसे उरावे? मी नसते तर दुसरी कुणीतरी स्त्री असती. कूस कोणती याला महत्त्व काय? नरमादीचे नाते जिथे संपले तिथे उरले काय?

हे म्हणे माझे मूल. मी त्याची आई. या नात्याला मला अर्थच वाटेना. मी निमित्तमात्र आहे असे मला वाटे. मला वात्सल्याचे भरते येईना. मला गोविंद समोर दिसू लागे. त्याचे माझे नाते हवेत विरून गेले. मग हे लादलेले नाते कुठले?

दुपारचे बारा वाजले. बाळ अकस्मात रडायला लागला. दाईने पुढ्यात आणून ठेवले. मी स्तन त्याच्या तोंडात दिला. मला पान्हाच फुटेना, आणि माझ्या मनात विचार आला - याचा बाप काय करीत असेल?

तेवढ्यात बाहेर गडबड झाली. मोटारीचे ब्रेक कर्णकटुपणाने वाजले. कुणाचे तरी आवाज ऐकू येऊ लागले. त्यात काही परिचित, काही अपरिचित-

दार उघडले. प्रथम दिसली आई, मग बाबा आणि त्यांच्या मागोमाग सासूबाई, मामंजी-अणि थोरल्या मामंजीचा हात धरून येताना स्वारी दिसली.

गोविंद? गोविंदाच्या केवळ दृष्टीने सारे अंग शहारले. साऱ्या आठवणी गोळा झाल्या. स्तनाशी तो झगडतो आहे असे वाटले. सर्वांसमोर कसला मेला चहाटळपणा करतोय असे वाटले; पण अकस्मात पान्हा फुटला. आई जागी झाली. नाते जागे झाले.

मग काय झाले, काय घडले हे सांगायच्या मनःस्थितीत मी या घटकेला नाही एवढे खरे. बायकोचे नाते मान्य झाले. उरली नातीही आपोआप आली. समोरचा मांसाचा गोळा, माझं पाडस आहेसं अंतर्यामी पटले आणि माझ्या साऱ्या दुःखाच्या कळात एका सुखाची धार कोसळली.

-०-०-०-

नऊ । कवितेचा जन्म

सुखात्मे मास्तर आता कल्याणच्या सुभेदाराच्या सुनेशी गप्पागोष्टी करीत होते. नुकतेच ते मस्तानीला भेटून आले होते आणि तिच्या प्रेमाच्या मस्तीकडे त्यांनी गोंधळलेल्या नजरेने पाहिले होते, कारण असले उन्मेषाचे प्रेम आता या दुनियेत दुर्मीळ झाले होते. कल्याणच्या सुभेदाराची ही देखणी सून. कोणीही पागल व्हावे असे तिचे रूप. तोंडात पानाचा विडा, डोळ्यांत सुरमा, गोशातून अर्धवट दिसणारे तिचे धवल लावण्य, मेंदीने रंगलेली कोवळी पदनखे. सारे काही निरखून पाहावे असे. शिवाजी महाराजांच्याच नजरेने सुखात्म्यांनी तिचे लावण्य न्याहाळले. अशा त्या रूपाला पाहून शिवरायांच्या हृदयाप्रमाणेच सात्त्विक ऊर्मीने सुखात्मे विद्ध झाले. ते स्वत: झाले आणि वर्गातल्या साऱ्या चिमण्या जीवांना त्यांनी तीनशे वर्षांपूर्वीच्या त्या आगळ्या जगातला जगावेगळा किस्सा ऐकवला.

सुखात्मे रंगले होते, सुखावले होते. समोरच्या कोवळ्या अंकुरांशी ते सुखसंवाद करीत होते. परस्त्रीकडे, त्यातूनही सुंदर स्त्रीकडे, हावऱ्या नजरेपेक्षा अन्य दृष्टीनेही पाहता येते हे सांगणाऱ्या शिवप्रभूंच्या कर्तृत्वाचे, सात्त्विकतेचे, पराक्रमाचे पोवाडे ते गात होते.

तासाचे टोल पडले तेही त्या भ्रमिष्ट सुखात्म्यांना आणि त्यांच्या एरवी चुळबुळणाऱ्या पण आता धुंद झालेल्या शिष्यांना कळले नाही. पुढल्या तासाचे नवाथे मास्तर आले तेव्हाच सुखात्मे शुद्धीवर आले आणि नवाथ्यांच्या चावऱ्या दंतपंक्तींकडे दुर्लक्ष करीत, पुस्तके सावरीत ते वर्गातून बाहेर पडले.

त्यांना आता तास नव्हता. तेव्हा वर्गशिक्षकांच्या खोलीत जाणे भागच पडले. त्यांना तिथे बसणे नेहमी असह्य होत असे. कोपऱ्यात कुठेतरी रमीचा

डाव चालू असे. कुणी बुद्धिबळाचा पट मांडलेला असे, तर कोणी वृत्तपत्रांतून निवडून खून-अपघात-बलात्कार वाचीत होते. कुणाशी बोलावे, कुणाबरोबर सुखसंवाद करावे असे सुखात्म्यांना वाटतच नव्हते. या समव्यवसायिकांपैकी त्यांना आपले असे कोणी वाटतच नव्हते. केशवसुत, माधवराव, जगन्नाथ पंडित यांच्या समवेत वेळ घालवावा, आणि उरलेल्या वेळात मुलांच्यात रमावे यातच त्यांना रस वाटे.

सुखात्मे कॉलेज सोडून नुकतेच शाळेत चिकटले होते. खरे पाहता तेही अजून शाळेतच होते. त्यांना नाना गोष्टी शिकायच्या होत्या. माणसाच्या मनोवृत्ती अभ्यासायच्या होत्या. त्यांच्या बऱ्यावाईट वागण्याचे अर्थ लावायचे होते. थोडक्यात, लेखकाला आवश्यक असणाऱ्या निरीक्षणाचा अवलंब करून बरेच पाहायचे होते. चिमण्या चोचीत चोच घालून गुलूगुलू काय बोलतात, फुले उगवत्या कोवळ्या किरणांबरोबर ओठ कसे उघडतात, हिरवीगार धारदार पाती भल्या पहाटे अश्रूपात का करतात, थंडीच्या दिवासात नद्या, तळी दवाची, नायलॉनची साडी का पेहरतात?

सुखात्मे पीत होते वारा, खात होते दव, नेसत होते ऊन. त्यांच्या दुनियेत काही केवळ हसूच नव्हते, अश्रूही होते-गडकऱ्यांच्या सिंधूचे. वेदना होत्या त्या तात्या टोपेच्या भ्रमंतीच्या-पराभवाच्या-फाशीच्या. चीड होती ती फितूर बाळाजीपंत नातूची-जयचंद राठोडाची. लोभ होता तो केशवसुतांच्या 'तुतारी' वर, यशवंतांच्या 'आई' वर. वात्सल्य होते ते पन्नादाईच्या अंत:करणातले. जे जे अद्भुत होते, तीव्र होते, उन्मेषकारी होते ते ते लुटून आणून त्यांच्या मनाच्या चाळीस चोरांनी गुहेत आणून भरले होते-- आणि भरीत होते.

त्यांच्या त्या संपन्न गुहेत ठेचून भरले होते-मोती, मखमली कपडे, जवाहिर, मौक्तिकमाला, रुप्याची भांडी, सुवर्णाचे कलश. त्या संपत्तीचे करायचे काय हाच त्यांना प्रश्न पडला होता. त्या संपत्तीकडे ते नुसते अधाशासारखे पाहात होते आणि त्यांनीच ते भ्रमिष्ट बनले होते, बनत होते.

त्यांचे सहकारी त्यांना वेडे समजत. लागवणकर मास्तरनी त्यांना, हेवा वाटाव्या अशा, नगराध्यक्ष कापशीकरांच्या गाजलेल्या कन्यकांच्या शिकवण्या आणून दिल्या; त्या हसतमुखाने सुखात्म्यांनी नाकारून टाकल्या. शिकवण्या नाकारल्या हे समजले, पण हेमा आणि रमा यांचे सौंदर्य आणि त्यांचा लौकिक त्यांना कसा नाकारावासा वाटला हे मात्र लागवणकरांना कळले नाही. लागवणकरांनी ती शिकवणी फुकटसुद्धा केली असती. शिकवण्या नकोत, पाठ्यपुस्तके लिहिण्यात

भागीदारी नको, जादा क्लासेस नकोत, मग या मूर्ख सुखात्म्याला हवे काय हेच कुणा सहकाऱ्याच्या ध्यानात येत नव्हते. वर्गातल्या उफड्याच्या चावट, बोटचेप्या पोरींच्या ओळखी नकोत; त्यांच्यासाठी वर्ग संपल्यावर थांबायला नको; चावट कोट्या नकोत; गॅदरिंग, खेळ या निमित्ताने त्या रसरसलेल्या तरुण सफरचंदांच्या सान्निध्याची लालसा नको; काही नकोच. मग या वेडसर माणसाला हवे काय! हवेत भ्रमिष्टपणे पाहाणे, मनाशीच कसलेतरी चरण गुणगुणणे, पुस्तक हातात धरून जीवघेण्या आतुरतेने ते वाचणे, सुट्टीच्या वेळीसुद्धा न कुरकुरता बदली तासावर जाणे-खरोखर सुखात्म्यांची वर्तणूक ही सर्वांना कोड्याप्रमाणे वाटत होती. ते देहाने जरी या व्यवहारी जगात वावरत होते तरी त्यांची पावले अधांतरी होती. ते निराळ्याच जगात होते.

सुखात्मे तृप्त होते, धुंद होते. त्यांच्या जीविताला आकार नव्हता, बांध नव्हते. बंधारा घालून अडवलेल्या तडागांतली लाट मोठी मोठी म्हणजे केवढी-बंधाऱ्यापेक्षा लहानच. पण अमर्याद सागराची लाट आकाशाहून मोठी. सुखात्मे असेच अमर्याद होते. त्यांच्या हृदयात काम नव्हता. भावनेने ते भारलेले होते!

सुखात्म्यांना सारखे काहीतरी वाटत असे. 'तुतारी' वाचली की, मनात कल्लोळ उठे. 'डॅफोडिल्स' वाचली की, मन बेचैन होई. 'मुरली' ने ते अस्वस्थ होत. 'I accuse- झोलाचे पत्रक त्यांच्या हृदयावर ऊर्मी उठवी. सावकरकरांच्या वक्तृत्वाच्या श्रवणाने ते वीरासन घालून बसत, तर अत्र्यांच्या बेफाट विनोदाने खदखदून हसत. गांधी वारले तेव्हा वडील वारल्याप्रमाणे ते वेडे झाले, तर त्यानंतर ब्राह्मणांच्या घराची जी जाळपोळ झाली त्या वेळेस ते प्रतिकारार्थ पेटून उठले. त्यांच्या हृदयाला भावनेची हलकीशी फुंकर पुरत होती.

या साऱ्या विश्वामित्री दुनियेत आपल्याला काहीच निर्मिता येत नाही याचा त्यांना खेद वाटे. त्यांना वाटे की, तांब्यांच्या मधुघटांतले शब्द आपल्याला ठाऊक आहेत; पण मधुघट आपण का भरू शकत नाही? त्यांना गडकऱ्यांच्या 'गुलाबी गालावर' चे रंग स्पर्शिता येत; पण निर्मिता येत नव्हते. रेंदाळकरांची कविता त्यांना समजे, सोपी वाटे; पण ती कागदावर कोरता येत नव्हती. मर्ढेकरांच्या नवकाव्याचा अर्थ लागे, पण आडवे-तिडवे, वेडेवाकडे बीभत्स अर्थहीन शब्द फेकूनही मर्ढेकरांसारखी खोल कविता निर्माण करता येत नव्हती.

आणि म्हणून त्यांच्या हृदयाला अनंत असंतोष, अपूर्णता बोचत होती. त्यांनी 'अफेअर टु रिमेंबर' हा चित्रपट पाहिला तेव्हा त्यांना त्यांच्या एका विधवा मावशीची आठवण झाली आणि तिला भेटायला ते वाईला गेले, आणि चित्रपटात

पाहिलेले आणि भोगलेले अर्धस्फुट स्वप्न भंग पावून परत आले. त्यांच्या ध्यानात आले की, कवितेतली माणसे या दुनियेतली नसतात. कवीने प्रथम स्वत:ची दुनिया उभी केली पाहिजे व मग ही माणसे.

सुखात्मे त्या नव्या दुनियेच्या विश्वात गात होते आणि नव्या दुनियेच्या निर्मितीच्या स्वप्नात मग्न होते. त्यांना नवी माणसे निर्माण करायची होती, आणि त्या निर्मितीच्या क्षणासाठी ते हावऱ्या माणसाप्रमाणे जिथे सापडेल तेथून मालमसाला गोळा करीत होते.

त्यांच्या त्या विश्वाला थोडा अर्थ येऊ पाहात होता. ते जेवायला जात त्या मावशीबाईंच्या खाणावळीत त्यांनी वीणेला पाहिली. मावशीबाईची विधवा मुलगी– संसाराचा डाव अर्धा सोडावा लागलेली. खालच्या मानेने वावरणारी. पांढऱ्या कपाळाची. दु:खी चेहऱ्याची. चित्रकाराला, कवीला, लेखकाला जागी करणारी मूर्तिमंत दु:खाची पुतळी. सुखात्मे तिच्या दु:खाशी समरस झाले होते. तिच्या उद्ध्वस्त माळरानावरची पाऊलवाट झाले होते. ते तिच्या जीवितात मनाने रमत, दु:खात सहभागी होत. ह्या वज्रदु:खाचा परिहार करण्यासाठीच आपला जन्म झाला आहे असे त्यांना वाटू लागले. मामुली रूपाची, मामुली व्यक्तित्वाची, थोडे दात पुढे असणारी ही मुलगी सुखात्म्यांच्या हृदयात वसली. गाल भरल्यावर पुढे आलेले दात वाईट दिसणारी नाहीत असा दिलासा त्यांनी मनाला शिकवला. आपल्या प्रेमळ सावलीत निबरट झालेली तिची कांती नव्याने पल्लवेल अशी त्यांना खात्री वाटली. अपुरे आणि थोडे असल्यामुळे दुर्लक्षित अशा कुंतलांच्या राशीला सुगंधित तेलांनी आणि समृद्ध जीवनाने सौंदर्य गवसेल हे त्यांना कोणी सांगायला नको होते. उंचीचे मोठेसे काय? पण डोळे, हे दु:खी डोळे, हे सोसलेले डोळे एकदा प्रेमाने तृप्त झाले की, शकुंतलेचे विभ्रम घेऊन येतील असे त्यांना मनोमन वाटले. सुकलेल्या देहावर, सुकलेल्या वक्षांवर त्यांची नजर खिळे आणि तिला सुंदर करून घेण्यासाठी आतुर झालेली त्यांची रसिकता क्षणभर घोटाळे. पण मग ध्यानात येई की, पुरुषस्पर्शावाचून वंचित झालेले हे मर्मस्थान मिठीच्या प्रहाराने रोमांचित झाले की, त्याला किती वाढू नि किती नको असे होईल.

वीणाला त्यांनी आपले मानले आणि तिनेही त्यांना आपले मानले अशी त्यांची खात्री होती. उगीच कशाला कोण लाजेल, थबकेल, हसेल, मुरडेल? जेवायची वेळ साधेल, हात धुवायला सहजगत्या गरम पाण्याचा तांब्या पुढे सरकवील, चोरटा स्पर्श घडू देईल, सुवासिक साबण उघडला जाईल, एखादे

लोणचे, फुलके गरम गरम मिळतील? इतर मेंबरांच्या लक्षात येईल अशा सूचना येतील- वीणा आपली झाली असे त्यांनी मनाशी ठरवले होते.

वीणेसाठी ते एक महाल बांधणार होते. लाल लाल विटांच्या भिंती, पांढऱ्या स्वच्छ दगडांची फरशी, खिडक्यांवर लोंबणारे वेलविस्तार, जपानी पद्धतीचे विद्युतदीप, वॉश बेसिन्स, मखमाली गालीचे-झकपक दिसणाऱ्या त्या छोट्या महालात वीणेला ते नेणार होते. त्यांपैकी काही गोष्टी कमी पडल्या तरी हरकत नव्हती. पण तो महाल वीणेसाठी होता, आणि ते वीणेला तिथे नेणार होते ही गोष्ट मात्र खरी. त्या महालावर गच्ची असेल, सौध असेल. अस्मानाच्या भव्य तंबूत - त्या किनखापी छताखाली, चमकत्या चंद्राच्या तेजाने न्हालेल्या चारुगात्री वीणेला अंगावर रेलू देऊन ते कविता रचणार होते. वाऱ्याच्या मंद मंद झुळकी, जुईचा, रातराणीचा बेबंद वास आणि वीणाच्या अतृप्त यौवनाचा सजीव संपर्क यामुळे त्यांच्या मनाच्या गुहेचे दरवाजे खोलणारा तो शब्दसमुच्चय त्यांना आठवणार होता - आणि एकदा ती गुहा खुली झाली की, मग शब्दांची, कवितांची नुसती बरसात सुरू होणार होती. बालकवींच्या फुलराणीला मागे टाकणारा सोहळा ते कवितेतून प्रसवणार होते. रसिकांच्या पंसतीच्या झोल्यावर ते डुलणार होते.

पण या घटकेपर्यंत ते वीणेशी एक शब्दही बोलले नव्हते. ते बोलायला जात आणि बोलण्यासाठी तयार केलेले शब्दगुच्छ तसेच कोमेजून जात.

सुखात्मे सुखी होते-आनंदात होते. स्वप्नांवर ते मजेने झोपले होते वरच्या अस्मानी जगाकडे पाहात. त्यांना वीणा नको होती. वीणा हवी ही भावना जागी असायला हवी होती. तिच्या रूपात सर्व सौंदर्य पहायची त्यांची इच्छा होती. जगाला न दिसणारी असामान्य आणि दिव्य स्त्री ते तिच्या ठायी उत्पन्न करीत होते. त्या शिल्पाला आकार येत होता. थोडक्यात त्यांच्या मनोभागात एक नवीन जीव पैदा होत होता. फक्त त्याला अद्यापि जीव आलेला नव्हता. रसिक अशा सुखात्म्यांची प्रतिभा त्या नव्या जीवाला घडवीत होती, पोषीत होती.

आणि म्हणून सुखात्मे जसे सुखी होते तसेच काळजीत होते. तिच्या निर्जीव मूर्तीला आकार देता देता कधीच न कल्पिलेल्या अशा एखाद्या सौंदर्याचा शोध त्यांना लागून जाई, आणि मग नवीन सौंदर्याच्या शोधात ते पुन्हा मग्न होत. ते गवसेनासे झाले की ते व्यग्र होत.

एखाद्या मधाच्या मोहळाप्रमाणे त्यांचे सर्वांगांनी जीवन वीणेच्या मधुर आठवणीनी भरले होते, ठिबकत होते. त्यांना वाटले की, वीणेला आताच्या

आता भेटावे. शाळेतून बाहेर पडून मावशीबाईंच्या घराकडे वळले तेव्हा त्यांना वाटत होते की, रस्ता किती मऊ आहे; संध्याकाळ किती सुंदर आहे! आणि ते वीणेच्या घरी आले. नुकते कोठे सहा वाजले होते. भोजनव्यवस्थेला खूप अवकाश होता. त्यामुळे सर्वत्र सामसूम होते. काय करावे ते न कळून सुखात्मे जरा बावचळले, धीर धरून ते परसदारी गेले. परिचित आवाज रातराणीच्या मागून आला म्हणून त्यांनी तिकडे झेप घेतली.

समोरच्या दृश्याने ते प्रथम वेडे झाले, मग संतापले. लागवणकर मास्तरच्या मिठीत वीणेला पाहून त्यांना मेल्याहून मेले झाले.

काहीच घडले नाही अशा थाटाने, शरम तोंडावर न आणता ओठ पुशीत मास्तर पुढे झाले. पदर सावरीत वीणा पुढे झाली. पुसल्याबरोबर स्वच्छ झाले या पद्धतीने वीणेने ओठावरून पदर फिरवला आणि ती हसली - डोळ्यांचा बांक दाखवून.

''आईला सांगू नका.'' हलक्या आवाजात वीणा.

''ते कशाला सांगताहेत?'' लागवणकरांचा खर्जातला आवाज.

''काय सुखात्मे, नाही ना सांगणार?''

एक क्षणभर सुखात्म्यांना काय बोलावे ते सुचेनाच. तेवढ्यात लागवणकर दंतपंक्ती दाखवीत म्हणाले, ''मास्तर, जरा व्यवहारी व्हा. मावशीला सांगून तुमचा काय फायदा? त्यापेक्षा या बर्फीची थोडी तुम्हीही चव घ्या. काय?''

सुखात्मे मास्तरांच्या बोटांनी लागवणकरांच्या निबऱ्या गालावर चार दोन प्रहार केले आणि पाठ फिरवून ते बाहेर पडले.

सुखात्म्यांचे हृदय गदगदून आले. त्यांच्या हृदयाला त्या यातना, तो उपहास सहावेना. त्यांना वाटायला लागले की, आपण मरणार...

त्या दुःखाने उद्भवलेल्या दाबावर ते मात करण्याचा यत्न करू लागले. अश्रू तर बाहेर पडेनात; कारण त्यांत दुःखापेक्षा चीड होती, उपहास होता. आपण एक चेष्टेचा विषय झालो याबद्दल केवळ विलक्षण चीडच बाकी उरली होती. या येवढ्याशा चिमुकल्या कळीला असलेले काटे आपल्याला दिसू नयेत- यामधला मूर्खपणा त्यांना सहन होईना. आपल्याला डावलून एका क्षुद्र पुरुषावर वीणा भाळली. त्यामुळे त्यांच्या मनातल्या फुलांचा पाचोळा झाला. एखाद्या हिऱ्याच्या तेजाला दिपणाऱ्या त्यांच्या डोळ्यांना, अंती तो कोळसाच आहे हे पाहाण्याचे नशिबी आले.

त्यांनी ज्या स्त्रिया आजवर अभ्यासल्या होत्या त्यांत वीणा कोठेच नव्हती.

एक नवीन नमुना त्यांनी न्याहाळला, पण त्या अभ्यासात ते विद्ध झाले. चेष्टा-विषय झाले. त्यांना स्त्रियांचे अंतरंग पाहायचे होते. त्यांच्या लकबी, हावभाव, मनाच्या हालचाली पाहायच्या होत्या. त्या त्यांना पाहायला मिळाल्या. पण त्यामुळे नको त्या वेळी त्यांचे हृदय रक्ताळले गेले. एका सामान्य स्त्रीमुळे डोंगरकपारीच्या पाषाणावर आपल्या काव्याच्या स्पर्शाने मूक, देखणी प्रतिमा घडवीत असता तो दगड भुसभुशीत निघावा, एका सुंदर फळाला ऊब देऊन पक्व करीत असता अकस्मात ते किडीने भरून जावे, तसे त्यांचे स्वप्न भंग पावले.

त्यांना वाटले की, हे सारे अगदी मनात आलेल्या सर्व बऱ्यावाईट क्षणासकट, सारे काही कुणालातरी सांगावे. या निमकहराम स्त्रीजातीला बदनाम करावे. पण कुणाला सांगावे? एवढा जवळचा कोण मित्र आहे की, त्यापाशी आपले हृदय उघडे करावे, व्यथा सांगाव्यात, व्रण दाखवावेत, मायेच्या स्पर्शाने हसावे? कुणीच नाही. अशा हृदयाच्या अवस्थेत आपण एकाकी आहोत-एकाकीच आहोत, नाही?

आणि दुसऱ्याच क्षणी त्यांचे अंग भरभरून आले, आणि एखादा चमत्कार झाल्याप्रमाणे शब्दांमागोमाग शब्द त्यांना आठवू लागले. अडवून ठेवलेल्या पाण्याने अखेरीस तलावाची भिंत फोडून प्रवाह बाहेर काढला. सांगितले जात होते. बोलले जात होते. लिहिले जात होते. व्यथा हलकी होत होती. काहीतरी अद्भुत घडत होते. काय सांगावे, कसे सांगावे, आणि कुणाला सांगावे, हा आता प्रश्नच उरला नाही. समोरची आकृती अस्पष्ट होती. कुणीतरी समोर होते. आतुर नजर आणि श्रद्धायुक्त अंतःकरण असणाऱ्या त्या रसिक अशा अनामिक मित्राला उद्देशून ते लिहीत सुटले होते, आणि त्या मोत्यांच्या दाण्यांप्रमाणे असणाऱ्या सुंदर अक्षरांच्या अद्भुत शब्दांमुळे, अर्थामुळे, वेडावलेल्या त्या रसिकाच्या डोळ्यांतून सुखात्म्यांच्या दुःखासाठी अश्रू ओघळत होते.

-०-०-०-

दहा । लाट

या गोष्टीला सतरा अठरा वर्षे लोटली आहेत, पण माझ्यापुढे जणू आताच घडते आहे अशा तऱ्हेने सर्व हकीकत प्रकट उभी आहे. सुवदना जेवढी आहे तेवढीच मीही असेन त्या वेळेला. तशीच छबी, तसेच वागणे, बोलणे. जर पुन्हा मी सतरा वर्षांची झाले तर मला वाटते, मी कोणती आणि सुवदना कोणती हे ओळखणे कठीण जाईल!

अठरा वर्षे! केवढा काळ! जवळजवळ पुनर्जन्मच! सुवदनेच्या रूपाने पुनर्जन्मच! या काळांत काय घडले? एका चिमुकल्या कळीचे चांगले निबर गरगरीत फूल झाले. एका खळाळणाऱ्या ओढ्याला संथ-खोल अशा नदीचे रूप आले. एका मुलायम धाग्याला कळाहीन वस्त्राचे स्वरूप आले. जन्म ज्यासाठी घेतला ते घडले! पृथ्वीचे सातत्य राहावे म्हणून पत्करलेली ही जबाबदारी संपली! केळीचा घड आल्यावर केळीच्या झाडाचे काय होते?

सुवदनेला पाहिले की मला मी का जगले, का जगत आले, ते चटकन समजते. कमळाच्या पानावरचे जलबिंदू आणि हिरव्या गवतावरच्या पात्यांवरचे दंवबिंदू यांनी घडवलेले माझे अश्रू आजवर मी माझ्या हृदयकमलात दडवलेले आहेत. डोळ्यांची कवाडे घट्ट दडपून घेतली आहेत. हसऱ्या ओठांत, नाचऱ्या विभ्रमांत, आणि उत्साहाच्या कोंदणात त्या अश्रूंचा कोणाला मागमूसही लागलेला नाही. हृदयाची जागा चांगल्या बंदिस्त ठिकाणी आहे. ती स्त्रीला फार उपयोगी पडते. त्यामुळे तिच्या हृदयवेदना, आक्रोश, जखमा उघड्या न पडता त्या झाकल्या जातात.

गेली अठरा वर्षे-एक दोन नाही-सतत वर्षांनुवर्ष माझी जखम ओलीच आहे, आज घडल्याइतकी! पण मी कधी कोणाजवळ बोलू शकले नाही. एवढेच

नव्हे, तर कुणाला संशय येऊ दिला नाही. त्याचा काही उपयोग नव्हता. एका खानदानी कुळात जन्म पावलेल्या आणि एका खानदान कुळाला जन्म देऊ इच्छिणाऱ्या कुलीन स्त्रीला असली शल्ये मनात ठेवावी लागतात आणि घर घडवावे लागते. घर उभे राहते, नाव पावते. ते अश्रूंच्या पाण्याने बांधलेले आहे हे फक्त त्या घराच्या मालकिणीलाच काय ते कळते.

या भल्या थोरल्या कुटुंबाची मी स्वामिनी आहे! हे नोकर-चाकर, ऐश्वर्य, मोटारगाडी, पाहुण्यांची वर्दळ, पार्टीज- हे सारे केवळ माझ्या त्या नि:स्तब्धतेवर उभे आहे, माझ्या या मूक दु:खावर आधारलेले आहे! प्रतिष्ठा एका दिवसात उभी राहत नाही, ऐश्वर्य एका दिवसात तयार होत नाही; एक एक क्षण, एक एक दिवस, वर्षांवर वर्षे लोटली तेव्हा कुठे या कुटुंबाला ही आलिशान वास्तू लाभली आहे!

या साऱ्या अठरा वर्षांच्या प्रवासात माझी दु:खे मी विसरले. माझी स्वत:ला आठवण उरू दिली नाही आणि सदाशिवच्या हाताला सतत सहचारिणीचा हात दिला. त्याच्या सर्व बौद्धिक विक्रमांची स्फूर्ती बनले, साथ दिली, पराभवांच्या वेळीही त्याला हर्ष दिला आणि क्रमाक्रमाने या घराचा, या कुटुंबाचा हा इमला मी उभा केला.

मी सुखी आहे का दु:खी आहे, हा प्रश्नसुद्धा विचारायला मी मनाला सवड ठेवीत नाही. माझा सतत पिच्छा पुरवायला या नादिष्ट मनाला दुसरे काय उद्योग आहेत? मला वाटते, मी सुखीच आहे. सारे वैभव, ऐश्वर्य हे सदाशिवच्या इतकेच माझ्या सहकार्याचे आणि कष्टाचे फळ आहे. जेव्हा सतरा-अठरा वर्षांपूर्वी सदाशिवच्या गळ्यात मी हार घातला, तेव्हा त्याच्या घाऱ्या डोळ्यांत दिसणाऱ्या बुद्धीच्या सामर्थ्याने नि तेजाने मी क्षणभर भिऊन गेले. पण लगोलग मी त्या सामर्थ्याला वाटही करून दिली. त्या सामर्थ्याचा अधिकाधिक उपयोग केला, हे ऐश्वर्य मिळविले!

एरवी बेफामपणे मोकाट-फुकट जाणाऱ्या पाणलोटाचा तलाव बनविला. हे सुख, वैभव त्यात साचू दिले. मला या संसारांत काय कमी आहे? संपत्ती आणि अधिकार तर आहेच. सदाशिव अर्थशास्त्रातला तज्ज्ञ म्हणून अनेक ठिकाणी बोलावला जातो- सन्मानला जातो. त्याच्या शब्दाला अर्थ आहे, वजन आहे, सरकारदरबारच्या मोठमोठ्या धोरणांत त्याचा हात असतो! मुले आहेत, सुंदर आहेत, गुणी आहेत. सर्वांची प्रकृती उत्तम आहे. उत्तम घर आहे. सोबती आहेत. खरे म्हणजे, मला काय कमी आहे?

खरोखरीच काही कमी नाही मला! सुखासाठी ज्या ज्या गोष्टी लागतात, त्या त्या साऱ्या माझ्या घरात आहेत; पण मग मी सुखी आहे असे निर्विकारपणे मात्र मी सांगू शकत नाही. का, तेही सांगू शकत नाही. माझ्या मनातली विचारांची ही कोळीष्टके पुन:पुन्हा झाडावीत तरी मन काही केल्या साफ होत नाही!

संध्याकाळची वेळ असावी; मुले, गडीमाणसे आपापल्या व्यवसायात दंग असावीत, सदाशिव अद्याप परतला नसावा. पुष्पवाटिकेतल्या खुर्चीवर बसले असताना मरगळलेली संध्याकाळ तुडवीत माझे मन सैरभर होऊन इतस्तत: भटकत जाते. नको म्हणाले तरी जाते. जाऊ नये तिथे जाते. माझे मला रोखून ठेवता येत नाही!

अठरा वर्षांपूर्वीची अशीच संध्याकाळ, काळोखलेली दुनिया, जिन्याखालची भेट, अस्पष्ट कुजबुज, उसासे, निरोप, हुंदके. होय, तोच हुंदका अद्याप माझ्या घशात कोंदला आहे जणू. कारण तोसुद्धा पुरता न देता झालेली ती ताटातूट.

संध्याकाळ होऊ लागली की मन उदास होते, अंधाराची भीती वाटते. पुन्हा कुजबुज ऐकू येते. वाटते, सतीश– सतीशच्या ओलसर बोटांची, दंडावरची पकड तशीच आहे! पण नाही. किती झाले तरी सतीश आज परपुरुष आहे. त्याच्या त्या स्पर्शाने पुलकित व्हायच्याऐवजी भीती वाटतो, किळस वाटते तरातरा उठून जाऊन तो बाहू पुन:पुन्हा धुवावासा वाटतो. भडाभडा अंघोळ करावीशी वाटते. संध्याकाळ तीच आहे. पण मी ती उरलेली नाही याची जाणीव होते. दिवे लागले की, मनाला आटोप येतो. प्रकाशाने मनाला लगाम पडू लागतात, वाऱ्याच्या झुळकेने फुललेला अंगार आपोआपच थंडावू लागतो!

सतीश वाईट नव्हता, चांगलाही नसावा, पण तरुण होता! हळवा होता, स्वप्नाळू होता! ज्या स्वप्नांत मी फसेन, अशी गोड गोड स्वप्ने तो क्षणाक्षणाला पखरीत असे. जगाचा अनुभव थोडा. सत्य काय, स्वप्न काय हेच न कळलेला! तो बऱ्यापैकी चित्रकार होता. कौतुकाने अद्याप बिघडायचा होता! कलेबद्दल अभिमान, नवीन कल्पनांचा पिसारा, नव्या दुनियेची स्वप्ने माझ्या भिरभिरत्या मेंदूत त्याने आणून सोडली. स्टुडिओ असे समजल्या जाणाऱ्या मळकट, कळकट खोलीत गेले की, त्याच्या स्वप्नांनी तेथे तो अल्लाउद्दीनची गुहा उभी करी. त्याची ती कलंदरी मश्गुल वृत्ती, त्यात मी अडकले, हरपले, तिच्यावर मी वेडी झाले. त्याच्या कलेचा विषय बनले! कॅन्व्हासवर त्याच्या हातांत हात घालून फिर फिर फिरले. धुंदीत गेल्या त्या सायंकाळी. दररोज मी त्याची नवी रूपे पाही

आणि नव्याने त्यात गुंतून पडे. त्याला जी गोष्ट आवडे तीच मला आवडू लागे. त्याच्या चेहऱ्यावर नाखुशी दिसली की माझे मनसुद्धा संकोचून जाई. राग-लोभ होते ते वेगळे वेगळे करता येत नव्हते! त्या वेळी आयुष्याला गोलाकार होता. ते कधी संपणार नव्हते. पुन:पुन्हा फिरून आम्ही अगदी निकट अनोळखी माणसासारखे जवळ जवळ येत होतो! झाली होती ती ओळख अपुरी वाटत होती.

हे सारे गुप्त होते. आमच्यापुरते--असे आम्हांला वाटले होते--आई-बाबांच्या हे कानी गेले होते. या अपक्व प्रेमाला नुकता कोठे पाड येत होता, रंग भरत होता. दर्याला उधाण येणार होते. लाटा उठत होत्या. त्या लाटेवर स्वार व्हायला मन शिवशिवत होते.

पण दर्याला खरोखरीच उधाण आले. आईवडील, घरदार जेव्हा गदारोळ करून उठले तेव्हा तो उन्मेष संपला. विरोधाचे शब्द ओठांपर्यंत येत, मागे जात. सकाळ-संध्याकाळ माझ्यावर पहारा बसला. माझे लग्न दुसऱ्या एका हुशार पुरुषाबरोबर ठरले, आणि मी तडफडत तडफडत सतीशची प्रतीक्षा करीत राहिले.

सतीश मला कायम मुकला असे वाटले. पण अगदी अकस्मातच तो प्रसंग घडला. संध्याकाळची वेळ होती. उदासवाण्या अंधारात मी बसले होते. माळ्याने फुलांचा पुडा आणला. तो घ्यावयासाठी मी दरवाजा उघडला. समोर सतीशची झुलपे एकदम नजरेसमोर आली. त्याच्या त्या अनपेक्षित दर्शनाने मला अचंबा, आनंद आणि आधार वाटला. खरेच, या प्रसंगातून सतीश मला वाचवू शकेल असेही वाटले.

अंधार होता. जिन्याखाली अडगळ होती. घाई होती. पण ती भेट, तो स्पर्श, ती कुजबुज आता शतजन्म माझी सोबत करील. तीच अखेरची भेट. पुन्हा सतीश भेटला किंवा दिसला नाही. माझ्या बाहुगोलावरचे त्याच्या हाताचे व्रण मात्र माझ्या अंत:करणात घर करून राहिले. अजून!

वाऱ्यावरच्या पाचोळ्याप्रमाणे सतीश कुठल्या कुठे उडून गेला. प्रथम त्याचे नाव मुद्दाम कुणीतरी ऐकवीत, कुणा मस्तकार नावाच्या मुलीबरोबर त्याचे नाव जोडले जात होते. मग एका मागोमाग मुलींच्या नावाची माळच सुरू झाली त्याच्या नावाबरोबर. त्याच्या एकदोन चित्रांचे कौतुकही झाले, आणि एक दिवस तो अक्षरश: वाऱ्याबरोबर उडून गेला; तो कायमचा. माझ्या दुनियेतून ते नाव कायमचे निसटले. आज सतीशच्या जीवनात आपण त्याची साथ करीत असतो तर? सुखी झालो असतो की--? इतकी सुखी खचित नाही! अधिक चांगले आयुष्य आपण मिळवू शकलो नसतो. निदान खात्री नाही!

मग सुखदु:खांची निष्फळ चर्चा आपले बावरे मन बरे करते? मनाला झुरणी कशाची लागून राहिली आहे? हे चांगले आयुष्य भरगच्च मजेत भोगायचे सोडून, नको त्या आठवणी, नको ते उसासे कशासाठी हवेत?

आपल्या मनाची अतृप्ती कायमच आहे. भूक अपुरीच आहे! इथे प्रेम कर असे आपल्याला बाबांनी, ऋषिमुनीच्या मंत्रोच्चारांनी, धर्मबंधनांनी ओरडून सांगितले आणि आपण खरोखरीच कधी न पाहिलेल्या, न इच्छिलेल्या पुरुषाबरोबर प्रेम करू लागलो.

हे इतके सुखी आयुष्य माझ्या वडिलांनी विकत घेतले. वडिलांचे पैसे आणि घराण्याची प्रतिष्ठा यांची किंमत देऊन विकत घेतले. यात मी काय केले? गुरांच्या बाजारात, थोराड अंगपेर आणि थोडं देखणेपण यांच्या जोरावर एखाद्या, गाईची विक्री व्हावी तशीच बाजारात मी विकली गेले. मालक चांगला मिळाला हा आपला योगायोग! पण मी काय केले त्यात?

आपले जीवन घडवण्यात आपला काहीच हिस्सा नसावा, हे खरेच केवढे दुर्दैवाचे. हे घर मी घडवले याचा मला अभिमान आहे! इथले फर्निचर, कपडे, शोभिवंत वस्तू, या घराचा नकाशा, दिवाणखान्याची लांबीरुंदी, बेडरूमचे आकारमान; इतकेच नव्हे तर या सदाशिवचे आकारमानसुद्धा. पण घर म्हणजे काही संसार नव्हे! चार भिंती म्हणजे काही घर नव्हे. हा संसार उभा करताना मी कुठे होते? गुदमरलेल्या आवाजात, ओघळत्या अश्रूंत कानाला कर्णकटू वाटणाऱ्या ताशावाजंत्रीच्या नि भटजीच्या आरडाओरडीत, अरबटचरबट गप्पा ठोकणाऱ्या भाऊगर्दीत मिरवू पाहाणाऱ्या पुरंध्रीजनसुमदायात माझ्या संसाराला सुरुवात झाली. माझ्यासाठी कुणीतरी उभारलेल्या संसाराची मी मालकीण झाले! एका सर्वस्वी अपरिचित पुरुषाची शोभेची वस्तू बनले! सर्व लोकांच्या समोरही कडीबंद खोलीत एकांत करण्याचा परवाना मला मिळाला. पण तो पुरुष कोण होता हे मला ठाऊक नव्हते! पुरुषाच्या अंगावर लव असली की मला किळस येते. ती त्याच्या अंगावर कारवारच्या जंगलाप्रमाणे वाढलेली. घाऱ्या डोळ्यांचा मला तिरस्कार आणि एका माजलेल्या बोक्याप्रमाणे त्याचे बेरकी, बुद्धिमान, सामर्थ्यशाली घारे डोळे. त्याच्या डोळ्यांत पुरुषीपणा आणि बुद्धीपेक्षाही हावरेपणा जास्त दिसत होता. एखाद्या मिठाईच्या ताटाकडे वखवखलेल्या नजरेने पाहाणाऱ्या मुलाप्रमाणे. आणखी थोड्याच वेळात या गुळगुळीत, गोऱ्यापान, कोवळ्या मुलीचा देह आपला होणार ही कामना डोळ्यांत तरळणारा, किळस यावी असा भाव! अंतरपाट, हार, मुंडावळ्या, ताशे, वांजत्री, कलकलाट, होमाचा धूर या साऱ्यांतून

सतीशचा स्वप्नाळू, कोवळा चेहरा मला दिसत होता. एका हाताच्या अंतरावर राहून त्याने कधी मला स्पर्श केला नव्हता. मग चुंबन तर दूरच! चुंबनांत सुख असले पाहिजे हे माहीत होते, पण धाडस नव्हते. भीती होती आणि शारीरिक आसक्तीबद्दल त्या काळच्या स्वप्नाळूपणामुळे घृणा होती. त्याच्या डोळ्यांतली शांतता आणि आक्रमक अशा जळणाऱ्या डोळ्यांची धग यांची तुलना होण्याजोगी नव्हती.

त्या सर्वांवर मात करून सदाशिव माझ्या आयुष्यात स्थिर झाला. एकांतात मन रमत नव्हते, पण शरीर रमत होते, आणि मग काही काळाने शरीराने मनावरही प्रभाव गाजवला. सदाशिवच्या अधाशीपणाचेही कौतुक करू लागले माझे ते चटावलेले मन!

शरीर आणि मन आपण हवे तेवढे वेगळे करू पाहतो, पण ते खोटे असते. आता या घटकेला सदाशिवच्या कोणत्याच गोष्टी किळसवाण्या, घृणास्पद वाटत नाहीत. उलट त्याच्या सामर्थ्याचा, बुद्धीचा, माझ्या आकर्षणाचा, मला अभिमान वाटतो. सतरा वर्षांपूर्वी त्याने पहिल्या मिठीत माझ्या स्वप्नाळूपणाचा चुरा केला; पण त्यामुळे शरीरसुखातही पुरेसे सौख्य असते याचा मला शोध लागला; झाले त्यात गैर नाही हे पटले!

मला वाटते, मी सुखीच आहे आणि वडिलांनी माझ्यावर जे आयुष्य लादले त्याने काही वाईट झाले नाही. नवे असेपर्यंत दार कुरकरते, हळूहळू सारे जमते, हे बुद्धीला पटते. पण ती उदासवाणी सायंकाळ आली की पुन्हा मन अठरा वर्षांमागे धाव घेते. पुन्हा क्षणभर ते बावरते!

आता थोड्या वेळाने उजाडेल आणि आमच्या संसारात उत्पन्न झालेल्या एका दुःखाचा परिहार होऊन जाईल. सुवदनाचे हे बावरे वय, तिच्याही आयुष्यात सुद्धा असाच कुणी तरी सतीश आलेला आहे. तिच्याही मनात त्यागाचे, गरिबीत दिवस काढण्याचे, कोवळ्या प्रेमाचे फुलोरे फुलू पाहात आहेत. त्या वेळी आम्ही आईवडिलांनी सावध असायला हवे. आम्ही आहोतही तसे. सदाशिवला हे कळताच तो बेफाम झाला. मीच त्याला शांत केले. रागावून हे जमणार नाही, हे त्याच्या डोक्यात भरवले. सुवदनेला ताबडतोब आज सकाळच्या गाडीचे कलकत्याला मावशीकडे पाठवायचे ठरवले. नव्या वातावरणात, नव्या ओळखीत तिचे हे वासरू प्रेम कुठच्याकुठे विरघळून जाईल. चार नवे मित्र-मैत्रिणी झाल्यावर हे पहिले-वहिले फूल मरगळून जाईल. भीती ती या पहिल्या स्नेहाची, पहिल्या चुंबनाची, पहिल्या मिठीची असते. त्यातून बाहेर पडली की, स्त्री शहाणी होते.

स्वार्थी होते. बरेवाईट सुखस्वास्थ्य तिला कळू लागते; भलत्याच त्यागाच्या कल्पनात ती सापडत नाही.

बस, हाच मार्ग उत्तम! उगीच अधिक कडक बोलण्या-वागण्याने भलतेच काहीतरी करायची. इतकी देखणी, हुशार सुवदना त्या भिकारड्या मास्तरच्या नशिबात असेलच कशी? तिच्या साड्या, प्रसाधने, सिनेमे, करमणुकी, सफरी-छे-छे, तो मास्तर भिकारी. यांतले काहीतरी मिळेल का मग माझ्या लाडक्या मुलीला?

सुवदनेचा विचार आला की, सुखाच्या लहरी अंगावर येतात. आपण प्रौढ झाल्याचे दुःख वाटत नाही. आपल्या यौवनाच्या हानीचा खेद उरत नाही. सुवदना हा माझ्या शरीराचा भाग आहे. माझ्या सुखाचा वाटा आहे. माझ्या कायेतल्या कणाकणांतून घडलेले सुवदनेचे तारुण्य पाहून मला मीच तरुण झाल्यासारखी वाटते!

अंगावर वाऱ्याची झुळूक येत आहे, तेव्हा सुवदना कुशीत यावी अशी इच्छा प्रबळ झाली आहे. रोजच पहाटे ती माझ्या कुशीत येते. एवढी मोठी झाली तरी तिची सवय जात नाही आणि मलाही ती जाऊ नये असे वाटते आहे. जगातल्या कोणत्याही सुखापेक्षा आपल्याच रक्तामांसाच्या, पोटच्या गोळ्याला पोटाशी घेण्यासारखे सुख नाही! त्यांत द्वैत नसतेच.

पण सुवदना आज माझ्याजवळ यायची नाही. तिला आम्ही कलकत्त्याला का पाठवत आहोत याची कल्पना आहे आणि म्हणून तिचा राग असणार. मलाच गेले पाहिजे तिच्याकडे. तिला कुशीत घेतले पाहिजे. हळुवारपणे, तिला न दुखवता या घातचक्रातून सोडवले पाहिजे!

अलीकडे उभे राहताना गुडघे दुखतात. उठूच नये असे वाटते. पण मनाला सुवदना एवढ्या तीव्रतेने हवी आहे की, या व्याधी मला कोण रोखणार? तिच्या खोलीच्या दारावर टकटक करून केवढा वेळ झाला! का मला वाटतो आहे तसा? अजून कॉट कुरकुरली नाही. दार उघडले नाही. दार लोटले तो उघडेच! दिवा लावला तो ती अंथरुणात नाही. मोरीतही दिवा नाही. पुन्हा माझ्या खोलीत डोकावले, तो तिथेही नाही. भलभलत्या शंका मनात येत आहेत. मन हैराण झाले आहे. आता काय करू? कुठ शोधू? सदाशिवला हाक मारू? काय, करू तरी काय? पण तिच्या टेबलावर हे कसले पत्र? माझ्याच नावाचे. माझेच? काय असेल बरे त्यात? आत्महत्या... मग... हे काय. हे तांदूळ कसले? आणि हे पत्र. काय लिहिले आहे? काल रात्री तिचे लग्न झाले!

सुवदनेचे? त्याच्याबरोबर? त्या भिकारड्या मास्तरबरोबर लग्न? म्हणजे सुवदना, तू पळून गेलीस? मला सोडून? आणि तुझ्या लग्नाला मी आशीर्वाद देऊ म्हणतेस? या अनावर लाटेवर स्वार झालीस! आपले चिमुकले सुरक्षित घर सोडून विश्वाच्या या अफाट दरियात उडी टाकलीस. तुला भीती नाही वाटली? या सुखाचा, सुखसाधनांचा तुला मोह पडला नाही? हो, ह्या सर्वांना सोडून एका भिकारड्या झोपडीसाठी, भिकारड्या माणसाबरोबर पळालीस? केवळ कल्पना, स्वप्ने, तारुण्यातील सळसळ, मस्ती यांच्यावर स्वार होऊन तू चालती झालीस. स्वत:च्या आवडीसाठी, स्वत: निवडलेल्या साथीदाराबरोबर. स्वत:चा संसार उभा करायला. स्वत:चा? त्यात दु:खे, दारिद्र्य, वादळे येतील. लाटा उसळतील. पण त्यांना न भिता तू त्यांच्यावर स्वार होशील, हर्ष पावशील. किनाऱ्यावर सुखरूप राहण्यापेक्षा लाटेवरून अस्मानात फेकली जाशील. ती लाट, ती झेप; तुला भोवळ येणार नाही. भीती वाटणार नाही. मग मीच-मीच नतद्रष्ट कशी की, त्या लाटेला घाबरले? मला मात्र भोवळ आली. सुवदने, मी तुझ्यासारखी सतीशचा हात धरून का गं नाही पळून गेले? का नाही पळून गेले?

- ०-०-०-

अकरा । खेळाडू

ग्वालियर हॉटेलच्या चमत्कारिक, कुंद, उदास अशा वातावरणाचा भंग करणारी एक गोष्ट आज घडली. वास्तविक उदय भंडारी हा कोणी विश्वविख्यात नट, पुढारी किंवा लेखक नव्हता. पण त्याची मिश्किल बोलभांड-आगळीकीची जाणीव न ठेवता दुसऱ्यावर हल्ला करण्याची प्रवृत्ती या साऱ्यांमुळे त्या भव्य ॲरिस्टक्रॅटिक ग्वालियर हॉटेलची सारी खानदानी शिस्त बिघडून टाकावी अशी स्थिती आज झाली होती. उदय भंडारी हा एक नामांकित खेळाडू होता. बॅडमिंटन आणि क्रिकेट या दोन्हीही खेळांत त्याचा हात धरणारे अनेक खेळाडू जरी अनेक क्लबात असले, तरी आयत्या वेळी त्याला आपल्या टीममध्ये समाविष्ट करण्यासाठी, त्याचे पाय धरण्यांतही अनेक क्लब्स धन्यता मानीत. म्हणजे तो जरी अगदी आघाडीवर असणारा खेळाडू नसला, तरी ज्याच्यावाचून टीम पुरी होऊ नये असा एक खेळाडू होता.

हे त्याच्या क्रिकेटच्या खेळाबद्दल झाले. पण बॅडमिंटनचा खेळ मात्र त्याने पुरा जिंकला होता. अगदी अपवाद सोडून हिंदुस्थानातील बहुतेक खेळाडूंना त्याने नामोहरम केले होते आणि उरलेल्या खेळाडूंना नामोहरम करण्याची त्याची उमर टळून गेल्यामुळे त्याचा काहीच इलाज नव्हता. त्याने पस्तिशी ओलांडली त्यालासुद्धा बरेच दिवस झाले. अर्थात ती ओलांडणे त्याच्या क्रीडाक्षेत्रातील स्थानाच्या दृष्टीने गैरसोईचे असल्यामुळे त्याने अधिकृतपणे पस्तीशीतच मुक्काम केला होता.

तो डाव्या हाताने क्रिकेट खेळे नि उजव्या हाताने बॅडमिंटन खेळे. पृथ्वी पूर्वेने रविक्रीडा नि पश्चिमेनें चंद्र या दोन क्रीडा जशा आपल्या दोन विशाल हातांनी लीलया करते, तसा उदय क्रिकेट नि बॅडमिंटन हे दोनही खेळ लीलया

खेळत असे.

ग्वालियर हॉटेलच्या त्या जुन्यापुराण्या नि अकारण भव्य इमारतीत उतरलेले एकूण पाहुणे होते पंधरा. पण केवळ उदय भंडारीच्या आगमनापासून इतके दिवस भकास वाटणारे ते हॉटेल भरगच्च भरून गेले आहे असे वाटू लागले. कुणाच्याही खोलीत मुळात कुणी जायचे नाही, जायचे असल्यास आधी नोकराकडून कळवून, दारावर टकटक करून जायचे, काम होताच लगोलग परतायचे, वाटेत कुणी दिसल्यास पावसाळी चंद्राप्रमाणे अगदी अस्फुट हास्य करायचे, डायनिंग रूममध्ये असेतो, आपण मुके असून तेथे कसलाही आवाज न करण्याची आपल्यावर गंभीर जबाबदारी आहे असे मानून शांतपणाने पुढे आणलेले पदार्थ जनानी हालचालीने खाण्याचा यत्न करावयाचा... असा आजवरचा शिरस्ता उदय भंडारीने निकालात काढला होता.

रात्र अंधारी होती आणि थंडगार होती. एखाद्या कामुक पण पुरुषी स्त्री-प्रमाणे. म्हणजे वासना जागी करणारी, पण लगोलग काबूत ठेवण्यास भाग पाडणारी. आपाआपल्या खोलीत बसून सिगारेटच्या धुरात केलेल्या संध्याकाळच्या आन्हिकाने प्रत्येकाचे डोळे, मन नि देह जरा उच्छृंखल झालेले होते. जमिनीवरून थोड्या उंच, फारशीपेक्षा कितीतरी ठिसूळ, कश्मिरी कार्पेटपेक्षा कितीतरी मऊ अशा मोरपिसांच्या काल्पनिक पायघड्यांवरून सारे जण डायनिंग रूममध्ये आले होते. आणि तोंडातून शब्द बाहेर पडतील या भीतीने तोंड दाबून खुर्च्यांत आसनस्थ झाले होते. त्या इमारतीचा दरबारी नोकझोक, नोकरांच्या कपड्यातून नि राहाणीतून व्यक्त होणारी शिस्त-आदब नि एकंदरीत सर्वच वातावरणात असणारी इंग्रजी-अबोल-कॉनझर्व्हेटिव्ह ॲरिस्टक्रसी यांनी गायब झालेले ते पंधरा महात्मे मद्यानेसुद्धा जरा उंचावले नव्हते-सुखावलेले दिसत नव्हते. ते खुर्चीत बसले होते- पुढे वाढलेले न बोलता खाणार होते-वेटरने दिलेल्या तस्तांत हात धुवून जनानी थाटाने, ओठांवर नॅपकिन फिरवीत, त्या अंधेऱ्या उदास खोल्यांतून परतणार होते.

पण--

सर्व वेटर्स सूपची डिश आणण्याच्या तयारीत होते.

त्यांच्या कपड्याना कडक इस्त्री होती.

चेहऱ्यावर आदब होती...

प्लेट्स शुभ्र होत्या...

फरशी थंडगार होती..

हे सारे वातावरण एका धसमुसळ्या तरुण वयस्क माणसाच्या धावत येण्याने एकदम बदलले...

दहा-पाच सूपच्या डिशेस एकदम उधळल्या....

वेटर्सच्या चेहऱ्यावरची आदब ओसरली....

त्यांची कडक इस्त्री मोडली. खराब झाली....

प्लेट्सवर डाग उडाले...

नि फरशी गरम सूपने न्हाऊन निघाली. या आकस्मिक झालेल्या अपघाताने डोळ्यांत जमा झालेले सर्व मद्य त्या पंधरा पाहुण्यांच्या दृष्टीतून उतरले आणि ते विस्मयाने त्या आडदांड इसमाकडे पाहू लागले...

क्षणभर त्या इसमाला काय झाले ते कळेना. पण मग त्याने जी हसायला सुरुवात केली, त्यामुळे डायनिंग रूमची उदास कळा झपाट्याने जाऊ लागली. सर्व पाहुणे जरा ताठ होऊन खुर्चीवर बसले. परिस्थितीचा अंदाज घेऊन तो सोळावा आडदांड पाहुणा म्हणाला, ‘‘माय जोव्ह-हाऊ फनी फ्रेंडस! ओ, सिंपली मार्व्हलस! हां, कुछ फिक्र नही-फिर बनाइये-देखो हम सब क्रोकरीका पैसा देएंगे-घबराओ मत, हॅलो फ्रेंडस-हाऊ फनी-सिंपली मार्व्हलस...’’

या त्याच्या शेवटच्या अजब वाक्याने डायनिंग रूमवर गेले तीन दिवस आलेला जडतेचा धुरळा साफ उडून गेला.

वास्तविक झाल्या गोष्टींत फनी काहीच नव्हते, होते थोडेफार फूलिशच. पण काळवेळ नि समोरची उदास भुतावळ जोखून त्याने उदास वातावरणाच्या फुग्यात आपल्या आपल्या आक्रस्ताळी विनोदशैलीने इतक्या जोरात हवा भरली की तो फुगा एकदम तडकून फुटला नि हॉलमध्ये मदिरेचा मंद झालेला सुगंध भल्या थोरल्या हास्यकल्लोळाने पुन्हा उमटला.

उदय भंडारी थोडा पुढे झाला. जादूगाराच्या सफाईने त्याने एक डायनिंग चेअर पुढे ओढली नि तो म्हणाला,

‘‘तुम्ही सारे जण खेळाडू आहात- म्हणजे उद्याच्या क्रीडा महोत्सवाचे उमेदवार आहात.’’

वातावरण बदललेले होतेच, वेटर्स पूर्वीची उंच तिरकी मान पिरवून झपाट्याने हालचाल करू लागले होतेच. त्या पंधरा पाहुण्यांपैकी एक तेलंगणातला खेळाडू म्हणाला, ‘‘ऑफकोर्स....’’

त्यावर उदय म्हणाला, ‘‘देन व्हाय नॉट अरेंज अवर टेबल्स ॲज टु सूट अवर प्रोफेशन?...’’

मूळचा खिलाडी-त्यात आक्रमक खिलाडू नि तोंडात एक प्रकारची हुकमी वाणी...

एखाद्या लग्नाच्या पार्टीला मांडावीत तशी एकदम सर्व टेबले-केवळ वेटर्सनीच नव्हेत तर सर्वांनी साहाय्य करून मांडली नि जो तो बैठकीत बसला...

उदयने सभा ताब्यात घेण्याच्या इराद्याने उभे राहून बोलावयास सुरुवात केली...

बाटल्या-सोड्याच्या नि व्हाईट हॉर्सच्या, फसफस-एक मंद सुंगध-बर्फाने ग्लासावर आणलेले अभ्र नि मद्याने चेहऱ्यावर आणलेला जिवंतपणा...

बाटल्यांची बुचे-मनाचे बंध नि तोंडाच्या जिभा सैल झाल्या...

अंधारी रात्र रंगली नि जेवणाबरोबर गप्पांना सुरुवात झाली आणि शेवटी गप्पा योग्य ठिकाणी येऊन पोहोचल्या. थंडी, अंधार नि मद्य यांनी बनविलेल्या कामिनीच्या विषयावर हळूहळू विषय आला...

तेव्हा उदय म्हणाला,

"मित्रहो, या विषयावर बोलायला मी अगदीच नालायक आहे..."

"बट्ट व्हॉय?" राव म्हणाला.

"नथिंग स्ट्रेंज इन इट. मी अविवाहित आहे..."

"अनबिलिव्हेबल. तुझ्यासारखा उमदा देखणा, आक्रमक, वादपटू, खिलाडू माणूस कुणीच गटवू नये म्हणजे नववं आश्चर्य! मला तुमच्या महाराष्ट्रीय पोरींची कीव केली पाहिजे-होय की नाही मंडळी?" इतर मंडळीच्याकडे पाहात मोटवानी बोलला, "मि. भंडारी, तुम्ही जर कराचीत जन्मला असतां तर कमीतकमी एक शेकडा तरी पोरींनी तुमच्यासाठी जान कुर्बान केली असती-काय समजलं..."

"मंडळीहो, माझ्याबद्दलचा तुमचा आदर वजावट करून जरी पत्करला तरीसुद्धा माझ्यावर पोरींनी खूश व्हायला हरकत नाही हे विधान मला एकदम कबूल आहे...."

"तर मग कशामंदी आडून रायला तुमचा लगीन...?" तारापोरवाला नावाच्या मुंबईकराने म्हटले. तोवर मद्याचे पेले रिते झालेलेच होते नि जेवणास सुरुवात झाली होती. गरमगरम बिर्याणीने थंडगार रात्री उबदार होत होत्या. तेवढ्यात चवीने एक घास चावीत नि ओठाने हाडाचा एक तुकडा चोखीत उदय भंडारी म्हणाला, "दोस्तहो, मी ही कहाणी कुणाला सांगितली नाही. ती पुन्हा कधी सांगणारही नाही. एकदा वाटतं की, अनेक दिवस जतन करून ठेवलेली ही कहाणी अशी रिती करून टाकू नये..."

कोपऱ्यात बसलेला एक पोरगेला पण देखणा मुलगा मध्येच म्हणाला, ‘‘सांगा, सांगा ती दिलचस्प कहाणी, भाई भंडारी. तुमच्यासारख्या उमद्या माणसाला औरतपासून दूर राहता आलं म्हणजे फारच आश्चर्यकारक मानलं पाहिजे. माझी उमर अवघी वीस वर्षांची, पण मलासुद्धा कामदेवाचा तो नाजूक प्रहार यापूर्वीच लागून गेलाय.’’

‘‘क्या कहे...’’ लाहोरहून आलेला सुप्रसिद्ध फुटबॉल गोलकीपर लाला म्हणाला नि त्या वाक्याचा उत्तरार्ध भंडारीने पुरा केला, ‘‘पाहा पाहा मंडळी, अजून आई कोणती नि बाई कोणती यांतला फरक ओळखण्याचंसुद्धा पोराचं वय नाही, तोवर इष्कात बुडून निघालीय स्वारी...’’

तो मुलगा दिलखुलास हसला. त्याच्या गालावर एक नाजूक खळी पडली...

‘‘आपका नाम...’’ भंडारीने त्याच्याकडे पाहात विचारले.

स्वच्छ मराठीत तो म्हणाला, ‘‘माझं नावं पटवर्धन...’’

‘‘धोलपूरचे हे युवराज आहेत.’’ शेजारी बसलेला एक इसम म्हणाला. उदय भंडारीने हातांतले काटे-चमचे खाली ठेवले. तो एकदम उभा राहिला नि म्हणाला...

‘‘थ्री चिअर्स फार दि प्रिन्स ऑफ धोलपूर! हिप हिप हुर्रे!!’’

ग्वालियर हॉटेलमध्ये कधीही दुमदुमला नसेल इतक आवाज कानाकोपऱ्यांतून गर्जत गेला. सर्व वेटर्स बावरून एकमेकांकडे बघू लागले. मॅनेजर धावत आले पण आरडाओरडीचे कारण कळताच तिथेच बसले. पटवर्धन म्हणाला, ‘‘मि. भंडारी, होऊ द्या तुमच्या सरस आणि सुरस गोष्टीला सुरुवात! मला ते तुमचं दास्तान केव्हा ऐकेन असं झालं आहे.’’

वेटरने पुढल्या प्लेट्स केव्हा नेऊन त्या बदली आइस्क्रीमच्या प्लेट्स आणून ठेवल्या हे उदयला कळलेही नाही...

उदय सावरून बसला--

‘‘या गोष्टीला वीस वर्षं झाली मंडळी. वीस वर्षं बरं! थोडक्यात म्हणजे मी या देखण्या प्रिन्सच्या वयाचा असेन-नसेन. वीस वर्षांचा. फार फार कालावधी लोटला-अगदी पुस्तकाच्या पानासारखे दिवस मागे गेले-नकळत. पण आज वीस वर्षांपूर्वीची ती आठवण झाली की अजून मनावरचा चमत्कारिक ताण नष्ट होत नाही. त्या वेळी मी कोल्हापूरला राजाराम कॉलेजात शिकत होतो. क्रीडा-क्रीडा-या दोन अक्षरी शब्दांखेरीज माझ्या आयुष्यात दुसरं काही नव्हतं. सकाळी

उठावं, पाच-सहा मैलांचा फेरफटका मारावा-बॅडमिंग्टन-रिंग-टेनिस हे खेळ खेळावेत नि इथं बैस, तिथं बैस करीत सारी सकाळ फुकट घालवावी. दुपारी कॉलेजच्या तासांत पिगपाँग नाही तर पत्ते खेळावे-अगदीच नाही तर पिकेटिंगचा खेळ कुठं जात नव्हता. नाजूक ओठांच्या, सावळ्या, शुभ्र दांताच्या पण जातीनं मराठा असल्यामुळे उंच मानेनं चालणाऱ्या अशा कितीतरी पोरी माझ्यावर फिदा होत्या. त्यात आश्चर्य नव्हतं. पण पावडरचा सबंध डबा तोंडावर उधळलेल्या स्थितीत नि आरशाशिवाय काजळ घातलेल्या अनेक कायस्थ पोरीसुद्धा माझ्यावर खूश होत्या- चारदोन भटांच्या पोरीही आपण गटवल्या होत्या.

"गटवल्या होत्या म्हणजे काय-त्या इंद्रधनुष्यांशी तासन्तास कोपऱ्यावर उभे राहून गप्पा मारणं, डोळ्यांची नि ओठांची नाजूक हालचाल करून वर्गात किंवा अन्य ठिकाणी संकेत करणे, ग्रीन्स नाहीतर उडपीच्या अंधार कोठडीत त्यांच्याशी निरर्थक गप्पा मारीत वेळ काढणं, अगदी कडी म्हणजे एखाद्या जरा आगाऊ पोरीला भिकारड्या सिनेमाला घेऊन जाऊन अंधारात त्या पोरीचं मनगट दाबणं नि नको त्या ठिकाणी चोरटा स्पर्श करण्याचा अयशस्वी प्रयत्न करणं; यापेक्षा पोरी गटवणं या शब्दप्रयोगाला फारसा अर्थ नव्हता. खरं मी भोळसट नि बावळट होतो--या पटवर्धनासारखा. म्हणजे इंद्रधनुष्य, गुलाब, परवाना, शमा आदि नाजूक नि कोवळ्या गोष्टींवर जगणारा नि त्या शब्दांत गुरफटून गेल्यामुळे जो भाग घ्यावयाचा त्यापासून अलिप्त असणारा. समुद्राच्या लाटांवर एखाद्या होडग्यानं नाचावं तसंच कामिनीच्या नयनसागरावर आम्ही डुलायचो. त्यात आमची कॉलेजची चार किंवा कर्तबगारीनं मिळविलेली एक दोन अधिक, अशी वर्ष निघून गेली नि सागरात राहून आम्ही कोरडे--अगदी कोरडे--ठणठणीत-कोरडे राहिलो--

"असो, तर मी काय सांगत होतो? हां. अनेक पोरींच्या आपाआपसांतल्या मत्सराचा विषय होऊनसुद्धा माझ्यावरचे सुसंस्कृत संस्कार फारसे दुरावले नव्हते. मी स्त्रीजातीवर फिदा होतो नि माझ्यावर त्या एकमतानं फिदा होत्या. पण माझ्यावर निकरानं हल्ला चढविण्याची धिटाई कुणी दाखविली नव्हती नि म्हणून माझा किल्ला पडला नाही-काय, किल्ला पडला नाही? लक्षात आलं की नाही?"

उदय भंडारी जरा मिश्किलपणे हसला- तो अशा तऱ्हेनं हसू लागला म्हणजे अगदी नकळत क्रिकेट खेळाडूने नजाकतीने प्लेसिंग करून चांगल्या फिल्डर्सना चकवावे किंवा जोशात आलेल्या बॅडमिंग्टनच्या खेळात अगदी

अनपेक्षितपणे हलक्या हाताने शटलकॉक नेट जवळ ढकलून द्यावे असे भासत असे नि ते मोहनीय हास्य पाहून त्याच्याबद्दल अधिकच कुतूहल उत्पन्न होई.

"अशा त्या कॉलेज जीवनातल्या एका चमत्कारिक दिवशी मी सांगलीला क्रिकेट मॅच खेळावयासाठी गेलो होतो. खेळातला मद खेळ संपल्यानंतर ओसरण्यापूर्वी, मित्रांच्या आग्रहामुळे थोडा वेळ ओली बैठक झाली. सकाळपासून आक्टोबर महिन्याच्या उन्हात उभा राहून द्विशतकाचा जरा अधिक जोराचा खेळ केल्यामुळे मी खरं पाहता जरा दमलो होतो नि त्यावर घेतलेल्या चार घोट व्हिस्कीनं मला तर अधिक नीज आणली होती. सांगलीहून कोल्हापूरला जाणाऱ्या सायंकाळच्या पार्सल ट्रेनच्या तीन तासांच्या प्रवासांत मस्त झोप घ्यावी अशा विचारानं मी गाडी गाठली-फर्स्ट क्लासचं तिकीट काढलं नि सोईची बैठक साधून झोपून गेलो..

"मी जागा झालो तेव्हा माझ्या नासिकेत कसला तरी एक उन्मादक सुगंध घुटमळत होता--मंद परंतु भारी मोहक. प्रथम वाटलं, मद्यामुळे. नंतर वाटलं, स्वप्नामुळे. पण तो वास येतच होता नि माझी झोप जातच होती. जागा न हलवता मी किलकिले डोळे करून पाहू लागलो- अगदी किलकिले, मांजराच्या डोळ्यांसारखे. नि मी एकदम थक्क झालो. प्रयत्न करूनसुद्धा ते आश्चर्य मला चेहऱ्यावरून लपविता आलं नाही.

"माझ्या समोरच्या बाकावर एक लोकविलक्षण देखणी स्त्री बसली होती. अगदी नि:संकोचपणे. म्हणजे मी झोपलेला आहे या खात्रीनं. माझ्या रूपाला न्याहाळीत पदर घसरलेला, न कळलेल्या स्थितीत तिची नजर विलक्षण आर्त होती. नि मला वाटतं, कामुकही असावी. डोळ्यांत सर्व मनुष्य समाविष्ट असतो म्हणतात, त्याचप्रमाणं त्या स्त्रीच्या डोळ्यांनी तिला सर्वांशांनी मजपुढे उघडी केली. माझ्या चेहऱ्यावर व्यक्त झालेल्या विस्मयानं समोरची स्वप्नमाला भंग पावली.

"मी एकदम सावरून बसलो आणि तीही सावरून बसली. म्हणजे आवरून बसली. तिच्याकडे किंचित आळसटलेल्या चेहऱ्यानं पण खऱ्याखुऱ्या जागृतीनं मी पाहिलं...

"अरेबियन नाईटमधल्या नूरविहार, लावण्यलतिका, मार्जाना आदि सर्व स्त्रियांच्या लावण्याचा तो एक गाळीव नमुना होता.

"गाडीला वेग होता नि डब्यात काळ्या रानांतला मस्त सुगंध नि थंड हवा येत होती. त्या थंडीपासून बचावण्याचा खराखुरा दवा जवळच होता. पण

तो दवा कसा वापरावा या शास्त्रात मी अनभिज्ञ होतो. म्हणून हुडहुडत मी खिडक्यांची दार बंद करू लागलो--

“तो भाव ओळखून समोरची ती प्रतिमा जागी झाली-ते बदामी ओठ हलले. त्यांच्या आड असलेले मोत्यांचे दुहेरी सर वर खाली झाले-नि सतारीच्या अगदी नाजूक स्वरांनी मला कळविले की मी, समोरच्या कोवळ्या केळीच्या रोपट्याने पुढे केलेली शाल घेऊन तूर्त ऊब आणावी. त्या मंद प्रकाशात झालेली कमानदार भुवयांची हालचाल जादूगारमधल्या इंदुमतीपेक्षा अधिकच कमनीय असलीच पाहिजे. गर्द निळ्या स्वेटरनं ताण बसलेला वक्षभाग शाल पुढे करतेवेळी असा काही हलला की त्याला स्वेटरचं नियंत्रण साफ नामंजूर होतं, हे माझ्या लक्षात आलं.

मी ती शाल स्वीकारली नि म्हणालो, “थँक्स!”

“थँक्स या विदेशी शब्दानं मी त्या दिवशी अब्रू राखली. त्या माझ्या शब्दांत सारं काही आलं होतं. पण मग ते अपुरं वाटून मी म्हणालो, “फार थंडी आहे नाही?”

“छे मुळीच नाही. निदान मला तरी नाही बाई वाटत--

“मी हसलो-अगदी केविलवाणा! माझं विधान साफ उडवून लावल्या-कारणानं संभाषणाचा धागा तुटला गेला-नि नवा विषय सुरू करण्याची माझी हिमंत नव्हती; पण सावरून मी म्हणालो, “तुम्हांला कशाला थंडी वाजेल? तुम्ही इटालियन वूलनचा मस्तपैकी स्वेटर घातला आहे--

“तिच्या वस्त्रांची सळसळ कानी येण्यापूर्वीच तिनं तो स्वेटर काढून माझ्याकडे फेकला-“आता तर झालं!”

“वास्तविक ती काय बोलली हे मला कळलंच नव्हतं; इतका मी तिच्या कृतीनं बिचकून गेलो होतो नि विशेषत: स्वेटरचा ताण नष्ट झाल्यानं झालेले फेरफार न्याहाळण्याची संधी माझे डोळे मला चुकवू देईनात-

“तो स्वेटर माझ्या हातांत होता. त्याला सुगंध येत होता तो तिनं वापरलेल्या लव्हेंडरचा का तिच्या यौवनाच्या मस्तीचा हे मला कळणं कठीण होतं. तिच्या वागणुकीत जी एक चमत्कारिक आक्रमकता होती, तिच्यांत मी पूर्णपणे बुडून गेलो होतो--

“मला गोंधळलेला पाहून ती हसू लागली. एखादं प्राजक्ताचं झाड गदगदा हलवताना जसा नाजूक फुलांचा सडा भोवताली पडावा तसाच नाजूक ध्वनीचा सडा माझ्याभोवती ती पाडत होती.

ती थांबली नि म्हणाली, ''तुमचं नाव काय?''

मी तो स्वेटर तसाच ठेवला होता नि म्हणालो, ''माझं नाव उदय भंडारी. मी कोल्हापूरला राजाराम कॉलेजमध्ये सीनियरला आहे.''

''माझं लक्ष तेवढ्यात वरच्या बर्थवर ठेवलेल्या क्रिकेट बॅटच्या जुडग्याकडे गेलं. मी पुढे म्हणालो, ''मी आज क्रिकेट मॅच खेळण्यासाठी सांगलीला गेलो होतो--

''मला थांबवले गेले, आणि नाजूक ओठांच्या हालचालीनी माझ्या समोरची सांरगी हळूहळू स्वर छेडू लागली.

''सरोवरावर उठणाऱ्या मंद लाटांप्रमाणं तिचं बोलणं लयदार नि आकर्षक होतं. नि त्या बोलण्याकडे लक्ष देण्याऐवजी मी तिच्याकडे लक्ष देण्यात अधिक गुंतलो होतो.

''पण माझी ती समाधी अकस्मात तुटली. अधिक थंडगार वारे येत होते. तेव्हा मला समजलं की कृष्णेच्या पुलावर गाडी खडी आहे. मी पुटपुटलो,

''का थांबली गाडी कुणास ठाऊक?

''ती म्हणाली, ''मला तुमच्याशी मनमुराद गप्पा छाटता याव्यात म्हणून गाडी थांबली असेल!''

''आणि मीसुद्धा दिलखुलास हसलो. मला तिची कल्पना आवडली. खरोखरीच गाडीनं, माझ्या-तिच्यासाठी थांबा घेतला नसला तरी त्यामुळे मिळालेला वेळ सुखावह खचित जाणार होता. मी किंचित आळसावलेला होतो. तो आळस तिच्या नजरेस पडताच ती म्हणाली, ''तोंड धुवून या--जरा हुशारी वाटेल--

''मी अगदी चाटच पडलो.

''जिचा माझा परिचय होऊन अर्धा तास झाला नाही ती तरुणी माझ्या आळसावर नाखूश होऊन मला फर्मावित आहे याचा मला विस्मय वाटला. पण तो अनपेक्षित धक्का ओसरण्यापूर्वीच तिच्या मनमोकळेपणाचा नि आक्रमकतेचा हा नवा साक्षात्कार मला झाला.

''मी हसलो--त्या हसण्यात केवळ विस्मय नव्हता.

''मी बाथरूममध्ये गेलो नि दार लावून केस, तोंड, हात पाण्यातून बुचकळून काढले. केवळ घाण नव्हे तर आळसही धुण्यासाठी मी पाण्याचा शिडकावा केला नि बाहेर आलो, तेव्हा ती डब्यांतून प्लेट्स काढून खाण्याचं साहित्य मांडत होती. मला तोंड धुण्याची तिची विनंती याकरता होती एकूण. मीही तिच्या स्वभावाशी सुसंगत राहण्याच्या इराद्याने सरळ तिच्यापासून आवश्यक

तितक्या अंतरावर बसलो. काहीतरी श्रीमंती खाद्यांच्या पदार्थांनी भरलेली प्लेट माझ्या हातांत आली तेव्हा मी म्हणालो, ''छान झालं! गाडी आता कितीही खोळंबली तरी हरकत नाही--

''पहा बरं.

''थांबेना का. तुमच्या हातचं खाणं खात नि तुमचं बोलणं ऐकत सबंध रात्रभर गाडी इथं थांबली तरी चालेल.''

''फक्त खाणं नि बोलणं?'' तिनं मान वेळावली. किंचित चमत्कारिक स्वरांत तिच्या मुखांतून शब्द आले. सुसंस्कृत, नीटस, खानदानी अशा मुखसौंदर्यातून अधून मधून जरा नको अशी सलगी-आगाऊपणा का बाहेर पडावा हे मला कळत नव्हतं.

''मी मुद्दामच म्हणालो, ''जे हाती पडेल ते, अगदी तुमच्या सौंदर्यासकट मग तर झालं?''

''तिच्या हातांतून प्लेट खाली पडली. तिनं अपेक्षिला नव्हता असा वैचारिक धक्का मी दिल्यामुळे ती बिचकली-प्लेट खाली पडली-फुटली. तिचा एक तुकडा तिच्या पावलावर जोरात आदळला. ती किंचित नाजूक स्वरात किंचाळली. मी पुढे झालो. प्लेट खाली ठेवून तिचा पाय हातात घेतला नि तिच्या मनीबॅगवर असलेल्या रुमालानं तिच्या शुभ्र पावलांवर जमा झालेले रक्तबिंदू पुसले.

''ती म्हणाली, ''थँक्स-'' नि तिनं पाय सोडवून घेण्याच्या इराद्याने हालचाल केली.

''मी नुसता हसलो. तिची ती नाजूक पावलं उलट घट्ट धरली. मी त्यांवरून नि तिच्या पोटरीवरून मी हस्तस्पर्श केला. तिनं डोळे मिटून घेतले. पावलाच्या जखमेचंच नव्हे, तर कुठल्यातरी आर्तवेदनेचंही दुःख हरण होत होतं, अशी समाधानी वृत्ती तिच्या सुकोमल मुखावर दिसली.

''गाडीचे दिवे मंद होऊ लागले त्यामुळे मी तिचा पाय सोडून दिला नि म्हणालो, ''डोळे उघड--''

''तिने डोळे उघडले. कसलं तरी आर्त दुःख, कसलं तरी नाजूक शल्य माझ्यासारख्या नवख्या इसमापाशी उघडलं गेलं, असा भाव तिच्या डोळ्यांत दिसत होता.

''खिडकीच्या दाराबाहेर कुणाचा तरी आवाज ऐकू आला म्हणून मी खिडकीपाशी आलो-एक पोर्टर गाडीपाशी आला होता. तो म्हणाला, ''साहेब! गाडी पुढं जाऊ शकणार नाही. इंजिन डिरेल झालं आहे नि आता दिवेसुद्धा

जातील थोड्या वेळात. दारं घट्ट लावून घ्या-गाडी पुलावर आहे. उतरू नका. नाहीतर नदीत पडाल उगाच. बाकीच्या आतल्या लोकांना सांगा साहेब-

"तो बोलत होता. तेवढ्यात गाडीचे दिवे गेले नि सर्वत्र अंधार पसरला. ते बोलणं ती ऐकत असलीच पाहिजे-मी दार लावून घेतलं नि ती बसली होती, त्या अदमासानं तिच्या जवळ गेलो-ती तिथं नव्हती नि मग वरच्या बर्थवरून अगदी गोड हास्याचा ध्वनी ऐकूं आला--

"लबाड!" मी म्हणालो.

"सर्व दारं नि खिडक्या लावून घ्या नि मग--"

"मग काय--"

"वर या--"

"घे मला तर-- मी हात दिला तो तिनं घेतला नि मी वर चढण्यासाठी दुसरा हात ठेवला तो घाबरून एकदम परत घेतला. काहीतरी अवर्णनीय मृदू, उबदार स्पर्श मला झाला--

"नाजूक कंकणध्वनी नि मादक हास्य ऐकताच मला कळलं की, जिथं व्हायला हवा तिथं माझा स्पर्श झाला होता.

"माझ्या कवेत ती आली. मी तिच्या कानांत पुटपुटलो.

"खरं सांगू, हे स्वप्न का सत्य हेच मला कळत नाही. मला तुझं नाव-गाव माहीत नाही, पत्ता माहीत नाही, परिचय नाही. अकस्मात आपण भेटतो काय नि हे सुखाचं ताट माझ्या हातांत येऊन पडतं काय, खरंच सत्य आहे का गं हे?"

"माझ्या वक्षावर मस्तक ठेवून ती म्हणाली, "उदय, तुझा माझा परिचय नाही, स्नेह नाही, नाव माहीत नाही, गाव ठाऊक नाही म्हणूनच जे माझ्या रूपाला, वैभवाला, खानदानीला, कुलाला शोभत नाही ते करायला मी आज तयार झाले आहे. मी कोण आहे हे तुला कळलं असतं तर तू माझ्याकडे नजर वर करून पाहिलं नसतंस-मी अनामिका आहे तेच बरं आहे. आपण दोन घडीचे मुसाफिर आहोत तेच बरं आहे. आपला संबंध आणखी घटका दोन घटकांनी संपेल आणि संपेल हेच बरं होईल. या थोड्याफार अंधारात काळोख्या रात्रीच्या एकांतात, तुझ्यासारख्याची संगत मला लाभली हे माझं भाग्य आहे. जगाला न कळणारं, न समजणारं. मी सुदैवी असेन तर तुझा तेजस्वी अंश मी माझ्या उदरात वाढवीन. माझ्या वैभवशाली कुलाला वंशज मिळेल. माझ्या नामर्द पतीला मला सवत आणण्याचा विचार सोडावा लागेल. पण माझी एक अट

आहे, उदय, मी कोण- कुठची याचा तू कधीही शोध करता कामा नयेस, कधीही नाही. हे सर्व सुख एका क्षणापुरतंच तुझ्या भाग्यात होतं, असं मानून तू त्यावर संतुष्ट राहिलं पाहिजेस-कबूल आहे तुला?

"मी तिच्या सर्व भाष्यानं गुदमरून गेलो होतो. तिच्या सर्व कामुकतेला व्यवहारीपणाची जोडणी असावी! तिच्या या अनपेक्षित मागणीमागे साध्या साध्या गोष्टींचा आशय असावा हेच माझ्या विकारी तारुण्याला मानवले नव्हते, पण तो कमनीय देह, काबुली द्राक्षांचा भरगच्च घोस नि ती रसरशीत पक्व नारिंगं, यांची चव घेण्याची तीव्र इच्छा मला चुकविता आली नाही.

"मी झोपेतून केव्हा जागा झालो हे मला कळलं नाही, पण गाडी कोल्हापुरात सायडिंगला येऊन पडली असावी. रेल्वेच्या डब्यात मात्र मी एकटाच होतो. डब्यात अन्य कोणीही बसल्याची खूण नव्हती.

"कसल्या तरी चमत्कारिक गुंगीनं मी भारून गेलो होतो. कसल्या तरी मादक औषधामुळे मला ही असाधारण झोप लागली होती की काय कुणास ठाऊक?

"मी स्वप्न पाहिलं की सत्य?

"नक्कीच स्वप्न, त्या खाण्याच्या प्लेट्स, सांडलेले खाद्यपदार्थ, मी पांघरलेली शाल, होल्डऑल्स आणि त्या रात्रीचं प्रवासी सामान, गाडीचा अपघात, हे सारे काही खोटे नि आभासमय.

"त्या आभासातून, त्या स्वप्नातून मी आजपर्यंत कधीही जागा झालो नाही. तो स्वप्नमय संग खरा की खोटा याची कधीही शहानिशा केली नाही. पण तो खरा असला पाहिजे. कारण तिच्या पावलावरचे पुसून काढलेले रक्तबिंदू धारण करणारा रेशमी रुमाल माझ्या खिशात मला सापडला. तो माझा खचित-खचित नव्हता.

"जे स्वप्न अमर राहील-जे कधीही खरं होणार नाही असं ते स्वप्न, ती दिव्य सौंदर्यदेवता-तिचा कामुक, अती आर्जवी निरोगी, अजब, देखणा चेहरा-मोहरा नि माझ्या यौवनावर, रूपावर आकर्षित झाल्यामुळे मला तिनं केलेलं तिच्या खानदानीचं दान-ते सारं माझ्या जीवनवेलीवर आलेलं एकुलतं एक जुईचं फूल आहे.

"आज वीस वर्षे झाली, पण वीस वर्षांनंतरसुद्धा माझ्या विनोदप्रचुर, हास्यकारक आक्रमक स्वभावाच्या मागचा हा ओलावा कायम आहे--

"मित्रहो, मी लग्न का करू शकत नाही याचं कारण तुम्ही जाणू शकाल!

जर स्त्रीसंबंधी मला एकदा आलेल्या अनुभवापेक्षा रूक्ष असा अनुभव आला असता तर माझं जीवित खरोखरी शुष्क झालं असतं. त्यापेक्षा ते स्वप्न मी अभंग ठेवलं. मी केवळ बॅडमिंटन नि क्रिकेट शिताफीनं खेळतो असं नाही तर त्या अनामिक स्त्रीशी अनेक रात्री नि दिवस, जागता नि स्वप्नांत प्रीतीचा खेळ खेळतो--''

अकस्मात उदय भंडारी डायनिंग रूममधून उठला नि आपल्यामागे इतर पाहुणे काय म्हणतील अशी फिकीर न करता आपल्या खोलीकडे आला. खोलीत जाताच त्याने आपली सूटकेस उघडली नि तिच्या कप्प्यात असलेला तो रक्तलांच्छित रुमाल काढला. त्याच्याकडे बघत असताना त्याच्या डोळ्यांतून अश्रूचे दोन थेंब ओघळले.

त्याची ती समाधी भंग पावली, ती दारावर येणाऱ्या टकटकीने. त्याने त्या रुमालाने डोळे पुसले. त्या रुमालाचा मस्त सुगंध अद्यापीही त्याच्या मस्तकात घुसला--

दार उघडून भंडारीने पाहिले तेव्हा, मघा डायनिंग रूममध्ये ज्याची चेष्टा केली तो कोवळा पण देखणा पटवर्धन उभा होता. त्याच्या उभे राहण्यातसुद्धा श्रीमंती, संस्थानिकी ऐट होती--

त्याने विचारले, ''मी येऊ का आत?''

''नको, माझी मन:स्थिती आता गप्पा मारण्याच्या भरात नाही--''

''मला गप्पा मारावयाच्या नाहीत--''

''मग काय ते उभ्याउभ्याच सांगा--''

''तसं ते सांगता येणार नाही--''

''तर मग तुम्ही उद्या या--''

''नाही, आताच मला ते सांगितले पाहिजे--'' मोठ्या नाखुशीने दरवाजातून उदय हलला--

पटवर्धन आत येऊन कोचावर बसला--

''बरं, थोडं ड्रिंक घेऊन मगच बोलू--''

''तुम्ही घ्या हवं तर-मला नको--''

''घेत नाही?''

''घेतो. पण वयानं आपल्याहून बऱ्याच मोठ्या माणसाच्या बरोबर मद्यपान करण्याची आमची रीत नाही--''

''आमची म्हणजे! पण आपण प्रथम खेळाडू आहोत--''

"नाही."

"म्हणजे?"

"तुम्ही मघाशी सांगितली ती गोष्ट खरी होती काय?"

"का बरं हा प्रश्न विचारता, पटवर्धन?"

"ते विचारू नका- गोष्ट खरी होती काय?"

"होय."

"तुम्ही स्वत: अनुभवलेली, की तुमच्या मित्रानं?"

"मी स्वत:च."

"काही पुरावा आहे काय तुमच्याजवळ? का नुसती थापच?"

खिशात खोवून ठेवलेला रुमाल काढून उदय म्हणाला, "या रुमालाखेरीज त्या दिव्य प्रसंगाची कसलीही निशाणी नाही मजजवळ--"

तो रुमाल हाती घेऊन पटवर्धनने त्याच्याकडे दृष्टी टाकली, त्या क्षणीच त्याच्या नासिकेत कसलासा सुगंध शिरला आणि त्याच क्षणी उदयच्या पायांवर कोसळत पटवर्धन म्हणाला,

"बाबा-बाबा-मी तुमचा मुलगा आहे-मुलगा!"

-०-०-०-

बारा । शर्यत

ती तिघे जण रस्त्यावरून चालताना, पाहणाऱ्या कुणाही माणसाला वाटले असते की सतीश त्या दोघांच्या चालीबरोबर ओढला जात आहे. विनायक आणि सुशीला डौलदार गतीने फिरणे उपभोगात असल्याच्या रुबाबात पावले टाकत होती. आणि त्यांच्या मागोमाग, कधी बरोबर, तर कधी सुशीलाच्या शेजारून चालण्याचा अयशस्वी यत्न करताना सतीश अगदी ओढल्याप्रमाणे चालला होता.

वास्तविक तो आणि सुशीला असे दोघेच आज फिरायला जाणार होते. म्हणजे सहज जमून आलेही होते तसे. काशीताई, सुशीलाची आई, आज काहीतरी कारणामुळे बाहेर जायला नि त्याच वेळेला सतीश त्यांच्या घरी जायला गाठ पडली. अर्थात त्यांनी दोघांनी फिरावयास जायचे ठरविले. आपल्या सावळ्या देहावर पावडरची पुटे चढवीत सुशीला तयार झाली. तिच्या चालीत काहीतरी गंमत होती. देहयष्टीचा भरगच्चपणा नसला तरी चपळपणा होता नि त्या चापल्याचा, तिच्या पदराच्या हालचालींत जो काही प्रत्यय येई त्यावर बघणारा खूश होई, निदान सतीश तर अगदी खूश होई.

ते घरातून बाहेर पडले, इतक्यात विनायक रेसर सायकलवरून सफाईने उतरला. त्याची सायकलवर बसण्याची नि उतरण्याची अशी काही रुबाबदार धाटणी होती की, त्या रुबाबाचा सतीशला मोठा मत्सर वाटे. सायकलचाच नव्हे, तर त्याच्या वागण्यातील सफाईचा, कपडे पेहरण्यातील नावीन्याचा, विनोदप्रचुर संभाषणाचा नि दुसऱ्याला तुच्छ लेखण्याच्या आक्रमकतेचा त्याला मोठा मत्सर वाटे. त्याच्यासारखी ती सफाईदार वागण्याची डौलदार रीत आपल्याला जमणार नाही, आणि मग आपल्यासारख्या बावळट माणसावर सुशीलासारखी

नटवी मुलगी फिदा होईल हे कसे शक्य होते?

पण सुशीलावर विनायकचा हक्क का?

मोठा विचित्र प्रश्न आहे हा!

ती तिघेही बालपणापासून दहा-बारा वर्षांची होईपर्यत एकत्र वाढली, खेळली, विकसली. लहानपणापासून सुशीला-सतीशचा जोडा वडीलधाऱ्या माणसांनी चेष्टेत ठरवला, म्हणून वयात आलेल्या त्या नवरंगी पांखरांच्या आवडी निवडी त्या तशाच थोड्याच राहिल्या असतील? त्यातून तिचे गतवर्षीपर्यंतचे बरेच आयुष्य नाना देशची, लांबलांबची स्थाने वडिलांबरोबर फिरतीत पाहाण्यात गेले. त्यामुळे तिच्या वागण्यात सफाई नि आक्रमकता आलेली होती. पुरुषांत बोलणे, ते विनोदाने नि सलगीने त्यांच्याबरोबर खेळणे नि फिरणे, कपड्याचे साडीपासून तो लेहेंग्यापर्यत सर्व प्रकार करणे, यांत तिला फारसे काही विशेष वाटत नव्हते. तिचे केस आता केवळ केस राहिले नव्हते, तर श्यामल आनितंब कचपाशांत अनेक तरुण घायाळ व्हावेत असा त्यांचा खेळ होता.

आणि तिच्या या साऱ्या स्थलांतराच्या काळात चार इंच लांबीच्या शेंडीत दोन इंचापर्यंत कपात करण्यापेक्षा सतीशची सुधारणा झालेली नव्हती. बुजरेपणा, नवशिकेपणा आणि स्त्रीबद्दलची अकारण भीती त्याच्या सर्वांगात वावरत होती.

गेले आठ दिवस तो रोज हिंदू कॉलनीतल्या तिच्या निवासस्थानी दररोजचे चार-सहा तास घालवीत होता. पण तिचे अंतरंग त्याला कळलेच नाही. ती इतर मुलांशी सलगीने वागे. मधेच नाजूक हसे, पदराशी लज्जने खेळे. म्हणजे सतीशच्या मन:कोशात लाघवी स्त्रीने, अनुरक्त स्त्रीने, प्रिय पुरुषाशी वागताना ज्या गोष्टी कराव्यात असे वाटे, त्या सर्व ती सर्वांशीच करे. त्यामुळे त्याला तिच्याशी वागण्यात भारी संकोच वाटू लागला होता. तो पुण्याहून आंतर कॉलेजस्पर्धेत पुण्यातर्फे भाग घेण्यासाठी आला होता नि गेले आठ दिवस शक्य तेवढा वेळ तिच्या घरी, तिच्या सहवासात घालविण्याचा तो यत्न करत होता. मनात बाळगून ठेवलेल्या स्वप्नांचा प्रत्यय त्याला कधी येईल असे झाले होते. पण सुशीलाचे मन नदीच्या डोहाप्रमाणे गंभीर नि खोल आहे असे त्याला वाटत होते. वास्तविक बालपणापासून ठरविलेला, जन्मभर सवंगडी होणारा तिचा बालसखा आल्यावर तिला आनंद व्हायला हवा होता; पण त्याला ती तशी आनंदित झालेली दिसेना.

पुण्याहून मुंबईस क्रीडा महोत्सवाकरता येण्यात खरे पाहाता शर्यती जिंकण्यापेक्षा सुशीलाला भेटणे हेच त्याला महत्त्वाचे आकर्षण होते. कितीतरी

वर्षे झाली, अगदी युगे. लहानश्या चिमण्या जीवांचे गरुड पक्षी झाले, द्वितीयेची पौर्णिमा झाली, बीजाचे वृक्ष झाले, मोहरले, फुलावले, फळावले. फारफार वर्षांपूर्वीच्या अंधुक अंधुक अशा स्वप्नकथांत तो अद्यापि वावरत होता. शैशव हे नेहमीच निर्दोष असते. तशी शिशू सुशील निर्दोष होती, मोहक होती, डाळिबांच्या दाण्याप्रमाणे रंगेल-रसपूर्ण होती. पण आता-आता ती कशी असेल नि तशीच असली तरी ती आपलीच राहिली असेल की काय, असा त्याला मुंबईला येईपर्यंत प्रश्न पडला होता.

मुंबईला येताच त्याला दिसू लागले की, ती दुसऱ्या कोणाची झालेली नसली तरी ती त्याचीही उरलेली नाही.

तिच्यात कलमी कैरीतला हिरवटपणा उरला होता, पण पक्वतेचा सुगंध उडू लागलेला होता. शहाळ्याच्या कोमल जलाचा प्रत्यय अद्यापि येत होता, पण त्यांच्यात नारळदुधाची साय बनू लागली होती. ती त्याच्या स्वप्नांतल्याप्रमाणे देखणी, सुंदर, गोड होती; पण ती त्याची उरली नव्हती. आपण मालकी गाजविलेल्या भूमीत आपले असणारे रोपटे आज फळांनी डवरलेले होते, पण ते आपले म्हणून हक्काने मागण्याइतका धीटपणा करावा अशी सलगी त्याला वाटत नव्हती.

त्यातही संतापजनक गोष्ट म्हणजे विनायकचे वागणे. विनायकही त्याचा बालसखाच होता. पण त्याची एकंदरीत जगाशी, त्यातही स्त्रीशी, नि त्यातही सुशीलोशी वागण्याची सफाईदार, आक्रमक, ऐटबाज वागणूक! सतीशला आपल्या भित्रेपणाचा, मागासलेपणाचा भारी संताप येई. सुशीलोच्या घरी विनायक आला की, प्रत्येकाला तो बोलका करी नि आपलेच घर आहे अशा थाटाने तो प्रत्येकाला हुकूम सोडी नि आश्चर्याची गोष्ट म्हणजे सुशीलासुद्धा फारशी कुरकुर न करता ते पाळी. आणि मग--

विनायक आणि तो यांच्यातल्या बालपणाच्या मत्सराची काही एक भावना आता साकार होत होती. बालपणातसद्धा विनायक म्हणायचा, "अरे, सुशीला तुझ्यासारख्या बावळटाला कुठून मिळणार?..." पण आपण किती भोळसट, बावळट आहोत, याची तुलना तेव्हा इतकी तीव्र वाटत नसल्याने आणि सुशीलाचीही लाडिक संमती त्याच्याजवळ असल्याने त्याला विनायकच्या त्या बोलण्याचे विशेष वाटत नव्हते. पण आता विनायकची ऐट मुंबईत राहिल्याने त्याला मिळणारी सुशीलाची संगत, या साऱ्या गोष्टींचा मत्सर त्याला वाटू लागला होता.

आणि त्या चमत्कारिक अवस्थेत ती तिघे जण आता फिरावयाला निघाली

होती. एका विचित्र पोकळीत तो गुदमरत होता. आपण फार अंतरावर उभे आहोत असे त्याला वाटत होते...

"का रे, बोलत का नाहीस?" सुशीला पर्सची वादी फिरवीत म्हणाली.

"नाही बुवा, कुठं-काय?" सतीश म्हणाला. तो चाचरला. कारण त्याचे लक्ष त्याच्या डाव्या बाजूने चालणाऱ्या नि चालताना पदर हालल्यामुळे क्रीडा करणाऱ्या सुशीलेच्या वक्षांकडे भिडले होते. तिच्यात म्हणण्याजोगे देखणेपण नव्हते, पण चापल्य होते नि ढंग होता.

आपण तिच्या नको त्या अवयवांकडे टक लावून पाहत होतो ही गोष्ट सुशीलाच्या लक्षात आली हे त्याने ओळखले; पण त्यामुळे तिच्या चेहऱ्यावर राग दिसण्याऐवजी मिश्किल हास्य का दिसते आहे, हे मात्र त्याला कळले नाही. किंबहुना तिने आपल्या वेडगळ यत्नाबद्दल रागवावे अशीच त्याची कल्पना होती. तिचा तो राग स्त्रीच्या शालीनत्वास व विनयास शोभेसा दिसेल अशी त्याची पुणेरी कल्पना होती. उलटपक्षी तिने हसून मिश्किलपणाने पाहावे नि किंचित चमत्कारिक असा नेत्रभाव व्यक्त करावा, याचा त्याला विस्मय वाटला. पुरुषांशी वागण्याची तिची प्रवृत्ती त्याला एकदम नापंसत वाटली. तिने त्याच्यावर रागवावे अशी त्याची अपेक्षा होती नि तिच्या वागण्याने त्याचा अपेक्षाभंग झाला होता. ती तशाच सलगीने, किंचित छचोरपणाने आपल्याशी तशीच विनायकशी, तशीच सर्वांशी वागते की काय? आणि असे असेल तर हे विचित्र नव्हे काय? खानदानी शालीनपणास हे शोभणारे आहे काय? तिच्या या लाघवी, मनमोकळ्या वागण्याचा फाजील फायदा कोणी घेण्याचा प्रयत्न केला तर मग दोष कुणाला द्यायचा?

या प्रश्नांची उत्तरे त्याला सापडण्यापूर्वीच त्याच्या लक्षात आले, की या गडबडीत तो आणि सुशीला विनायकाला मागे टाकून बरीच पुढे आली होती. विनायक कुणाशी तरी बोलत होता. ती दोघेही थांबली नि त्याने मागे वळून पाहिले. पुन्हा अगदी नाही म्हटले तरी तिने वळवलेल्या मानेकडे त्याचे लक्ष गेलेच. तिच्या सावळ्या मानेवर तिने घाईघाईने पावडर लावल्यामुळे पावडरची सफेती तशीच उरलेली होती. पण त्या मानेच्या खाली तिच्या देहाने जे काही मोठे कमनीय आकर्षक वळण नि भरीवपणा घेतल्याची चिन्हे दिसत होती ती त्याला विसरता येत नव्हती.

विनायक तेवढ्यात पुढे येऊन पँटमध्ये हात खुपशीत म्हणाला, "माफ कर सुशीला! एक्स्यूज हं, मी अगदी विसरूनच गेलो होतो. आमच्या कॉलेजात

आज व्याख्यान आहे व्ही. शांतारामांचे. डिबेटिंग युनियनतर्फे आणि सेक्रेटरी आजारी असल्यामुळं मलाच जायला पाहिजे तिथं. सतीशला-नाही तर असं कर ना? तुम्हीच चला तिकडं.''

विनायकचे ते लांबलचक भाषण संतोषकारक होते. विनायक आपल्या तिघांतून जाणार, थोडक्यात सुशीलाबरोबर आपल्याला फिरायला मिळणार! तो त्वरेने म्हणाला,

''नको बुवा व्याख्यानबिख्यान. तू आपला जा.''

''चल सुशीला, या भटाला जाऊ दे समुद्राची हवा खायला. बरं आहे, आम्ही घेतो निरोप.''

''मी सुद्धा येत नाही बाई.''

''छे! छे! असं कसं होईल, वा गं सुशीला! अगं तूच ना म्हणाली होतीस की तुला यायचंय म्हणून व्याख्यानाला?''

''नाही बाबा, बरेच दिवसात समुद्रावर गेले नाही. आज नको.''

विनायकचा चेहरा फारच हिरमुष्टी झाला.

सुशीलाने मान फिरवली नि ती सतीशकडे पाहून म्हणाली, ''चल रे.''

नि ती दोघं लागली.

विनायक दिसेनासा झाला तरी विनायकचा विषय सतीशच्या डोक्यातून जाईना. वाटले, विनायक होता तेच बरे होते. कारण, तो संभाषण चालू तरी ठेवीत होता. काय बोलावे हे न सुचल्याने त्याला अस्वस्थ झाले होते.

तो म्हणाला, ''व्याख्यानाला का नाही गेलीस, सुशीला?''

मिश्किलपणे हसत सुशीला म्हणाली, ''नाही गेले!''

ती हसली नि पुढे म्हणाली, ''तुला जायचं होतं काय?''

वास्तविक या तिच्या वाक्यावर खरं म्हणजे विनायक म्हणाला असता, 'तुझ्या संगतीत फिरण्यापेक्षा काही ते अधिक सुखावह झाले नसते.' पण हे शब्द सतीशला आपल्या तोंडून त्याला काढता आले नाहीत. तो एवढेच म्हणाला,

''नाही बुवा.'' यावर पुन्हा एकदा ती खट्याळपणाने हसली.

या तिच्या हास्याचा त्याला अर्थच कळला नाही. ती अशी सारखी, वेळी अवेळी हसते का नि कशी, हेच त्याला कळत नव्हते.

सागरवारा सुसाट सुटला होता नि त्याच्याशी झगडणारे सुशीलाचे कौमार्य, संध्याकाळच्या वेळी तिची मूळचीच प्रसन्न असणारी प्रसन्नलेली नजर, स्वयंवराला निघालेल्या ताठ्यात चालणारी तिची चाल नि अद्ययावत रंगभूषा, वेषभूषा व

त्यांत दडलेली तिची नाजूक पण भरगच्च काया-यांकडे तिची नजर चुकवीत, तो पाहात होता. तिच्या कंठाखाली एक गोड नाजूक खळी होती, नि त्या खळीच्या खालच्या भागाचा डौल एखाद्या सागराच्या लाटेसारखा होता. त्या लाटेत आपण किती अवगाहन करावे असे त्याला झाले. त्याची नजर त्या कंठभागावर गोंजारत हळुवारपणे फिरत होती...

सुशीला मधेच थांबली. दम लागल्यामुळे तिच्या गतिमान श्वासोच्छ्वासा-बरोबर तिचा ऊर वर खाली होत होता. ती म्हणाली, ''सतीश, मला तहान लागलीय.''

''अरेच्या, आत्ता तर आपण घरून बाहेर पडलो. घरात का नाही पाणी प्यालीस? आता घरी जाणं आलं की नाही परत?''

''पुन्हा घरी कशाला जायला पाहिजे?''

''मग काय करायचं?''

''हात् वेड्या, अरे, हजार मैलांवरून येऊन या इराणी लोकांनी इथे हॉटेले काढली आहेत ती कशाकरता?''

''म्हणजे, हॉटेलात येणार तू माझ्याबरोबर?''

''का?''

''नाही, काही नाही.'' कोपऱ्यावरच्या इराणी हॉटेलाकडे वळत तो म्हणाला. पण त्याच्या डोक्यात चमत्कारिक विचार उत्पन्न झाले. सुशीलासारख्या तरण्याताठ्या मुलीने एकांतात एखाद्या तरुण मुलाबरोबर जाणे त्याला जरा चमत्कारिक वाटले.

पण त्याचे लक्ष, पदर सावरण्याच्या कृतीमुळे होणाऱ्या तिच्या सुकोमल करद्वयांच्या हालचालीकडे गेले.

सुशीलाचे वेळीअवेळी हसणे, आक्रमक पुरुषी, खरे म्हणजे फाजील सलगीने वागण्याची पद्धती तो विसरून गेला. त्याला वाटत होते, ही मुलगी आपल्या बरोबर एकटी एकांतात भटकते, हॉटेलात बसते, अशीच सर्वांबरोबर वागते की काय? आणि जर वागत असेल तर तिचे आपल्याबरोबर जमेल काय?

सोवळ्या वातावरणात वाढलेल्या सतीशला हे सारे विचित्र होते.

दोघेही हॉटेलात शिरली.

त्याला या वेळी पुन्हा विनायकची आठवण झाली. तो कसा सफाईने पुढे झाला असता, स्त्रीदाक्षिण्यामुळे कमरेत किंचित वाकत त्याने फॅमिली रूमचे दार कसे उघडले असते नि खुर्चीवरची धूळ पुसल्याच्या आविर्भावाने तो म्हणाला असता, ''बैठिये.'' नि लगोलग ओरडला असता, ''वेटर-''

पण यांपैकी त्याच्या हातून काहीही झाले नाही.

सुशीलाच मोठ्या ऐटीने फॅमिली रूममध्ये गेली नि म्हणाली, ''लवकर मागव बाबा काहीतरी. मला भारी भूक लागलीय रे.''

''म्हणजे गं काय? आत्ता म्हणालीस, तहान लागलीय! नि आता एवढ्यात भूकही लागलीय! कमाल आहे बुवा!''

''असू दे जा,'' लाडिकपणे कोपरांवर हनुवटी टेकवीत ती म्हणाली, ''तुला काय करायचं आहे! मागवितोस की नाही लवकर, की मी मागवू?''

''काय मागवू?''

''मागव ऑम्लेटस.''

''काय म्हणालीस, ऑम्लेटस? शाब्बास, कमाल केलीस बरं का सुशीला तू! तू ऑम्लेट खातेस!''

''मग त्यात काय झालं? सारं काही खाते मी.''

''शी:! घाणेरडी कुठली! कसं ग खाववतं तुला ते?''

''हे पाहा, आता लवकर मागवतोस की नाही?''

''नाही बुवा, आपण ऑम्लेट नाही खात.''

''ते काही नाही. माझ्याबरोबर खाल्लं पाहिजे, नाहीतर ही मी चालले बघ. नि बघ, पुन्हा कधी माझ्याबरोबर बोलू नकोस.''

''वा शाबास!''

''मग मागवतोस की नाही?''

''मागवतो, बाई मागवतो!''

वेटरला बोलावून ऑर्डर देऊन झाल्यावर तो पुन्हा काय बोलावे या विचारात पडला.

इतक्यात ती म्हणाली, ''अरे, जरा तुझा हातरुमाल दे की रे.''

''का ग?''

''अरे, फार उकडतंय बघ.''

''अगं, पण माझा हातरुमाल?''

''अगं नाही नि बिगं नाही. मला हातरुमाल हवाय.''

अगदी अपूर्वाईने जपून ठेवलेला खिशातला एकुलता एक रुमाल काढून त्याने नाइलाजाने तिच्या स्वाधीन केला. तो मिळताच तिने त्याची खुशाल घडी उलगडली नि खरखरून कपाळ, तोंड, मान पुसली नि खुशाल आपल्या गळ्याखालच्या उभारीच्या पोकळीत घडी करून अलगदपणे ठेवून दिला. तो

ठेवताना पुन्हा एकवार तिच्याकडे त्याने न्याहाळले. रुमाल एका बाजूस आत ठेवल्यामुळे दुसऱ्या पोकळ पडणाऱ्या भागातून हवे ते दिसत होते, आणि ते फारच मोहक होते! दृष्टी खिळवून टाकणारे, फारच लोभस, फारच...पण तिच्या एकदम बोलण्याने त्याची ही नाजूक तंद्री भंग पावली. आपले हे चित्त वेधून पाहाणे तिच्या लक्षात आले की काय, असेही त्याला वाटले. तो चमकला. ती विचारत होती,

"काय रे सतीश, पुण्याच्या मुली कशा असतात?"

"कुणास ठाऊक!"

"तर, तर--मोठा साधूच की नाही? सहज दहा पाच पोरी गंडवल्या असशील आतापर्यंत."

तो अगदी खदखदून हसला, "अग एकसुद्धा पोरगी गटवता येईना, तर दहा पाच ग कुठल्या?"

"हात् रे हात्, असाच का रे तू पुणेरी भामटा! मला वाटत होतं की, तू मोठमोठे पराक्रम करून सोडले असशील या अवधीत."

"तुला काही वाटतं की नाही गं असलं काही बोलायला?"

"त्यात काय वाटायचंय! काम कमी आहे रे तुझ्यात?...कितीतरी पोरी तुझ्यावर फिदा झाल्या असतील एव्हाना."

"चल."

"खरंच! होय की नाही?"

"नाही बुवा."

सुशीला अकस्मात गप्प राहिली. तिचा चेहराही एकदम पडला. ती एकाएकी अशी का गप्प राहिली ते मात्र त्याला कळेना.

सुशीला डोळे चोळत होती. तिच्या डोळ्यांत काहीतरी गेले असावे. तिने पाणी लावून पाहिले. उलट तिला त्याचा जास्तच त्रास होऊ लागला. ती म्हणाली, "ए, डोळ्यांत फुंकर घाल रे जरा-"

तो पुन्हा पंचायतीत पडला. फुंकर घालायची म्हणजे जवळ जायचे! आपल्या हातून काहीतरी व्हायचे नि ही आगाऊ पोरगी आपल्याला जाब विचारायची! पण आता नाही म्हणायची सोय नाही.

तो पुढे झाला आणि वाकून तिच्या डोळ्यांत फुंकर घालू लागला.

"अरे, तू माझ्या डोळ्यांत फुंकर घालतो आहेस, की तोंडावरची पावडर उडवतो आहेस? कमाल आहे बाबा! पुढे सरक. डोळ्यांच्या पापण्या उघडून

फुंकर घाल.''

खाद्यावर हात ठेवून फुंकर घालताना एकीकडे अनावर आनंद आणि दुसरीकडे विस्मययुक्त भीती त्याला वाटत होती. त्याला ती हवी होती. त्याला ती मिळत होती. मधे असलेले एक वितीचे अंतर तोडण्याची त्याची इच्छा होती. तिच्या श्यामल चेहऱ्यावर लाडिकपणा होता, तो अगदी पहाण्याजोगा होता. भीतीवर मात करून-आसक्त होऊन तो पाहिल्यावाचून सोडेना. तिच्या लांबसडक काळ्याभोर कुंतलांना जो एक असा मस्त सुगंध येत होता तो जास्त चांगला, की तिच्या निरोगी तारुण्याचा सुगंध चांगला, हा मोठा संभ्रमित करणारा प्रश्न नव्हता काय? हव्या इतक्याच अंतरावर त्याचे जीवनसर्वस्व, त्याची स्वप्न-राणी आली होती. तिचे लडिवाळ नाजूक ओठ लाडिक गोड भाषा गुणगुणत होते. पण त्याहून अधिक गोड काम त्यांना का करता येऊ नये या चिंतेत तो पडला होता!

तिच्या हसऱ्या गालाकडे, केसांच्या फुग्यांतून कर्णवर्तुळांकडे, पुढे वाकल्या-मुळे दर्शनासाठी उत्तेजित झालेल्या उरोजांकडे पाहून तापलेल्या आपल्या यौवनाला तो शांत करू पाहात होता. ही तगमग किती आतुर असते, किती अधीर!

काय करावे या संभ्रमात तो होता. एवढ्यात त्याच्या गळ्याभोवती नाजूक हातांचा विळखा पडला आणि फुंकर घालणाऱ्या ओठांतला वारा ओठांतच बंदिस्त झाला. अलगुज मुके झाले!

विस्मयचकित होऊन तो बावरला.

''सुशीला-सुशीला.''

ती बोलली नाही, पण तिच्या डोळ्यांत, ओठांत, पोटात परिपूर्ण सुखाची सांगता तुडुंब भरून वाहत असावी.

''सुशीला, खरंच तू माझ्यावर प्रेम करतेस? खरंच?''

''खुळा आहेस रे सतीश! माझ्यासारख्या मुलीनं आणखी काय केलं असतं म्हणजे तुला पटलं असतं रे?''

''मला खरंसुद्धा वाटत नाही, खरंच?''

''गेले आठ दिवस ज्या ज्या मार्गांनी माझी प्रीती तुला दिसेल त्या त्या मार्गांचा मी अवलंब केला, पण...''

''माझ्या ध्यानी आलं नाही सुले! पण खरं सांगू, मला वाटलं, तू विनायकवर प्रेम करते आहेस म्हणून.''

''तुझा मत्सर जागा व्हावा म्हणून मुद्दाम लगटपणानं त्याच्याशी वागत होते, बोलत होते, पण तू कसला मख्ख! मी ओळखलं की, तुझ्या बाबतीत या

सर्व मार्गांपेक्षा सरळ डायरेक्ट मेथड वापरायला हवी. अगदी बावळट आहेस बघ तू!''

"तुझ्या जागी दुसरा कुणी चतुर तरुण असता तर त्यानं माझं वागणं कधीच ओळखलं असतं. मग मला ही...एरवी मुलीनं आधी घेऊ नये, अशी स्टेप का घ्यावी लागली असती?...पण तू म्हणजे-''

"तर-तर!'' तिला तो आणखी वेढत होता, ओढत होता. जवळ घेत होता. अगदी दृढपणाने.

"नाही तर काय! विनायकला टाळून तुझ्याबरोबर आले, तुझ्या स्पर्शाकरिता चिकटून चालले, तुझ्याबरोबर एकांतात आले ते कशासाठी? एकांतात तरी पुरुष रंगतो म्हणतात. पण माझा हा लाडका श्रीरंग मात्र अगदी बावळट, भोळसट होता! अगदी मिठीत अडकेपर्यंत त्याला आपण कुठं अडकलो आहोत त्याची कल्पना नव्हती--''

***

हॉटेलमधून बाहेर पडते वेळी बरीच संध्याकाळ झाली होती. सुशीलाचा एक हात हातात घेऊन तो हॉटेलच्या पायऱ्या उतरत होता. इतक्यात समोरून विनायक येताना दिसला.

तो तिथूनच म्हणाला, "हॅलो सुलू! व्याख्यान रद्द झालं म्हणून तुला शोधत फिरतोय गेला तासभर. पत्ता कुठाय तुझा?''

"थांब, थांब विनायक, अरे घाई तरी किती?'' सिगारेटचा धूर त्याच्या दिशेने सोडीत सतीश म्हणाला,

"Will you have a smoke?''

त्याने सफाईने सिगारेट पुढे केली. त्याच्या वागण्यातल्या या फरकाने विस्मित होत विनायकने तिचा स्वीकार केला. सतीश म्हणाला, "आम्हांला तू भेटलास हे फार बरं झालं.''

"आम्हांला?''

"येस, येस, मला अन् सुशीलाला. आम्हांला खरं म्हणजे आमच्या एखाद्या इंटीमेट दोस्ताची गाठ पडायला हवीच होती.''

"म्हणजे?''

"कॉंग्रॅच्यूलेट अस, विनायक. We are very happy to give you a good news. एक आनंदाची बातमी!''

"अरे काय, सांगतो आहेस तरी काय? काय लॉटरीबिटरी लागली की काय तुला? का इंटर कॉलेजच्या शर्यतीत जिंकलाबिंकलास तू?"

"त्याहीपेक्षा आनंदाची बातमी आहे!!"

"होय नं. मलासुद्धा बाई प्रश्न पडला आहे. कसली याची बातमी आहे कुणास ठाऊक!" मिश्किलपणानं हसत सुशीला म्हणाली, "एरवी कसली या भटाजवळ बातमी असणार, नाही का विनायक?"

आणि मग विनायक एवढ्या मोठ्याने हसला की आसपासचे वाटसरूसुद्धा तिकडे आश्चर्याने पाहात होते.

"आमचं लग्न ठरलं!"

"काय, काय म्हणालास तू?"

"अरे, आमचं अभिनंदन कर विनायक! मी आणि सुशीला लग्न करणार आहोत. अच्छा! आम्ही आता फार कामात आहोत."

सुशीलाचा हात ऐटीने एका हातात घेऊन तो चालत होता. हसरी सुशीला आणि ऐटबाज सतीश यांच्याकडे विस्मयाने, रागाने पहाणाऱ्या विनायककडे वळून पाहात मिश्किलपणाने हसत तो चालू लागला.

-०-०-०-

तेरा । इंद्रधनुष्य!

आता तुम्हालाच म्हणून सांगतो. एरवी कधी बोलायचा प्रसंगच मुळी आला नसता. कित्येकदा मनातून वाटत असते की आपली काही रहस्ये, आपली काही गुपिते कुणाला सांगावीत नि पाठीशी सहानुभूतीचा आधार उभा करावा. एवढ्यासाठीच आपल्या इष्टमित्रांना जवळ करून आपण सांगू लागतो,- ''तुला म्हणूनच सांगतो बरं का, म्हणजे त्याचे असे झाले-''

तसे जर पाहिले तर काहीच झाले नाही, आणि कुणाच्याच आयुष्यात फारसे होत नसते. लढाईत जखमा होणाऱ्या प्रत्येक सैनिकाला वाटते की, आपल्या जखमा विलक्षण, आपली शल्ये अनिवार आणि आपला पराक्रम काही विशेष. पण तसे थोडेच असते?

आता माझेच पाहा ना- माझे लग्न होऊन सहज दोन वर्षे झाली. छोटी मंदाच आता वर्षाची आहे. ही दोन वर्षे कशी गेली हे कळलंसुद्धा नाही. पुस्तकाच्या पानासारखे दिवस मागे गेले. जानकी-माझी बायको सुंदर आहे- शारदेपेक्षा सुंदर आहे खास,-सुस्वभावी आहे, समाधानी आहे; त्याबाबतीत मी खरोखरीच भाग्यवान आहे. पैशाअडक्याचाही म्हटला तर त्रास नाही. संसार सुखाचा व्हायला ज्या ज्या गोष्टी लागतात त्या त्या मला बहुतांशी सुलभ आहेत.

मग तुम्ही विचाराल, ''खूप करता बुवा. अहो, मग तुम्ही सांगणार ते काय? गाडी पुण्याहून निघाली आणि मुंबईला पोहोचली यात काय सांगायचंच- सांगणार, रोजचंच आहे ते. आता कुठे अपघात झाला, घाट कोसळला- पूल पडला- असे काही विस्मयकारक असेल तर हरकत नाही. पण तुमच्या ह्या गोष्टीत तसं काही दिसत नाही बुवा.''

कबूल आहे मंडळी. मी काही कुणी पंडित नाही कसला तरी संदेश

आदेश द्यावयाला- किंवा लेखक पण नाही समरप्रंसग निर्माण करायला; पण ऐकाल तर वाटेल आणि पटेल पाहा तुम्हाला, की सामान्य सामान्य असे जरी म्हटले तरी या प्रपंचात असे अनेक उत्पात घडत असतात की त्यांचे स्वरूप प्रथमदर्शनी रोमांचकारी वाटू शकत नाही. पण त्यांच्या अंतरंगात शिरू म्हटले की विश्वाचे प्रचंड स्वरूप आपल्याला दिसू लागते. श्रीकृष्णाच्या मुखात यशोदेला विश्वदर्शन झाले ते हे असेच असणार बहुधा- होय की नाही-? पावसाची कुरबूर चालू असावी, मन निराश होते अशा वेळी. वातावरण दमट-निरुत्साही होऊन जाते पार. वेळ असाच कंटाळवाणा - भकास जातो. पण मग काय होते- एकदम मेघाच्या मागून सूर्य डोकावून पाहतो. शाळेच्या नाटकाप्रसंगी कुणी वात्रट विद्यार्थी निळाकाळा पडदा दुभंगवून हळूच डोके बाहेर काढतो नि प्रेक्षकांना हसवतो, तसेच यावेळी सूर्याचे वागणे असते. उन्हाचे कवडसे येतात न येतात तोच अकस्मात सारे आकाश व्यापून टाकणारी एक भली थोरली सप्तरंगी कमान आपल्यापुढे उभी राहते. संवेदनशील मनुष्यप्राणी लगोलग खूश होऊन हसू लागतो. मग काय? ऐकता काय, मी काय सांगतो ते. अगदी अभूतपूर्व जरी नाही तरी असेच प्रसन्न सुखावह असे सांगीन पाहा मी थोडेसे.

माझे लग्न झाले- असे सांगितल्यासारखे वाटतंय पाहा तुम्हाला. होय नं? हं. माझे चित्त संसारसंगीतात गुंग होऊन गेले होते तेव्हापासून जगाला अगदी विसरल्यागतच झाले होते पाहा मला. काल प्रथमच बायको माहेरपणासाठी पाठवून दिली, तेव्हा एकदम जाणीव आली की, अरे, आपल्या मनाची आगिनगाडी मधल्याच कुठल्यातरी स्टेशनात मुक्काम करून आहे. अकस्मात धक्का घेऊन ती चालू लागली. मन जागे होऊन भवती पाहू लागले. चंद्रसूर्य- वृक्षलता, स्नेहीसोबती हळूहळू माझ्या दुनियेत येऊ लागले-

काल लोभावल्या डोळ्यांच्या जानकीखेरीज दुनियेत दुसरे काहीच नव्हते- आणि आज?

जानकीखेरीज भकास वाटणाऱ्या घरात मी एकटाच! त्या एकटेपणाची जाणीव होताच सारा भूतकाळ साक्षात जागृत झाला. मन पुन्हा दोन वर्षांच्या झोपेतून जागृतीत आले. ती वेडी, प्रेमभंगाने पिसाट झालेली माझी भग्नमूर्ती माझ्यापुढे प्रतिबिंबवत् उभी राहिली. त्या विचित्र आत्मदर्शनाचे आता मला हसू येते. आत्मघाताच्या आतताईपणाचे आज मी काहीही झाले तरी समर्थन करणार नाही, पण प्रीतिवैफल्याचा तो विलक्षण दाह आठवला की मन बंदिखान्यातून अवचितपणे मुक्त झालेल्या रानटी पशूप्रमाणे बेफाम-बेलगाम होऊ लागते.

आपल्याला वाटत असते, अग्नी विझला, नुसती राखच उरलीय आता. पण अकस्मात ज्वाला उठून देह होरपळतो तेव्हा कळून चुकते, की अंगार विझला नव्हता- लपला होता.

कवी लोक मोठे चोर आहेत. स्त्रीप्रीतीचे भारी स्तोम त्यांनी माजवून ठेवले आहे. स्त्री इतकीच पुरुषाची पहिली प्रीति सात्त्विक, स्थिर नि प्रभावी असते. पण तो विफल ठरली तर- तर त्याच्या स्वाभाविक काठिण्यामुळे प्रेमभावनेवरचा त्याचा विश्वासच उडून जातो. ती पहिली-वहिली प्रीतिस्वप्ने जर वास्तवात आली, सहृदयतेचे -नि अनुकंपेचे मनोरे जर उभे राहून रविप्रकाशात तळपू लागले, तर जग किती मोहक भासू लागेल- पण तसे होत नाही. कल्पनांचे कुतुबमीनार- काव्याचे ताजमहाल- प्रणयाचे गोलघुमट धडाधड कोसळू लागतात- आणि मग- पुरुष स्त्रीला भोगवस्तू मानून तिच्यावरच सूड उगवू लागतो.

वास्तविक शारदेने मला फसवले नव्हते आणि मीही तिला फसवले नव्हते. दुसऱ्याच कोणीतरी, म्हणजे परिस्थितीने, आम्हाला फसवले होते. पण म्हणून समाजावर तुटून पडण्याचा- नवे नीतिमंदिर निर्माण करा अशा हाकाटीचा वेडेपणा मला जसा तेव्हा मंजूर नव्हता तसाच आताही नाही. कारण मला माहीत आहे की आम्हीच जातगोत न जुमानता लग्न केले असते तर कोण काय करणार होते आमचे? इतके असूनसुद्धा तोडवले का ते आम्हाला समाजबंध? नाही, होतच नाही ते. कुणाकडूनच होत नाही तसे. तसे झाले असते तर रोजच्या रोज नवीन समाज घटना झाल्या नसत्या का-?

सांगायचे इतकेच की आज दोन वर्षांनंतर पूर्वप्रीतीचा दाह मनात सुरू झाला. विजेच्या इंजिनापाशी उभे राहिल्यानंतर भकभक असा डोक्यात सारखा घोष सुरू होतो. तसेच भूतकाळातील कटुतर स्मृतीचे नसते का? काही केल्या थांबवता म्हणून येत नाही आपल्याला तो!

मन बैचेन झाले. पोथीची पाने वाऱ्याने उडू लागताना ती वाचता येऊ नयेत तसेच आठवणीचे झाले. ते पान मागे जाताना स्पष्ट जाणीव होते; पण ते वाचणे नि त्याचा अर्थ ग्रहण करणे फार कठीण होते. तसेच माझ्या साऱ्या गतजीवनाचे होऊ लागते. मन शांत व्हावे म्हणून बाहेर गॅलरीत आलो. पावसाची मूक, मंदगती सर पडायच्या बेतात होती. तुषार चमकत होते. हवा गारठली होती. थंडगार गाभाऱ्यात अभिषेक चालावा म्हणजे त्या अर्धप्रकाशित जागेत काहीसे विचित्र वातावरण निर्माण होते तसेच या पृथ्वीच्या भव्य गाभाऱ्यात जमू लागले होते.

मी समोरच्या शिवाजीपार्कच्या ग्राऊंडकडे पाहिले तो, ते अगदी शांत, निर्मनुष्य होते. केळूसकर रस्त्यावरून एक स्त्री अगदी एकटी- पावसात भिजत येताना पाहताच माझे कुतूहल जागे झाले- मी दृष्टी जरा तीक्ष्ण केली आणि पाहू लागलो.

तिनेही का कुणास ठाऊक मान वर केली-

आणि काय...

ती शारदा- हो, शारदाच होती ती-

माझ्या मनोसागरावर कसलाही तरंग उमटण्यापूर्वीच मान उंचावून ती म्हणाली-

"वर कुठून यायचे रे...वाट दाखव पाहू--"

मला थक्क होण्यापलीकडे इलाजच नव्हता.

नीरांजनासारखे तिचे डोळे रोखून ती माझ्याकडे पाहात होती. तीच- शारदा- दोन वर्षांपूर्वीची अवखळ, बंडखोर शारदा माझ्यापुढे तारेच्या खांबाप्रमाणे ताठ उभी होती.

मला तिने साफ लाजवले हे मी कबूल करून टाकतो. मी बोटाने रस्ता दाखवला व पुढे होऊन दार उघडले.

ती हसत होती-

मला अगदी हेवा वाटला त्या सुप्रसन्न हास्याचा!

ती पूर्वीपेक्षा सुंदर खचित दिसू लागली होती. सुरूच्या झाडाचा पोरकटपणा जाऊन एखाद्या डेरेदार आम्रवृक्षाप्रमाणे स्थिर, प्रसन्न, आणि शांत झाली होती ती.

ती सरळ आत शिरली. इकडे तिकडे पाहात, शेवटी खुर्चीवरील नॅपकिन् उचलून घेत, तिने तोंड-हात पुसून घेतले. तिच्या नि:संकोच निर्मल मूर्तीकडे पाहून काय बोलावे तेच मला कळेना. काहीतरी बोललेच पाहिजे म्हणून मी म्हणालो- "बरं आहे नं--"

आणि ती जी खुशाल हसत सुटली– अगदी सुसाट वेड्यासारखी आणि मग गाडी स्टेशनमध्ये शिरताना क्रमाने मंद होत जावी तशी शांत होत ती रोखून माझ्याकडे पाहू लागली.

ह्याच डोळ्यात पूर्वी कामदेवाचा साक्षात्कार होता. तिथे आता पावित्र्य- संयम दिसत होता. वसंतात खळखळ करणारा निर्झर आता वर्षाकालात स्थिर- गंभीर झाला होता.

"हसायला काय झाले?" अहंकार दुखावून मी म्हणालो.

"काही झाले नाही, म्हणूनच हसू आले राजा. इतक्या जवळ आले– ती, एकटी मी उभी असता तुझ्या हातून काही अविवेक घडला नाही यात जरा गम्मत वाटली–"

का कुणास ठाऊक, मी एकदम पुढे झालो. तिचा हात हाती घेण्यासाठी नुसता वाकलो– बाणाच्या चापल्याने ती मागे झाली. तिच्या डोळ्यात त्वेष नव्हता पण सावधता होती– ती किंचित् तीव्रतेने उद्गारली–

"याच भीतीने साध्या स्नेहाला देखील आपण मुकलो अहोत."

मागे होत होत उन्मादाने मी म्हणालो– "शारदा– खरं! खरं म्हणतेस– नाही तर मला भेटायची इच्छा झाली होती तुला– माझा तिरस्कार नव्हतीस ना करत तू– होय?"

"वेडा कुठचा," पुढे होऊन ती माझ्यापुढे खडी झाली. मंद सात्विक असे नित्याचे हास्य करीत तिने आपले तळहात माझ्या स्कंधावर ठेवले. क्षणभर मीच थरथरलो– नि माझ्या अंगावर कंप उठला. तिला त्या स्पर्शात वावगे काहीच वाटत नव्हते. कारण तिने माझ्याकडे पाहिले तेव्हा मला वाटले, चंद्रिकाच पोर्णिमेचे हास्य करीत आहे– माझेही अपवित्र मन त्या परमपवित्र दर्शनाने नि स्पर्शाने दचकून जागे झाले. ती पुढे म्हणाली, "खरं सांगू? माझ्या आयुष्यात जर खरोखरीच अभिमानाची गोष्ट कोणती असेल तर ती मी तुझ्यासारख्या गोड मुलावर एकेकाळी प्रेम करीत होते– सत्ता गाजवीत होते हीच. आपले प्रेम असफल झाले म्हणून मनात कुढत बसून तुझा आणि जगाचा तिरस्कार मी काय म्हणून करीत बसावे? मला तिरस्कार तर वाटतच नाही, वाटतो फक्त अभिमान. तुझ्या नि माझ्या जीविताची वाट वेगळी वेगळी होऊन फुटली– आपण हातात घेतलेला परस्पराधारही तुटला याची जगाला का खंत वाटणार आहे? खरंच, आपल्या चिमकुल्या मनाला यातना होतात, त्याची फिकीर कुठे असते? ते आपले व्यवहार चालू ठेवल्यावाचून रहात नाही आणि या रहाटगाडग्यात आपणही फिरत असतो हे आपल्या तेव्हा लक्षात येतो–"

क्षणभर ती स्तब्ध– नि गंभीर झाली. तिचा आवाज नि चर्या बदलली. किनाऱ्याच्या उथळ पाण्यातून नाव खोल दरियात शिरावी असे मला वाटले. ती बोलू लागली--"या जगाबरोबर तूही फिरलास– मीही फिरते आहे. हळूहळू मी संसारात रमू लागले. मला माणसंही चांगली मिळाली. आपल्या संबंधाची कुणकुण त्यांना लागली होती, पण त्यांनी माझ्यावर राग धरला नाही– तिरस्कार केला

नाही. ते जर संतापले असते, त्यांनी जर सहानुभूति दाखवली नसती, तर- तर ते घर मी खचित सोडले असते राजा- आणि मग काय झाले असते? आपल्यापैकी कुणीच सुखी झाले नसते. त्यांनी अगदी शांत चित्ताने साऱ्या गोष्टी घेतल्या तेव्हा माझी मलाच लाज वाटू लागली. माथे थंड झाले आणि लक्षात आले- आपण मानला तितका अन्याय काही आपल्यावर झाला नव्हता.''

''नाही, नाही-'' वेडाचा झटका आल्यासारखे क्षणभर होऊन मी म्हणालो ''शारदा- मनाला नाही पटायचं माझ्या हे. आपल्या समाजरचनेचाच दोष आहे सारा– ती रचना मोडून फोडून टाकायला हवी. कदाचित मगच निष्पाप जीवांचं मीलन शक्य आहे. मला वाटतं, एकादवेळी आपल्या समाजातल्या अन्यायाचे प्रतीक म्हणून वावरणारी प्रत्येक गोष्ट, व्यक्ती यांचा पार नायनाट करून टाकला पाहिजे-''

''राजा''-किंचित मंदावल्या नेत्रांनी ती म्हणाली- ''कुठल्याही समाजरचनेत वैफल्याचा दाह हा उरणारच. मनुष्याचे मन जोपर्यंत जिवंत आहे, तोपर्यंत या यातना नष्ट व्हायच्या नाहीत– नि त्या होऊही नयेत, कारण जे सारे हवे, ते मिळू लागले तर मनाला प्रेतकळाच येऊ लागेल. अन्यायाविरुद्ध बंड करावे, विरोधकांशी झुंज द्यावी अशी जी एक आपल्या मनाच्या जिवंतपणाची खूण असते ती मुळी नाहीशी होईल तशाने- आणि खरं सांगू- मनाच्या या बंडखोरीतच मानव्याचा विकास आहे-'' तिचा ध्वनी अधिकच मंदावला, डोळे पाणवले आसावले. ती पुढे बोलू लागली-

मी मधेच म्हणालो, ''विसरलीस होय मला शारदा- आपले प्रेम, आपले मनोरथ, विसरलीस आणि म्हणून का हे तत्त्वज्ञान काढायला लागलीस जीवितातून- ?''

''तुला विसरणे शक्यच नाही, आणि तसे असते तर मी कशाला तुझा माग काढीत आले असते बरे? तुला आठवायचे नाही, असे जरी म्हटले तरी सुद्धा तुझी विलक्षण आठवण होते. अगदी सुचेनासे होते- पण आता असे क्षण दिवसेंदिवस कमी होत चालले आहेत.सवयीने मनुष्य वाटेल तसा घडत जातो हेच खरे- विस्मृति हा तर सुखाचा शोध आहे-''

माझ्या जुन्या प्रीतीच्या- सुखाच्या कल्पनांना काहीतरी धक्का बसत होता- ती पुढे म्हणाली- ''आणि विचार केल्यावर मला असे वाटते, राजा, की तू नि मी जवळ आलो असतो त्यापेक्षा तुझा विकास जास्त झाला आहे. आर्ट गॅलरीतली तुझी चित्रं पाहिली नि मन हेलावून गेले. क्षणभर मन तुझ्या कुशीला

विसाव्याला गेलेसे वाटले. नि लक्षात आले की आयुष्य म्हणजे एक यशस्वी तडजोड आहे हे तुला पटू लागले आहे एकूण. साऱ्या स्त्री जातीवर सूड घ्यावा म्हणून का होईना तुझ्या कुंचलीची सारी कला तू चित्रफलकावर अमाप ओतली आहेस- माझ्या नजरेत ते सुख मावेना. मी डोळे मिटून घेतले-''

आणि खरोखरीच तिने डोळे मिटून घेतले. मघाशी भावनातिरेकाने तिच्या डोळ्यातून धुके ओसंडत होते ते हळूहळू विरत असावे– तिच्या मनोगताने मला काहीतरी समाधानाचा ठेवा लाभतो आहेस वाटले. कारण अनेक तत्त्वज्ञान्यांना, कविवर्यांना जे जीविताचे महाबिकट कोडे सुटले नाही ते या चिमूटभर कार्टीला गवसले असावे. तिच्या वाणीत चर्चा नव्हती. कल्पना नव्हती, फक्त अनुभव होता. मला विस्मय वाटला.

कुठे ही सारे शिकली? का वरून पांढऱ्या दिसणाऱ्या प्रकाशाच्या अंतरंगात मनोवेधक असे सप्तरंग लपून राहतात, तसेच हिच्या अंतरंगात हे सारे अनुभव- ही प्रचीती- हा विवेक दडून राहिला होता?

आणि तिच्या त्या विशाल-सखोल नि उदार हृदयाचा आदर मनात वाढवीत मी तिच्याकडे पाहिले तो काय? ज्या तिच्या नेत्रातून अश्रू गळत होते, तिथेच आता हास्याचा फुलोरा उभा होता.

आणि खिडकीतून बाहेर-

सागराच्या पोटातून इंद्रधनुष्याचा सप्तरंगी पट्टा उंचच्या उंच आकाशात निघाला आणि दृष्टीची मर्यादा ओलांडून तो अधिकाधिक मोठा झाला.

त्या बाहेरच्या आणि तिच्या नेत्रातल्या- दोन्ही इंद्रधनुष्यांकडे विस्मयाने नि आदराने मी क्षणभर पाहातच राहिलो.

- ० - ० - ० -

चौदा । पायाचे दगड

समोर बांधकाम चालू असलेल्या इमारतीकडे विषण्ण मुद्रेने सतीशने पाहिले.

कितीतरी मोठमोठे दगड भूभागात गडप होते. त्याला सहजच वाटले की आपला त्याग असाच विस्मृतीच्या उदरात गाडला जाणार आहे. काय फरक आहे या फत्तरांच्या जीवनात नि आपल्यात?

कॉटवर पडल्यापडल्या खिडकीतून बाहेर पाहाण्याचा त्याचा एक चाळाच होत चालला होता. हॉस्पिटलच्या भयप्रद वातावरणाला विसरण्यासाठी तो खिडकीतून बाहेर दृष्टी टाकीत असे, पण समोर दिसणारी ती अपुरी इमारत पाहिली की त्याला आपल्या गतकालची-गतकृत्यांची, अविवेकी जीवनाची आठवण होई- आणि मग!

अशा वेळेस तो डोळे मिटून घेत असे.

गेल्या आठ दिवसाच्या अवधीत असे अनेकवार घडले. शारीरिक वेदनेमुळे मनाला आलेला पंगूपणा या खेदजनक स्मृतींनी अधिकच वाढू लागे. सहनशीलतेच्या सीमा आता संपत आल्या होत्या. झाडाची फांदी तुटण्यापूर्वी करकरावी, तशीच त्याच्या मनाची अवस्था होऊ लागली होती.

संध्याकाळची वेळ होताच रुग्णांना भेटण्यासाठी लोकाची गर्दी सुरू होई. सांत्वनाच्या भाषणांनी, आपुलकीच्या नजरांनी त्या नरकाचे क्षणभर स्वर्गात रूपांतर होई. यातना, किंचाळ्या, हुंदके क्षणभर जरा दूर जाऊन बसत. ताज्या फळांचा गंध हवेत मिसळूं लागे, फुलांचे गुच्छ दिसू लागत. जरासे ताजेपण नवेपण वातावरणात शिरू पाही. भयाणवत शांतता अगदी लोपून जाई. उलट लगबग, गडबड यांचे राज्य सुरू झाल्यासारखे वाटे. पण-

सतीश भुकेल्या डोळ्यांनी साऱ्याकडे बघत असे. आपल्याला कुणी भेटायला यावे, मोसंबीच्या दोन फोडी सोलून आपल्या ओठांपाशी द्याव्यात, स्नेहमय नजरेने कपाळावरून हात फिरवावा, असे त्याला सुद्धा वाटू लागे. गेल्या आठ दिवसात त्याचे चारदोन सहकारी त्याला भेटून गेले. अंधाराच्या पडद्याआडून ते अकस्मात प्रकट झाले नि प्रकाशाच्या संकेताने त्याला दूर नेले त्यांनी. त्याची कोणत्याही प्रकारे आबाळ त्यांनी केली नाही. त्याला लागतील ती पुस्तके, पैसे, फळे, सारे त्याने न मागताच त्याला दिले.

पण माणसाचे तेवढ्याच गोष्टींनी समाधान होते काय?

त्याचे सहकारी त्याला कर्तव्यभावनेने येऊन भेटत– पण कर्तव्य भावनेपेक्षा जगात दुसऱ्या कोणत्या गोष्टी असतच नाहीत काय?

आईची प्रीती? प्रियतमेची प्रीती?

पुनश्च त्याच त्या विचार, विकारांची कोळिष्टके त्याच्या मस्तकात जमा होऊ लागत.

आई, तू कोठे असशील! आणि शीला तू?

पण घर सोडलेल्या माणसाला आई कुठची?

नि संपत्ति-वैभव यांना मुकलेल्या जीवाला प्रिया तरी कुठची?

....डेक्कन जिमखान्यावरच्या एका भव्य वैभवशाली बंगल्यात ख्याली-खुशालीचे जीवित उपभोगावयाचे सोडून हा काटेरी मार्ग जेव्हा आपण पत्करला तेव्हाच प्रेमभावनेचा आपण त्याग केलेला नाही काय? त्यावेळी आपल्यावर जीवापलीकडे प्रेम करणाऱ्या शीलाची आपल्याला आठवण झाली नाही. यौवनाच्या उन्मादात, स्वदेशप्रीती, स्वांतत्र्यसंग्राम वगैरे शब्दांनी नि भावनांनी भारून गेलेल्या आपल्या मनाला आईचे वात्सल्य, पित्याचे वैभव नि प्रियेची परमप्रीती...कशाचाही मोह वाटलाच नाही.

काँग्रेसच्या अधिवेशनातील ती रोमांचकारी भावनोत्कट भाषणे ऐकताना वाटले, की खरेच, माणसाला काही ध्येय-इर्षा असलीच पाहिजे. मोटार धावायला पेट्रोल लागावे, दिवा पेटायला तेलाची गरज वाटावी तशीच मानवी देह हालता-बोलता असायला कसल्यातरी जीवनाची आवश्यकता वाटलीच पाहिजे. सुप्त अशी का होईना पण एक सतत ताप देणारी, जिवंत राखणारी, सुसंस्कृत बनवणारी कसलीतरी प्रेरणा देहात– रक्तात मनात– माणसाने बाळगलीच पाहिजे, एरवी कामकुडांत सडत पडावयाचे आणि पशूप्रमाणे वीण वाढवून धरणीला भारभूत व्हावयाचे, हाच आपला देहधर्म काय?

महात्माजींची शांत-वत्सल अशी मूर्ती निर्वाणीसाठी खडी होताना पाहिली. तेव्हा अगदी आतून-अंतरगांतून काहीतरी खळबळून उठतेसे वाटले. क्षणभरापूर्वी चंद्रकिरणात हसणारच्या-नाचणाऱ्या लाटांनी अकस्मात खळबळून उठावे नि किनारा झोडपून काढावा तसे मनाचे होऊ लागले.

''करेंगे या मरेंगे'' हे तेजस्वी शब्द अंतःकरणात शिरले मात्र, रक्त नसा फोडून बाहेर येतेसे वाटू लागले. हृदयावरच्या भागाचे कामच संपले. त्या अभिनिवेशात आई-नाना-शीला सारी कुठे दिसेचना? असा सुसाट वारा सुटला की पुढे काय आहे, हे दिसेनाच. धुळीने सारे जग व्यापले-डोळे जड झाले-धुंद झाले-अंध झाले. शेजारची प्रिय माणसेहि दिसेनात-

वावटळ संपताच कळून चुकले की प्रिय अशा आपल्या सर्व प्रीतीच्या माणसांना आपण कायमचे मुकलो आहोत.

पण ही वावटळ उठवली कुणी?

''फक्त आठ दिवसातच भारत आझाद होईल''

''चले जाव-''

''करेंगे या मरेंगे.''

''ब्रिटिशांची सत्ता संपली. राज्य यापुढे जनतेचे''

या साऱ्या भावनोत्कट आरोळ्या कुणाच्या?

अपयशाची खोल गर्ता पुढे दिसत असूनही आपल्या प्रतिष्ठेची आब राखण्यासाठी पुढाऱ्यांनी आमच्या प्राणावरच उदार होऊन या गर्जना केल्या. त्यांना मात्र साधी जखमही जाली नाही. अविवेकी मनाची माथी भडकवून टाकणारे हे अनर्थवाहक शब्द हीच यांच्या प्रतिष्ठेची, पुढारीपणाची शस्त्रे. तेच पुढारी आज विराट हास्य करून सत्य, अहिंसा, विश्वबंधुत्व असा बकवा करीत पुढारीपण जगवीत आहेत; आणि आपल्या अनुयायांचे अनुयायित्व नाकारीत आहेत. साऱ्या भरतखंडांत माजलेल्या झंझावातात, लाठीमाऱ्यात, अत्याचारांत सापडलेल्या तरुण, निष्पाप नि एकनिष्ठ अशा शेकडो जीवांच्या रक्ताच्या चिळकांड्यांनी ज्यांचे मुख माखलेले आहे, त्यांनी विराट हास्य करून अहिंसेची महती गावयाची, आपल्याच आदेशाने झालेल्या स्वातंत्र्यासंगरांतील अपयशाची जबाबदारी नाकारावयाची, यापरता अधमपणा तो काय?

असे पुढारी एकनिष्ठ-सच्च्या दिलांच्या अशा राष्ट्रभक्तांच्या प्रेतांवरून चढत चढतच लोकप्रियतेच्या शिखरावर जात असले पाहिजेत.

अशांना?-

अशांना?

मनातल्या भयंकर विचाराने तो एकदम भांबावला-घाबरला. ओलावत्या निढळावरून त्याने आपला तळहात फिरवला.

त्याच्या तापलेल्या मस्तकावर फिरणारा थंड करस्पर्श जाणवल्यामुळे त्याने डोळे उघडण्याचा यत्न केला. त्यामागोमाग आलेली एक नाजूक अशी हाकही कर्णमार्गाने सरकत सरकन त्याच्या मस्तकापर्यंत पोहोचली. डोळे उघताच त्याने पाहिले, तो एक मुलगी उभी होती.

डोळ्यांच्या उघडझापीमुळे त्याने पुन्हा नीट निरखून पाहिले. नि नजरेने प्रश्न केला-"आपण कोण बरे?-मी ओळखले नाही हो आपल्याला?"

त्या मुलीने त्या प्रश्नाला उत्तर देण्याऐवजी मान फिरवून शेजारच्या कॉटकडे नजर वळवली- त्याचबरोबर त्यानेही आपली मान त्या दिशेने वळवली. बापू मोघे– त्याच्या शेजारील रुग्ण, त्यांच्याकडे हसतमुखाने पाहात होता– त्याच्या डोळ्यांतील सूचकतेमुळे झटकन त्याच्या लक्षात साऱ्या गोष्टी आल्या नि तो म्हणाला- "श्यामाताई- होय नं?"

ती मुलगी हसली-नि म्हणाली-"तुम्हाला हो काय ठाऊक?"

जरा मोठ्याने हसत तो म्हणाला-"अहो, सारा दिवस नि रात्र तुमचे पुराण ऐकवत होता ना हा मला. तुमचा चेहरा; वागणे; बोलणे-पाहाणे इतकेच नव्हे तर नजरेतील भावार्थ, कपड्याची ठेवण याविषयी त्याने इतक्या बारकाईने मला गोष्टन् गोष्ट सांगितली होती, की तुम्हाला पाहण्यापूर्वीच मी तुम्हाला पाहून घेतले होते."

"हो का रे बापू?"

आणि एका निर्दोष मनमोकळे हास्यात त्यांचा परिचयविधी पार पडला.

चारच दिवसांपूर्वी मिरज- बेळगावच्या झालेल्या अपघातात बापू मोघे जखमी झाला होता. आणि औषधोपचारासाठी जवळच्या म्हणून इथेच हॉपिस्टलात आणला गेला. दिवसाभराने भोवतालचे दिसू लागल्यानंतर एक चाळा म्हणून त्याने परिचयार्थ नजरेने सतीशला न्याहाळले– आणि बास! साता जन्माचे सोबती असल्यागत बापू आपल्या जीवितसंगीतातील नाजूक सुरावटी सतीशला ऐकवू लागला. आपल्या वाग्दत्त वधूबद्दल– श्यामाबद्दल– त्याने काही म्हणून सांगायचे ठेवले नाही. त्याचे लग्न मुंबईला विल्सनमध्येच ठरले. वडिलधाऱ्यांनी मान्यता दिली. परीक्षा आटोपताच नागपुरी श्यामा आता कोल्हापुरी होऊन येणार होती-

मधेच तो अपघात झाला-

आणि तो झाल्याचे कळताच मावशीच्या लग्नासाठी नागपूरला गेलेली श्यामा लग्न अर्धवट टाकून परतली होती.

त्या जाणीवेने सतीशच्या हृदयात काहीतरी सलू लागले. आपल्या जीवनातले अपूर्णत्व त्याला पुरते पटले- नि त्याला शीलाची- त्याच्या लाडक्या शीलाची आठवण झाली. बंधारा फुटल्यावर, प्रिय सागराचा प्रतिशोध करणाऱ्या सरितेचा जळफळाट त्याच्या अंत:करणात निर्माण झाला. ती वेडी, अल्लड, भोळी शीला कसल्या एकनिष्ठेने आपल्यावर प्रतिवर्षाव करीत होती. जिच्या लोभस नेत्रांतून-सात्त्विक हास्यातून-नि सावळ्या देहकांतीतून आपल्या प्रतिमा उमटताना पाहात आपण एकेकाळी धन्यता मानीत होतो, तिच्या कोणत्याही हालचालीतून आपल्याविषयीची आसक्ती प्रतीत होई. बाल्यातून शैशवात नि शैशवातून यौवनात तिच्या हातात हात घालून आपण प्रवेश केला. फुलांचे निर्मलत्व, सरितेचा प्रवाह, संगीताच्या सुरेल स्वरमाला, उमलत्या कलिकेचा विकास, उगवतीचा चंद्रमा-आपण सारे सारे बरोबरच अनुभवले, जीवितातील सारे, सूक्ष्मतम विचार-विकार-मानवी देहाचा नि मनाचा विकास बरोबरीने आपर अनुभवला– नि..

पण यौवनात येऊन पोहोचलो मात्र, तीच आपली जीवनसाथी आपल्याला साथीला नकोशी वाटू लागली. ते आपले सहजीवन आपल्याला आठवेनासे झाले. कसल्या विलक्षण उन्मादक शक्तीने आपण भारलो कुणास ठाऊक? तिच्या हातातून, त्या रसरसशीत पण चिमुकल्या बोटांची गुंफण तोडून आपण हात हिसकावून घेतला नि तिला एकाकी सोडून दिले.

आता कळून चुकले की एकाकी ती नाही- आपण आहोत.

-०-

गतजीवनाचे एक एक चित्र त्याच्यापुढे जागे होऊ लागले.

त्याची साधीभोळी आई-आपल्या वडिलांचा-जमदग्नीचाच रोष पत्करूनसुद्धा आपल्याला भेटण्याचा घोश घेऊन बसलेली त्याला दिसू लागली. नेहमी कधीही हट्ट न करणाऱ्या माणसाचा आकस्मिक वैताग धारण करून तिने अन्न पाणी सोडले असावे- तो आईला म्हणाला, "आई " जड आवाजात पुढे पुटपुटला, "रागावू नकोस बघ आई- अग मी मुद्दामच भाग घेतला नाही का बरं या युद्धात? तुला अभिमान वाटेल- होय की नाही? नि इतर बायामाणसात छाती फुलवून तू

सांग, की बागनेटाची धार जाणवली तरीसुद्धा तुझ्या लाडक्या सतीशने माघार घेतला नाही नि ध्वज सोडला नाही-''

नि मग दिसत नाना- त्याचे वडील. कॉंग्रेसच्या राजकारणाशी वैर करण्यात उभी हयात काढणाऱ्या माणसाला आपला मुलगा ९ ऑगस्ट क्रांतीत सामील झालेला पाहून काय वाटेल? आधीच मनस्वी तामसीपणा नि त्यात कीर्तीला आलेला काळिमा! ते त्याला दिसू लागले ते अनिवार संतापाने किंचित वेडे झालेलेच! तरीसुद्धा सतीश शांत होता. नम्रता- त्याच्या स्वभावधर्माला विसंगत वाटणारी नम्रता- पत्करून तो पुटपुटला, ''नाना, माझ्याविषयीच्या तुमच्या अपेक्षांचा मी भंग केला हे खरे. पण मी कधीच त्याबद्दल क्षमा मागणार नाही कुणाची! काहीसुद्धा मी वाईट केले नाही. आईला वाटतं मी लग्न करावे नि सूनमुख लवकर दिसावं, तुम्हाला वाटे मुलाने I.C.S.व्हावे, निदान खूप शिकावं, नोकरी करावी, सरकारदरबारी मान्यता मिळवावी; इतर साऱ्यांना वाटे, की त्यांच्यासाठी थोडंतरी मी झिजावं; पण काय हो? मला माझ्यासाठी काहीसुद्धा वाटू नये का? माझा मी कुणीच नाही का? माझ्या मायभूमीचे मला काहीच ऋण नाही काय? छे; सामान्य सुखाच्या तुमच्या कल्पनांशी माझं कधीच सहमत व्हायचे नाही. नाना-माझा धर्म निराळा- नव्हे मीच निराळा.''

ते चित्रही अदृश्य झाले. आणि मग! शीला-

त्याच्या एकेकाळच्या प्रियेच्या श्यामल, लोभस पण बंडखोर मूर्तीने त्याच्या स्वप्नभूमीवर प्रवेश केला. तिच्या नेत्रात सरितेचा प्रवाही अवखळपणा होता.

ती आपल्या मंद गतीने त्याच्या कॉटपाशी आली. त्याला विस्मय वाटला. प्रथम ती हसली-

पण त्याची निर्विकार मुद्रा पाहून तिचे हसू मावळले. खिन्न मुद्रेने तिने विचारले-''अजून का रे राग धरलास? कुठे एकाकी पळून गेलास? शोध काढीत इथपर्यंत आले म्हणून रागवलास होय माझ्यावर? या तुझ्या अवस्थेत देखील मी यायला नको होते तुझ्यामागे, होय सतीश? अजून सुद्धा का रागवणार?''

त्याला उत्तर सुचेना, ''मी-मी– वेडी कुठची– मी ग कोण तुझ्यावर रागवणार? उलट तूच– तूच''

आणि तो उठू लागला.

त्याला उठता येईना. तो खाली पडला. आणि त्याला जाग आली.

त्याने डोळे उघडून पाहिले तरीही तीच कमनीय आकृती त्याच्याकडे

आपुलकीने- लोभस नेत्र लावून उभी होती. डोळे चोळचोळून त्याने पाहिले- "खरं- म्हणजे खरंच तू?"

पहाटेचा अंधुक प्रकाश हॉस्पिटलच्या आवारात दिसू लागला होता. गरम चहाच्या कपावर वाफांचे आवरण असावे नि काचेच्या पेल्यातून ते किंचित निळेकाळे भासावे तसेच काहीसे आता वाटत होते. त्या अपुऱ्या प्रकाशात सुद्धा त्याला शीलाची ओळख पटली. ओळख पटताच त्याच्या मुद्रेवर प्रसन्नता झळकली.

कुणीतरी खोल अशा विहिरीतून बोलावे तसे त्याला काहीसे ऐकू येत होते, "सतीश, ओळखलंस तरी का मला?" आपण ऐकतो आहोत ते सत्य की स्वप्न याचा त्याला अंदाज येईना. तिच्या सडपातळ रसरशीत बोटांचा स्पर्श त्याच्या मुखाला झाला. उन्मादामुळे त्याच्या वाणीचा नि भावनांचा वेग एक होईना. तो गहिवर त्याने तिचा हात आपल्या हातात घेऊन व्यक्त केला, आणि त्या अनावर भावना संयमात आल्यावर तो बोलू लागला, "शीला- तू? खरं सुद्धा वाटत नाही ग मला. का अजून स्वप्नच आहे हे? अं? शीला, कशी आलीस इथे? कुणी सांगितले तुला? खूप खूप बोल."

तिच्या डोळ्यांतले अश्रू त्याच्या डोळ्यांत मिळाले. मनुष्याचे तोंड जितके बोलते त्यापेक्षा डोळे अधिक बोलके असतात. नि ते खरं खरं बोलून टाकतात.

कुणीतरी येताना चाहूल लागल्यामुळे किंचित दूर सरकत ती म्हणाली, "काय अवस्था झालीय बघ तुझी! मला कळवावेसे सुद्धा वाटलं नाही का रे तुला?"

"कोणत्या तोंडाने कळवू तुला, की मी पस्तावलो नि आता या अवस्थेत पूर्वीचा सारा अपराध पोटात घालून तू माझ्या सेवेला ये म्हणून? तुझा अपराध नव्हता- पण अकस्मात तुझा त्याग करून मी पळ काढला. तुला विश्वासात घेतले नाही. मी काय करणार आहे हे सांगितले नाही. मला भीती वाटे, स्त्री जात भित्री आहे, माझ्या पौरुषाच्या देशप्रीतीच्या मार्गावर तिची मला अडचण होईल- म्हणून, म्हणून-"

"स्त्री म्हणजे काय हे तरी कळलय कारे तुला?--आई नि मी यांच्याखेरीज कोणती स्त्री तुझ्या आयुष्यात आली आहे रे? कसल्या विकृत नि विचित्र कल्पना घेऊन बसला आहेत डोक्यात? स्त्री सामान्यत: भित्री असते हे तर खरंच, पण आपला प्रियकर हट्टीपणाने अविवेकाच्या मार्गाकडे गेल्यावाचून राहातच नाही असे कळल्यावर मात्र तिचे भित्रेपण संपते. कुठल्याही पुरुषापेक्षा अशा वेळी

स्त्रीचेच वागणे अंती शहाणपणाचे ठरते. मला ज्या परिस्थितीत तू सोडून गेलास त्या परिस्थितीत तू असतात, तरी काय केले असतेस? तुला विरोध करण्यात मला तुझी जन्माची वैरीण व्हावे लागले असते'' एवढे बोलून ती हसली.

''शीला, शीला- मेलेल्याला मारण्यात काय अर्थ आहे?''

ती एकदम गंभीर झाली-नि त्याच्या तोंडावर तिने हात ठेवला. ती म्हणाली, ''माझा म्हणण्याचा तसा आशय मुळीच नव्हता. मला तुझा अभिमानच वाटेल नि वाटतो. मात्र मला तुझ्यात घडत जाणारे फरक कळत असूनही मी तुला तुझ्या ध्येयपथापासून अडविले नाही. देशसेवेचे कंकण बांधणाऱ्या आपल्या प्रिय पुरुषाला साथ देता न येणे यासारखी दुर्भाग्याची कोणतीही गोष्ट नाही; नि त्या अभिप्रायाने आम्ही बहुसंख्या स्त्रिया दुर्भागीच आहोत. पण निदानपक्षी तुझ्या मार्गावरची अडगळ न होण्याइतका विवेक मनाला मी शिकवला. माझा निरोप घ्यावयास म्हणून ज्या दिवशी तू आलास त्यावेळी तुझी मन:स्थिती कुणाही चाणाक्ष पोरीच्या लक्षात आली असती. पण मी आपणहून विषय टाळला. दोन जीवांचा संसार करण्याकरताच माझ्या तुरुंगात– तुला मी डांबून ठेवणार नाही- अजून सुद्धा सांगते सतीश, केवळ तू आजारीच पडलास म्हणून मी धाव घेतली; तू सांगशील तेव्हा मी निघून जाईन.''

सतीशने तिचा हात ओढून घेतला नि तो हृदयावर ठेवीत तो म्हणाला, ''नाही- माझी चूक झाली होती, मला क्षमा कर.''

''नाही सतीश- तुझे अंत:करण मी चांगले ओळखते. तुझ्या हातात हात घालून गोकुळेच्या किनारी उड्या मारताना- पानमळ्यातून गाणी गात फिरताना माझे लक्ष सतत तुझ्या डोळ्यांकडे असे. नि त्यातून व्यक्त होणारी तुझी बंडखोर वृत्ती मला इतकी आवडे की तुझी आठवण झाली की मी सुद्धा बंडखोरीचे विचार बोलू लागते. बापूंशी इथे येण्याकरिता भांडले ते सुद्धा त्यामुळेच की''-

''मग बापू काय म्हणाले?'' तो किंचित हसून म्हणाला.

''त्यांनी सांगितलं आहे, आमच्या बंडखोर राजद्रोही जावयाना या म्हणावं आता; चांगले बरे व्हा नि मग खुशाल पुन्हा फरारी व्हा– देशभक्ती करा-- राजकारण करा-''

सतीशच्या डोळ्याच्या कडा ओल्या झाल्या. पण किंचित आवेगाने त्याला पुन्हा कठोरता आली नि तो म्हणाला, ''पुन्हा देशभक्ती, कर्तव्य, ध्येय, असे शब्दसुद्धा उच्चारू नयेत असे केव्हा केव्हा वाटते. त्याचा मला अगदी वीट येऊ लागला आहे. एक काळ असा होता की त्यांच्या उच्चाराबरोबर अंगावर

रोमांच उठत. आपल्या देशाशी मी इतका रंगलो होतो की माझे व्यक्तित्व, माझा प्रपंच, माझ्या आवडीनिवडी मी सारं काही विसरून गेलो होतो. पण संपला; तो अज्ञानाचा काळ संपला. मला कळून चुकले आहे की हत्याप्रिय माणसांनी आपल्या रक्तपिपासेला कर्तव्यप्रीती-ध्येयप्रीति-देशसेवा अशी गोड नावे ठेवून लोकांची दिशाभूल केली आहे. मानवतेचा विकास व्हावा म्हणून रक्ताची शिंपण फार थोड्यावेळा होते. जी मोठाली हत्याकांडे घडली ती स्वार्थासाठी-लोभासाठी-राक्षसी महत्त्वाकांक्षेसाठीच घडली. खरंच, ध्येये, कर्तव्य, देशसेवा या साऱ्या ढोंगाला मी फसलो-''

''शी:! शी: असे बोलू सुद्धा नकोस रे सतीश! तुझी आठवण झाली की ईर्षा-आकांक्षा-उत्साह या गोष्टी पुढे उभ्या राहातात. तुझी जी एकदा एक त्यागमयी मूर्ती माझ्या मनात उभी आहे, तिला भंगवू नकोस. तू तुझ्या अपयशाच्या धक्क्याने हादरला आहेस. तुझ्या ध्येयप्रवण मनाने उलट खाल्लेली आहे. कारण, अनावर श्रमाने ते क्षीण झालेले आहे. त्यावर आता एकच औषध आहे.''

''कोणते?''

''सहानुभूतीचे- प्रीतीचे! तुला लहान मुलासारखे जपले पाहिजे, वाढवले पाहिजे. देह न् मन विकासण्यासाठी लहान मुलाच्या भोवती जसा वात्सल्याचा जागता पाहारा ठेवावा लागतो, तसाच तुझ्या बंडखोरीच्या जागृतीला चालना देण्यासाठी मला ठेवला पाहिजे. रक्त-घातपात-गर्जना याऐवजी अश्रू, नाजूक स्पर्श, नि गोड गाणे यांची तुला आवश्यकता आहे. थोडक्यात म्हणजे सव्वीस वर्षांच्या एका छोकऱ्याला थोपटून निजवायचे, वाढवायचे, खेळवायचे काम करायचंय मला-''

तो हसू लागला.

आता प्रकाश चांगलाच पसरू लागला होता. कितीतरी दिवसात शीला त्याला डोळे भरून पाहावयास मिळाली नव्हती. किती वेगळी दिसू लागली होती ती. आता कसला तरी गोडवा, कसली तरी जादू तिच्या डोळ्यात उत्पन्न झाली होती. तिचे केस आता लक्षात येण्याइतके लांब झाले होते. पहाटेच्या मंद वाऱ्यावर त्यांपैकी काही काही अवखळ कुंतलं डुलत होती. तिची वस्त्रे प्रावरणे रात्रीच्या प्रवासामुळे मलिन झाली होती पण त्यात पूर्वीसारखा गबाळेपणा उरला नव्हता. ती बोलत होती तेव्हा तिच्याकडेच लक्ष वेधावे असे काहीसे वेगळेच वागणे तिने अंगीकारले होते. मधेच ती बोलायचे थांबे, विचार केल्यासारखा

चेहरा करी, कधी अकारण शरमून जाई, कधी रोखून पाही. रात्रीच्या जागृतीची सारी सारी लक्षणे उमटू लागली होती. रविदर्शनाने बघता बघता कलिकेतून टपोरे फूल निर्माण होणार असल्याच्या ललकाऱ्या आल्या म्हणावयाच्या.

क्षणभर दोघेही स्तब्ध झाले, अकारणच, नि एकदम तो बोलू लागला,

"पण शीला, तुला ठाऊक आहे का?"

"काय?"

"मी कायमचा पायात अधू राहाण्याचा संभव आहे असं घारपुऱ्यांनी काल सांगताना मी ऐकलंय, खरंच, तुझ्यासारख्या गोड-मधुर मुलीने माझ्यासारख्या पंगू माणसाशी का म्हणून संसार मांडायचा, नि तो का, तर बालपणच्या केवळ हसण्यावारी मानलेल्या पती-पत्नीच्या नात्यामुळे? खरंच, हा अविचार तुला मी करून देता कामा नये. नि बापूसुद्धा माझ्यासारखंच म्हणतील."

शीला हसली-आवाज न काढता अगदी मनमुराद हसली. त्यातून जाणवावा म्हणून निघणारा उपाहासाचा सूर लक्षात येताच सतीशचे वदन खिन्न झाले. शीला म्हणाली, "मला वाटलंच होतं तू अस म्हणशील असे!"

"ते का?"

"तुम्हा पुरुषांना स्वार्थत्यागाचे ढोंग करायची सवयच लागलेली असते. अगदी मनातून सांग, तुझ्याशी मी, नि माझ्याशी तू चिरंजीव निगडित रहावं अशी जागृत जाणीव तुझ्या मनात आहे की नाही-?"

"हो. पण तुझ्या सुखाचा विचार करता..."

"माझ्या सुखाची काहीच का कल्पना मला नाही? नि वेड्या, असा विचार कर, तू असा भावनाविवश. उद्या लग्न झाल्यावर तू चळवळीत भाग घेऊन जखमी होतास तर मी-नि बापू तरी काय, काय करणार होतो रे?" तिच्या नेत्रात अश्रू जमा होण्याच्या बेतात आले. अभ्रे दाटून येताच चंद्र फिका पडावा, तसाच तिचा मुखचंद्र दिसू लागला. "लग्न व्हायला अक्षता पडण्याचीच फक्त गरज असते होय?"

काय बोलावे हे त्याला सुचेना नि म्हणूनच की काय कुणास ठाऊक, त्याच्याही डोळ्यांतून अश्रू गळू लागले. नि तो म्हणाला,-

"क्षमा कर मला; मी चुकलो."

"पुन्हा असले बोलू नकोस बघ- कसली चूक, कसली क्षमा?"

"तसे नव्हे शीला. मीच नव्हे, किती तरी तरुण माझ्याप्रमाणे फसले, भुलले. भ्रष्ट पुढारीपणाच्या रोमहर्षक कार्यक्रमाला फसून त्यांनी आपल्या जीवनाचा

त्याग केला, त्या साऱ्या त्यागाची किंमत काय झाली?'' क्षणभर तो स्तब्ध झाला, ''ते पाहिलेस समोर?'' खिडकीतून सरळ बाहेर पाहात समोरच्या अपुऱ्या इमारतीकडे बोट दाखवीत तो बोलू लागला. ''ते पाहा, पायात गाडले जाणारे शेकडो दगड! जगाच्या दृष्टीआडच रहायचे त्यांच्या नशिबी का यावे? त्यांची कुणाला आठवण तरी होईल का?''

त्याला अडथळा आणल्यासारख्या स्वरात तीव्रतेने ती म्हणाली, ''कीर्तीसाठी, भलेपणासाठी, का मोठेपणाच्या लालचीने तू चळवळीत पडला होतास?''

''नाही ग शीला- मुळीच नाही. तसे असते तर क्षणोक्षणी आपले पवित्रे बदलणाऱ्या पुढारीपणाबरोबर मीही बदललो असतो. पण मी निश्चयी आहे, मला मोठेपणा नको, भलेपणा त्याहून नको! हवा आहे विश्वासू, खराखुरा पुढारीपणाचा आधार!''

ती मंद हसली. तिचे मस्तक उन्नत झाले. कुणाच्याही लक्षात आले असते की वाऱ्याने फुगलेल्या शिडाप्रमाणे तिचे अंत:करण आनंदाने-अभिमानाने फुगले आहे. तिची मानसनौका डौलाने नाचत होती. बंदरात अडकून पडलेल्या नावेला दरियाच्या बेफाट वाऱ्याने वेड लागले होते.

''खरंच, मला वाटलं तितका वैतागला नाहीस तर तू. खरं आहे, तू म्हणतोस ते! तुझा मार्ग चुकला, पण त्याग हा कधीच फुकट जात नाही. हे असे सामाजिक नि राजकीय प्रयोग राष्ट्राच्या इतिहासात हरघडी चालत असतात, त्यात तुझ्यासारख्या एखाददुसऱ्या व्यक्तीच्या सुखदु:खाची तमा नसते. तुझा मार्ग चुकला असला, तर तो सुधारता येईल, माणसाची ईर्षा जोपर्यंत माणूस जिवंत आहे, तोपर्यंत माणूस कधीच मरत नाही.

''नि हे बघ- तुला जे फुकट गेल्यासारखे वाटते आहे ते खरोखरीच फुकट गेलंय की काय? छे, छे; तुझ्या उदाहरणाचा धडा कितीतरी तरुणांनी घेतला असेल. खरा ध्येयवाद- पवित्र पुढारीपण निवडून घेताना तुझा इतिहास त्यांना समजेल- ते आपला मार्ग चुकणार नाहीत; पुढारी चुकणार नाहीत. एरवी तुझ्यासारख्या तरुणाबरोबर ते असंख्य लोक असेच फसत आले असते.''

सतीश शांत होऊ लागला. त्याने डोळे मिटले. ती पुढे बोलू लागली, ''तीच इमारत पहा ना! हे जगाच्या नजरेआड झालेले आणि त्यामुळे खिन्न झालेले पायाचे दगड, उद्या इमारत पुरी उभी झाली म्हणजे उन्माद पावतील, हर्षित होतील. कारण त्यांना कळून चुकले की रविकराच्या प्रकाशात तळपणाऱ्या शिखरांना आपला घट्ट आधार आहे म्हणूनच ते तसे उभे आहेत.''

सतीशच्या मन:चक्षूंपुढे एक उंच उंच इमारत दिसू लागली. उंच नि विशाल. तिचे सुवर्णशिखर सुरूच्या झाडाप्रमाणे ताठ राहून लकाकत होते. मात्र एक चिमुकला दगड खोल खोल पायात खिन्नतेने बसला होता. किती किती खोल!

पण इतक्यात त्याची नजर कळसाकडे गेली. खरंच तो उन्मादला, मोठ्या गर्वाने- ताठ्याने मान उंचावून जगाला हिणवणाऱ्या शुद्धीप्रमाणे हे सुवर्णमंदिर- हा मनोरा इतरांहून निराळेपणाने डोलत होता.

''कुठून आला या मनोऱ्याला ताठा?''

त्याने स्वत:कडे पाहिले. त्याला उत्तर मिळाले.

वर दिसणाऱ्या यशामागे जो अपयशी त्याग उभा असतो तो अगदीच ठाकाऊ नसतो तर एकूण! खरंच... खरंच!

निर्जीव झालेल्या त्याच्या सुप्त शक्ती जागृत होत आहेत असे त्याला वाटले. त्याने शीलाचा हात घट्ट हातात घेतला आणि मोठ्या उन्मादाने तो म्हणाला.

''शील-शील-हे बघ– ते बघितलंस का? उंच, उंच मनोरा बघ ना.''

समोर बघण्याजोगे काहीच नसून, जे काही होते ते सारे सजीव सचेतन झालेल्या सतीशच्या डोळ्यांतच आहे हे तिच्या अनुभवाला आले.

-०-०-०-

पंधरा । गोमंतकाचे वैभव

पणजीच्या रोखाने वायुगतीने मोटार निघाली.

रस्त्याच्या दोन्ही बाजूला घनदाट जंगल होते अन् चंद्राच्या अंधुक प्रकाशात एक विरल आवरण त्यावर पसरून राहिलेले होते. थंड असा वारा अंगाला बोचत होता. तरी पण बाहेर खुले असलेले अनुपम वैभव पाहण्याचा मोह टाळता येण्याजोगा नव्हता. दोन डोंगरांच्या चिंचोळ्या दरीतून गिरिशिखरावर चढत जाऊन अदृश्य होणारी ती प्रदीर्घ अन् काळीभोर सडक पाहताना आपला केशपाश मोठ्या डौलाने आपल्या उन्मत्त उरोजांच्या पोकळीत स्थिर करणाऱ्या बांधेसूद युवतीची मला आठवण झाली. खाडी किनाऱ्यावर लावलेल्या नारळीच्या विस्तीर्ण वृक्षराजीकडे पाहून सागराला अभिवादन करणाऱ्या ऋषिकुमारांच्या मेळाव्याची आठवण होण्यासारखी होती. तीव्रतर तपश्चर्येनं काष्ठवत् झालेली त्यांची शरीरे, अनिलस्पर्शाने हवी तशी बागडणारी त्यांच्या केसांची झुलपे, अन् अल्पशा धक्क्यानं कंपायमान होणारी त्यांची काया...

पणजीच्या स्टँडवर मोटार आल्याचे मांडवीने सुचवले. किंचित जड अंत:करणाने मीही खाली उतरलो. काजूच्या विशाल बागांनी भरलेल्या डोंगर उतरणी अन् नारळीच्या-सुपारीच्या वृक्षांनी भूतळ दडवून टाकणारा सागरकाठ- दोन्ही मागे गेले- पण किती स्मृति त्यांनी मागे ठेवल्या होत्या- ज्यावरची लालभडक काजूफळं मी मनमुराद खाल्ली ते बेत्तू भंडाऱ्याच्या दारचं काजूचं झाड– त्याची सागराच्या लाटेसारखी अवखळ पोर मीरा– आणि जिच्या गोड पाहुणचारानं माझं हृदय कायमच भरून राहील अशी त्याची पत्नी सावित्री; यांची चित्रं मला मन:पटलावरून पुसता येणार नाहीत. अशा स्मृती हेच माझं वैभव..

जेवण आटोपून मी मांडवीच्या काठानं फिरण्यासाठी निघालो. चंद्र वर

येऊ लागला होता. त्याच्या प्रकाशातच असंख्य विद्युत्दीप प्रकाशत होते. मांडवीच्या बांधावर कित्येक गुलहौशी जोडपी प्रीतीच्या कानगोष्टी करत- ऐकवत होती- आपला मित्रपरिवार घेऊन गप्पागोष्टी करणारा तरुणांचा वर्गही मधून मधून दिसत होताच. सारं वातावरण कसं उन्मादक होतं!

मी तसाच पुढे चाललो होतो.

मी धूम्रपानाचा काही फार शौकीन आहे असं मुळीच नाही. पण कशाशी तरी एकरूप होण्यासाठी मला ह्या माझ्या धवलसखीचा सहवास अवश्य लागे. मी खिसे चाचपले. दोन्ही खिशात सिगारेट्स भरपूर होत्या. इतकेच नव्हे तर त्या चांगल्या उंचीपैकी होत्या. मुद्दाम डिसोझाच्या बारमध्ये जायचं पत्करून देखील मी त्या खरीदल्या होत्या. पण सिगारेट्स कितीही उंची असल्या तरी त्या पेटवायला लाइटर- आगपेटी काहीतरी साधन हवंच की नाही-

अन् म्हणून परटाला कपडे देताना ज्या काळजीनं खिसे चाचपतो त्याच तत्परतेने मी आज खिसे चाचपले. पण छे! आयत्या वेळेस हवी ती वस्तू गवसणे उंबराच्या फुलांइतकंच, कॉलेजातल्या मुलींच्या सौजन्याइतकंच, असंभाव्य!-

मनाचा तीव्रतर संताप करून घेतला. असल्या शांत एकांतात आपल्या प्रिय सहचरीचं– आणि ती देखील तयार असताना– चुंबनसौख्य आस्वादता येऊ नये या परतं दु:ख कोणते?-

कुणाचा तरी धक्का लागल्याने मला जे काय वाटत होतं ते वास्तवात यायचे राहून गेले. मी चांगलाच संतापलो मनातून. मघा लाइटरविना सिगारेट पडून होती. नि आता लाइटर मिळाला तरी तिला ओढता येऊ नये अशा अवस्थेत ती जाऊन पोहोचली होती. शिवराळ भाषेत काही पुणेरी अपशब्द ऐकवावेत असा विचार मनात आला. पण तसं घडलं नाही. कारण दिलगिरीच्या स्वरात तो म्हणाला-"माफ करा-" त्याच्या एवढ्या चुकीचा फायदा घेऊन त्याच्याजवळ आगपेटीची याचना केली. आणि थोड्या वेळानेच डिसोझाच्या बार मधल्या दोन सिगारेटस एका बाकावर, दोन मुखांतून धूम्रवलये सोडत कितीतरी वेळ बसल्या होत्या. थोड्या वेळाने सिगारेट फेकून देऊन तो बोलू लागला.

"तुमचा माझा परिचय नाही. एवढेच नव्हे तर पुन्हा आपण भेटूच असंही नाही. तुमची मला फार फार आठवण राहील. कारण तुम्ही जशी आज मला एक सिगार अनाहूतपणे नजर केलीत तशीच पूर्वी- दहा वर्ष झाली त्या गोष्टीला- पुण्याला कॉलेजात असताना- माझ्या एका मित्रानं मला नजर केली होती. गेली दहा वर्षं तो मला भेटला नाही, पण तेव्हाच्या त्या धूम्रवलयातून मित्रप्रेमाचा

वर्षाव करणारे त्याचे निळसर डोळे अजूनही मला स्पष्ट दिसताहेत. असं कशाला, तोच मित्र माझ्या जवळ बसून आज पुन्हा ही धूम्रवलये सोडत आहे. त्याचं नाव-नाव सांगायला पाहिजे– गजानन...''बोलता बोलता झटकन् त्याने मला ओळखले.

मी आवेगाने त्याचे हात घट्ट पकडले. होय. ज्याला दहा वर्षांपूर्वी मी अनाहूतापणे सिगार दिली होती तोच हा प्रभा. त्या सिगारच्या धूम्रवलयांनी दोन मित्रांची हृदये व्यापून टाकली होती. दहा वर्षांचा दीर्घ कालावधी आम्हा मित्रांमधून निघून गेला होता. पण त्याचा प्रभावर मुळीच हात फिरला नव्हता. तीच निर्भय दृष्टी– तोच हसरा चेहरा- तीच बारीक अंगलट- पण सर्वांहून आकर्षक असणारे त्याचे भेदक नेत्र. अशांत-खळबळ-तळमळ प्रतीत करणारी त्याची भेदक दृष्टी-सारं पूर्वीचंच...

सुखद अशा या अकस्मात भेटीनं मी किंचित गांगरून गेलो. पूर्वीचा आपलेपणा परत यायला थोडासा वेळ लागला. मधे उभी राहिलेली दहा वर्षांची भिंत प्रभाकराच्या दृष्टीनं क्षुल्लक असली तरी मला तिचा छेद करायला बराच अवधी लागला. दहा वर्षांच्या अनेक गुप्त गोष्टी मला त्याच्याकडून ऐकायच्या होत्या व त्याला ऐकवावयाच्या होत्या.

''प्रभा,'' मी म्हणालो, ''दहा वर्षांनी देखील तू मला ओळखावंस हेच नवल खरं. मी किती बदललोय याची कल्पना नसेल तुला. माझ्यासारख्या माणसाच्या आयुष्यात काय नवीन घडायचंय? लग्न करणं भाग पडलं-मूल झालं- आणि ती दोघंही मरून गेली. असं काय प्रेम होतं म्हणा आम्हां नवराबायकोत? खूप भांडणं झाली आमची. तीही सुटली, एका परीनं मीही सुटलो. आता कसलंही बंधन राहिलेलं नाही. मी आणि माझे रसायनाचे प्रयोग! संपली दहा वर्ष इतक्यात. कुठे खड्ड नाही. बस्स, खलास. दिवसामागून दिवस चाललेले. आज उमगलं, दहा वर्षं झाली त्या गोष्टीला. म्हणून मन सारखं अशांत राहते. धंद्यात लक्ष घालायचा यत्न करतो, पण सारखं चुकतं, रसायने बिघडतात. मग कुठंतरी भटकायला निघतो. कधी कधी लवकर परत येतो. तसाच इथं आलोय. मन अजून तृप्त झालं नाही-

''पण भय्या, काय असेल ते कुणास ठाऊक. या भूमीच्या दर्शनानं मन कसं उजळून आलंय. इथलं निसर्गाचं विलोभनीय वैभव न्याहाळताना मन स्थिरावलंसं वाटलं, प्रेम करणारं ना, कुणी माणूस नाही आपल्या जीवितात! नसेना! श्रद्धेतून निर्मिलेला का होईना पण श्री मंगेश तर आहे विसाव्याला. सारा संकुचितपणा, सुखदु:खाच्या काल्पनिक समजुती पार दुरावल्या ह्या वैभवानं-...

“वैभवानं?” किंचित हसून प्रभाकर म्हणाला. “हं, वैभव तर खरंच. पण तू म्हणतोस ते नाही. तुम्ही परके लोक इथं येता, इथल्या निसर्गाचे विराट वैभव पाहता, इथल्या देवालयांच्या प्राकारातलं कलाविलासाचं अनुपम वैभव उपभोगता. पण त्यामुळे एका वैभवाला मात्र कायमचे पारखे होता. ह्या दिलदार, उमद्या अन् विशाल हृदयाच्या शेकडो गोमंतकीयांच्या हृदयात वैभव तुमच्या डोळ्यापुढे उघडे केलेले असते पण अजाणिवेने तुम्ही ते पाहू शकत नाही. कारण निसर्गाच्या साकार भव्य वैभवाची तुमच्या मनावर नि डोळ्यावर झांपड आलेली असते ना... नारळीपेक्षा लवचीक, सागरापेक्षा विशाल अन् आम्रवृक्षाप्रमाणे निर्मल अशी ही शेकडो हृदये तुमच्यासाठी भुकलेली; धर्म-भाषा- संस्कृतीनं फारकत होतेय म्हणून तळमळणारी शेकडो मनं– त्यांच्या हृदयाचं वैभव तुम्ही पाहू शकत नाही- कदाचित मीही पाहू शकलो नसतो-पण-”

कसल्या तरी विचारांनी त्याचं मन अस्थिर झालं असावं. मांडवीच्या अनंत पात्राकडे पाहून तो साऱ्या स्मृतींना आवाहन करीत होता. जशा त्या गवसतील तशा क्रमाने तो सांगत होता. त्याच्या घराच्या दिशेने आम्ही मार्ग आक्रमीत होतो.

“गजानन! हृदयातली सारी तळमळ कुणाला तरी सांगावी म्हणून माझं हृदय अधीर झालं होतं. उपकारांचं ओझं देखील अनेकदा असह्य होतं-चांगुलपण देखील नकोसं वाटतं. तसंच झालंय माझं. कोण कुठचा मी! ह्या साऱ्या माणसांनी माझ्यावर संरक्षणाचं छत्र का धरावं? कुठचे हे लागेबांधे! त्यांचे हे भोळेभाबडे, इमानी, प्रेमळ जीव संगतीत आहेत. त्यांना तोडवत नाही म्हणून मन मारून हे लाचारीचं जिणं देखील मला जगावंसं वाटतंय. म्हणून कित्येकदा वाटतं, ही नारळीची अभिवादन करणारी शेकडो झाडं म्हणजेच गोमंतकीयांचं प्रतीक आहे गजा.

“त्यांपैकीच दोघांनी, जयवंत व रतन या बहीणभावंडांनी, माझ्या आयुष्यात जवळ जवळ एकदमच अनाहूतपणे प्रवेश केला. एका भाविणीच्या पोटी त्यांचा जन्म झाला होता. जन्माला लागलेला हा कलंक दूर व्हावा, त्या पशुवत् जिण्यातून माणसात यावं; या उद्धाराच्या, मानमान्यतेच्या आशेने त्यांचा जीव तळमळत होता. त्यांच्या त्या सहानुभूती अपेक्षिणाऱ्या जीवितानं मला एकाएकी आकर्षून घेलतं- प्रथम जयवंतच्या व्यक्तित्वात, आणि मग रतनच्या सौंदर्याने मला त्यांच्या भोवती स्थिर करून ठेवलं.

“देशासाठी आपण काही एक करावं ह्या जाणिवेनं आम्ही– मी, जयवंत,

डॉक्टर चक्रवर्ती ही सारी मंडळी एका सूत्राखाली-सशस्त्र क्रांतीच्या झेंड्याखाली गोळा झालो होतो. पण माझ्यासारख्या सुखलोलुप, स्त्रैण, सामान्य माणसासाठी असे पवित्र, उग्र आणि भयानक मार्ग नसताताच. तीव्रतर विचारांच्या निकषावर आपली दरएक वागणूक घासून पाहणाऱ्या माझ्यासारख्या सामान्य माणसानं या मार्गानं जायला नकोच होतं!

''दरम्यान रतनचा आणि माझा परिचय वाढत चालला. कोमल रवीच्या दर्शनाने कोवळ्या कळीतून एक टपोरे, भरदार फूल बघताबघता निर्माण व्हावं ना, तसंच झालं होतं आमच्या प्रीतीचं. पण प्रेम करणारी माणसे डोळे मिटून दूध पिणाऱ्या मांजराच्या जातीची असतात. आपण डोळे मिटले म्हणजे लोकही आपल्याकडे डोळेझाक करतात अशी सोईची समजूत असते त्यांची. जयवंतची आमच्यावर तीक्ष्ण नजर होती. मोहाच्या, अविचाराच्या भरात आमच्या प्रीतीच्या मर्यादा उल्लंघिल्या जाऊ नयेत यासाठी त्याने अनेक यत्न केले. पण त्याचा आता काय उपयोग होता? निसर्गानं आपलं काम केलेले होतं. रतनला दिवस गेले होते. एकच मार्ग खुला होता मला. मला त्या ध्येयसाधकाच्या पवित्र, उज्ज्वल मंडलातून दूर करणं--पण...

''क्रांति! सुख, माया, ममता या साऱ्यांना हसतमुखानं पारखं झाल्याखेरीज हा भयानक मार्ग फलच देत नाही मुळी, आणि हा असला त्याग म्हणजे एक चक्रव्यूह आहे. अभिमन्यूच्या तडफेनं त्यात आत शिरता येतं पण बाहेर पडताना द्रोण, कृप, सुयोधन ह्यांच्यासारख्या वीराग्रणींचे प्रहार आपल्या मस्तकावर होत असतात. त्याला मी सुद्धा बळी पडलो असतो कदाचित-

''माझा मुत्यू म्हणजे एकापरीनं रतनचाच मृत्यू होता. आजवर तिनं मनाशी बाळगलेल्या उद्धाराच्या आशा-आकांक्षा अनिर्बंध मातृत्वाच्या विचारासरशी मातीमोल झाल्या असत्या आणि त्या तिच्या सात्त्विक, भोळ्या, कोमल वृत्तीला सहन करवल्या नसत्या. जयवंतला हे सारं दिसत होतं. बहिणीची विफल होणारी प्रीती- विफल होणारं जीवन त्याला बैचेन करीत होतं. जीवन विफल होण्याच्या भीतीसारखा शाप नाही दुसरा तरुण मनाला!

''माझ्या पलायनासाठी मंडळाच्या आज्ञेचा भंग करायचा त्यानं ठरवलं. तो मंडळाचा वरिष्ठ अधिकारी होता. पण मंडळाच्या आज्ञेचे सामर्थ्य, अधिकार अधिक बलिष्ठ होता. त्याने त्या सामर्थ्याचा उघड उघड अपमान केला. आणि जणू त्याला आव्हानच केलं. एका हाती खडग् अन् दुसऱ्या हाती उग्रतर वाटणारी महाकालीची मूर्ति बाळगणाऱ्या क्रांतिदेवतेला व्यक्तीची तमा नव्हती-

पावित्र्याची होती; संख्याबलाची किंमत नव्हती- तपोबलाची होती.

"बहिणीच्या प्रेमासाठी त्यानं सत्वभ्रष्टतेचं मरण स्वीकारलं. देशाच्या इतिहासात तो फितूर, हीन ठरवलापण गेला. माझ्या जीवितात? रतनच्या जीवितात? डॉक्टर चक्रवर्तीचा मार्ग रोखून धरून स्वत:चं बलिदान करणारा जयवंत जर रतनला मिळाला नसता तर माझं– तिच्या प्राणांचंच– तिला बलिदान करावं लागलं असतं. केवढं उपकारांचं ओझं घेऊन मी आणि रतन इंग्रजीतून गोव्यात पळून आलो होतो. मला प्रश्न पडला, इथं गुजराण कशावर करायची? सारा प्रांत नवखा, भाषा देखील नवखीच. माझ्यासारख्या माणसाला काय करता येईल तिथं? अन् जीवाच्या भीतीने अजूनही रतन मला घराबाहेर पडू देत नसे. मग माझं इतक्या चैनीत इथं चाललंय ते कशाच्या आधारावर? जयवंत नि रतन तर भुकेकंगालच होते.

"किती विचित्र त्याग होता तो. आपण तर आजन्म अनीतीत सापडलो आहोत. निदान आपली दूरची भाची- कुणी तरी एक जीव- चांगल्या मार्गी जातोय येवढ्यासाठी कोणीसं हे वैभव माझ्या भोवती निर्माण करून ठेवीत होतं. ज्या नात्याच्या मायेनं तिच्या मावशीनं तिला आग्रहानं विनवलं होतं--"कुलाचाराप्रमाणं वागून सुखी तरी राहशील पोरी!" तीच मावशी एकुलत्या एक भाचीसाठी- तिचा संसार उभा ठेवण्यासाठी अनीतीचा पैसा मुंबईहून आमच्याकडे धाडत होती. हे कळलं तेव्हा विलक्षण चीड यायला लागली माझ्या निराकार जीविताची मला. मनुष्य एकदा तत्त्वभ्रष्ट झाला की अगतिक होऊन पुरा भ्रष्ट होईतो तो वाहवतच जातो. वाटे, या जिण्याचा शेवट करावा. पण रतनसाठी मन घोटाळे. मावशींनी- जयवंतानं कुणासाठी त्याग केला? ही सारी मंगल, पवित्र माणसं– त्यांच्या अमाप उदारतेने आम्ही जिवंत आहोत-सुखी आहोत. असल्या विशाल हृदयांच्या वैभवाने इथली वनश्री पुलकित होते; इथल्या देवमाणसांच्या कृतींनी उपकृत झालेले माझ्यासारखे दुबळे लोक अश्रू गाळतात म्हणून हा अफाट सागर खुशाल तुडुंब भरून राहिला आहे. हे वैभव निसर्गाचं नाही, सृष्टीचं नाही, अशा माणसांचं आहे."

समोर त्याचं घरकुल होतं. चंद्राच्या अस्पष्ट प्रकाशात त्याचा मूळचाच कांचनरंग अधिकच शोभिवंत दिसत होता. जाइजुईचा वेल मंदतर गंध दरवळीत होता. त्या छोट्याशा घरकुलाकडे आसक्ती, प्रीति ह्या साऱ्या भावमुद्रांनी पाहात प्रभा स्थिर होता.

आम्ही दोघे आत गेलो. व्हरांड्यातच एका वेताच्या खुर्चीवर कुणाची तरी

वाट पाहात एक गोड मुलगी झोपी गेली होती. मी ओळखलं, की रतन ती हीच. आणि त्याच अभिप्रायानं मी प्रभाकराकडे पाहिलं. तेवढ्यात ती जागी झाली. किंचित वरमून स्वत:ला सावरीत ती उभी राहिली अन् म्हणाली, "किती वाट पाहायला लावायचं माणसानं? जाऊ दिलं, हेच चुकले." तेवढ्यात माझ्याकडे तिचं लक्ष गेले. किंचित बावरून आपल्या वस्त्राची तिनं चाळवाचाळव केली. ती चलबिचल ओळखून प्रभाकर पुढे होऊन म्हणाला, "हे तुझे भावोजी हं रतन! नमस्कार कर याला लग्नाचा हं-"

ती हसली. फुले फुलल्याचा भास झाला क्षणार्धात. तिच्या दृष्टीतली शालीनता-विनय; जणू गोव्याची सारी वनश्रीच मानवता धारण करून माझ्या पुढे उभी राहिली होती. आडसराचा गोडवा होता त्यात, काजूची धुंदी नव्हती.

त्या प्रेमळ जोडप्याचा, माझ्या भाऊवहिनीचा, निरोप घेतेवेळी मला वाईट वाटलं. पण साऱ्या अपेक्षांची अपूर्तताच एका प्रकारे सुखावह असते. मला जाणं भाग होतं, मी निरोप घेऊन निघालो. पण जरा पुढे गेलो अन् काय वाटलं कुणास ठाऊक. पुन्हा परतलो. दीपनिर्वाण झाल्यासारखं वाटलं. परतताना हळूच फाटक उघडलं. डाव्या हातच्या खिडकीतून मंद असा निळसर विद्युतप्रकाश दिसू लागला. मी खिडकीतून वाकून पाहिलं,-भिंतीवरच्या घड्याळानं एक टोला दिला. अंधारात त्याच्या काट्यांतलं अंतर झपाट्यानं नाहीसं होऊ लागलं. मी खाली पाहिलं. खोलीतल्या दोन श्रांत जीवांचं मीलन झालं होतं. मनात विचार आला,

"शेकडो वर्षं आमच्यापासून दुरावलेल्या– या गोमंतकीयांचं आणि आमचं मीलन कधी होणार?" मागे वळून, प्रशांत- प्रदीर्घ अशा काळ्याभोर सडकेने मी वाट चालू लागलो.

-०-०-०-